அசுரர் பாதை

வெற்றி அடைவதற்கான மாற்று வழி

The Asura Way

NOW IN TAMIL

ஆனந்த் நீலகண்டன்

ஜெய்கோ பப்ளிஷிங் ஹவுஸ்

அகமதாபாத் பெங்களூரு சென்னை டில்லி
ஹைதராபாத் கொல்கொத்தா மும்பை

Published by Jaico Publishing House
A-2 Jash Chambers, 7-A Sir Phirozshah Mehta Road
Fort, Mumbai - 400 001
jaicopub@jaicobooks.com
www.jaicobooks.com

© Anand Neelakantan

அசுரர் பாதை
Tamil Edition of *The Asura Way*
ISBN 978-93-49358-50-8

Translator: Muralidharan Sethuraman

First Jaico Impression: 2025

No part of this book may be reproduced or utilized in
any form or by any means, electronic or
mechanical including photocopying, recording or by any
information storage and retrieval system,
without permission in writing from the publishers.

Page design and layout: Ozone Eventz Publishing Services

Printed by
Trinity Academy For Corporate Training Limited, Mumbai

சமர்ப்பணம்

ஆத்மார்த்தமான ஹிந்துக்களாய் அவதரித்து, கண்மூடித்தனமான நம்பிக்கைகளையும் அஞ்ஞானத்தையும் தவிர்த்து, ஞானத் தெளிவுடன் எதையும் அலசி ஆராய்ந்து வாழ வழி வகை அருளும் ஹிந்து வாழ்க்கை முறைகளின் உன்னத நெறிமுறைகளை உள்ளது உள்ளபடி எனக்கு போதித்த என் பெற்றோர், எல். நீலகண்டன் மற்றும் டி. செல்லம்மாள் ஆகியோருக்கு இப்புதினம் சமர்ப்பணம்.

பொருளடக்கம்

நான் அசுரனாக மாறியது எப்படி *9*

அசுர மார்க்கம் *13*

அசுரர் பாதை *13*

கலியுகம்: இருண்ட காலம். இருளின் சகாப்தம். *14*

மதங்களின் கூற்றுப்படி மனித இனத்தின் எதிரிகள் *17*

போலி உபதேசம் 1: குரோதம் தவிர்த்தல் 21

- நாம் கோபம் கொள்வது ஏன்? 21
- பகவான் கிருஷ்ணரின் கோபம் 23
- கிருஷ்ணரும் சாம்பாவும் 24
- கிருஷ்ணரும் பீஷ்மரும் 24
- கிருஷ்ணரும் துரியோதனனும் 24
- ராமபிரான் ஜாபாலி மீது கோபம் கொள்வது 25
- ராமபிரானும் காகமும் 26
- ராமபிரானும் சமுத்திரமும் 27
- சிவனின் கோபம் 29
- ஏசு கிறிஸ்துவின் கோபம் 30
- முனிவர்களின் கோபம் 31
- தீர்வு என்ன? 34

5

தன் கோபத்தையும் அவமானத்தையும் ஆற்றலாக மாற்றிய சாணக்கியன் 35
கோபத்தைக் கட்டுப்படுத்துவது எப்படி 45

போலி உபதேசம் 2: வாழ்க்கையை உள்ளது உள்ளபடி ஏற்றுக்கொள்ளுங்கள் 53

நிறைவின்மையை உருவேற்றுவது எப்படி? 58
மகிழ்ச்சியைத் தேடி அலையாதீர்கள் 60
உங்கள் நிறைவின்மையை சீர்ப்படுத்துவது எப்படி?............... 64

போலி உபதேசம் 3: காமம் தவிர்த்தல் 71

அசுரர்களுக்கும் தேவர்களுக்குமான
பிரம்மனின் உபதேசம் 72
ஆசையைத் தவிர்த்தல் ஏன் பயனற்றது 78
புத்தர் ஆசையை வென்றாரா? 80
விருப்பம் இன்றி எதையாவது நம்மால் சாதிக்க முடியுமா?... 83
சார்வாகனின் உரை 85
ஆசையைக் கட்டுப்படுத்தும் உபதேசம்
உங்களுக்கானதல்ல 89

போலி உபதேசம் 4: பலனை எதிர்பாராது கடமையைச் செய்வது 91

யதார்த்தமான அறிவுரை: பலனை எதிர்பாராத கடமை
எனும் பொறிக்குள் சிக்குவதைத் தவிர்ப்பது 92
உங்கள் விருப்பத்தைக் கண்டறிவது எப்படி 94
'அப்படியே ஆகட்டும்' என்பதற்கானதொரு கதை 98
எதற்காக ஆசைப்படுவது என்பதில் கவனம் தேவை..........102
எப்போதும் நேர்மறைச் சிந்தனைகளைக்
கொண்டிருப்பது அவசியமா? 105
பச்சை யானை மற்றும் பெருத்த ராஜா கதை 106
உங்கள் கனவுகளையும் லட்சியங்களையும் உருவகப்
படுத்துங்கள் 109
உங்கள் விருப்பத்தைப் பிரகடனப்படுத்துங்கள் 111

உங்கள் உண்மையான விருப்பத்தை அடையாளம்
காண்பது எப்படி..112
உங்கள் விருப்பத்தை சீர்ப்படுத்துவது எப்படி.........................114

போலி உபதேசம் 5: பொறாமை தவிர்த்தல்........................121
வசிஷ்டருக்கும் விஸ்வாமித்திரருக்கும் இடையே
உருவான பொறாமை..124
வசிஷ்டருக்கும் விஸ்வாமித்திரருக்கும் இடையே
உருவான போட்டியில் பாதிப்புக்குள்ளான திரிசங்கு.................127
பிரம்மாவுக்கும் விஷ்ணுவுக்கும் இடையே உருவான
பொறாமை குறித்த கதை...133
பொறாமை ஒரு நேர்மறை சக்தி: ஏன்?...............................137
நாம் பொறாமை கொள்வது ஏன்?.......................................138
பொறாமை மற்றும் போட்டி மனப்பான்மையை வழிமுறைப்
படுத்துவதற்கு யதார்த்த ரீதியிலானதொரு அறிவுரை...............139
நீங்கள் பொறாமை கொள்வது ஏன் என்பது குறித்து
எப்போதும் சிந்தித்துப் பாருங்கள்......................................147

போலி உபதேசம் 6: கர்வம் தவிர்த்தல்.............................149
பெருமை கொள்ளாமல் வெற்றி இல்லை.............................155
சிவாஜியின் பெருமை...161
புருஷோத்தமனின் கதை...165
காந்திஜியின் அகம்பாவம்..166
தன் பெருமையை மறந்த பணிவுள்ள பாம்பின் கதை..............167
பணிவுத்தன்மையை ஒரு ஆயுதமாகவும் கருவியாகவும்
பயன்படுத்துவது எப்படி...171
உங்களுக்குள் உறைந்திருக்கும் பெருமையைத் தட்டி
எழுப்புவது எப்படி?..175

போலி உபதேசம் 7: பேராசை தவிர்த்தல்..........................179
சுதாமாவின் கதை..180
ராவணனின் பக்தி...188

பேராசையையும் லட்சியத்தையும் செதுக்குவது எப்படி 198
வழக்கமான நீதி போதனைகள் உங்களைக்
கட்டுப்படுத்துவதைத் தவிர்க்கும் முறை.................198
பேராசை மற்றும் குறிக்கோளை சீர்ப்படுத்துவது எப்படி.........203

போலி உபதேசம் 8: மோகம் தவிர்த்தல்..............215
தோற்றங்களின் கதை....................................216
மாயையின் மெய்ப்பொருள்.............................220

போலி உபதேசம் 9: இன்பத்தையும் துன்பத்தையும் மறுத்தல் 223
குடும்பஸ்தன் மற்றும் அவனுடைய இடுப்புத்
துணியின் கதை.......................................224
பந்தபாசத்தை சீர்ப்படுத்துவது எப்படி...................236
மந்திரம் 1: ஓம் ஸ்ரீம் மஹாலக்ஷ்ம்யை நமஹ.............238
மந்திரம் 2: ஓம் லம்போதராய நமஹ....................240
தேவைக்கேற்ப நிச்சலனமாய் இருப்பது எப்படி............242
நெறிமுறைகளுக்கான அசுரர்களின் குறியீடு மற்றும்
அவர்களின் வாழ்க்கை முறை குறித்த ஒரு
கண்ணோட்டம்.......................................246
திருப்பதி மரபுக் கதை..................................248
எதிர்காலம் குறித்த அச்சம் அசுரர்களுக்கு அறவே இல்லை...260
ஆனந்த மார்க்கம் – பேரின்பத்திற்கான பாதை............262

நன்றியுரை..267
ஆசிரியர் குறித்த விவரங்கள்.............................271

நான் அசுரனாக மாறியது எப்படி

பல வருடங்களுக்கு முன், தனக்குக் கீழ் பணியாற்றுபவர்களை மரியாதைக் குறைவாகவும் மட்டமாகவும் நடத்திய ஒருவர் எனக்கு மேலதிகாரியாக இருந்தார். அவரால் எங்கள் ஒவ்வொருவருடைய அன்றாட வாழ்க்கையை மிகவும் பாதித்தது. எங்களுடன் பணியாற்றிய ஒருவர் அவருடைய பணி இடத்தில் அந்த மேலதிகாரியின் பெரிய புகைப்படத்தை ஒட்டி வைத்து சின்னஞ்சிறிய கூர் ஈட்டிகளை அதன் மேல் எறிந்து தன் ஆத்திரத்திற்கு ஒரு வடிகால் தேட முயற்சித்துக் கொண்டிருந்தார் என்றால் பாருங்களேன். அப்படிச் செய்வதால் தன் வெறியை ஒரு கட்டுக்குள் வைத்திருக்க முடிவதாக அவர் எங்களிடம் சொன்னதுண்டு. ஆனால், அலுவலகத்தில் அந்த கேடுகெட்ட மேலதிகாரி முன் இவர் மிகவும் பணிவாக, குழைவாக நடந்து கொள்வது ஒரு விந்தை!

எங்களுடன் பணிபுரிந்த மற்ற எவரையும் இந்த மேலதிகாரியின் வசவுகள் பாதித்ததாகத் தெரியவில்லை. அவர்கள் அவருடைய நடத்தையை ஒரு பொருட்டாகவே கருதவில்லை. அது ஒரு பொது உடைமை நிறுவனம் என்பதாலும் அவரவர் பணி நிரந்தரம் என்பதாலும் வேறு எதையும் பற்றி அவர்கள் கவலைப் படவில்லை என்பதுதான் நிஜம். எருமை மாட்டின் மேல் மழை பெய்தது போல் அவருடைய வசவுகள் அவர்களை சிறிதளவு கூட அசைக்க முடியாமல் போனது. விதி விட்ட வழி என்பது போன்று, அவருடைய

அட்டூழியங்களை அமைதியாக ஏற்றுக்கொண்டு, என்றேனும் ஓர் நாள் அவரோ அல்லது அவர்களோ வேற்றிடத்திற்குப் பணி மாற்றம் செய்யப்படும் சாத்தியங்கள் உள்ளதால் அவருடைய கொடுமையிலிருந்து விடுபடலாம் என்ற புரிதலுடனும் நம்பிக்கையுடனும் அவரைச் சகித்துக்கொண்டு கடந்து சென்றனர்.

ஆனால் என்னளவில் இவை எதுவும் எனக்குத் தோதாக அமையவில்லை. என் மனசுக்கு சரியென்று பட்ட விஷயங்களில் என் மேலதிகாரியுடன் அடிக்கடி வார்த்தை மோதல்களில் ஈடுபட்டேன். அதை அவர் குரூரமாக ரசித்தார் என்றே எனக்குத் தோன்றியது. அதன் விளைவாக எதிர்த்துப் பேசுபவன் என்றும் வாக்குவாதம் செய்யும் ஒரு அலுவலர் என்றும் நான் முத்திரை குத்தப்பட்டேன். வெகு விரைவில் நான் மனத்தளர்ச்சிக்கு ஆளாவதை உணர்ந்தேன். பணிபுரியும் இடத்தில் தொல்லைகள் ஏற்படும் பட்சத்தில் நமது சக்தியும் உற்சாகமும் நிலைகுலைவது சகஜம்தானே! ஏனெனில் ஒவ்வொரு நாளும் நம் நேரத்தின் பெரும் பகுதி அலுவலகத்தில்தான் கழிகிறது. நம் பிரச்சினைகளை நம்மை அறியாமல் நாம் வீட்டுக்கும் சுமந்து செல்வதும் சகஜம்தானே!

அடுத்த சில நாட்களில் அவருடைய புகைப்படத்தின் மீது சின்னஞ்சிறிய கூர் ஈட்டிகளை எறியும் யுக்தியைக் கையாண்டு, அதன் பின் வெவ்வேறு வண்ணங்களிலும் வடிவங்களிலும் என் ஆத்திரத்தைத் தணித்துக் கொள்ளும் முயற்சிகளில் ஈடுபட்டேன். ஒவ்வொரு மாலை நேரத்திலும் வீடு திரும்பிய பின் ஒரு தலையணையை உத்தரத்திலிருந்து கயிறு கட்டித் தொங்கவிட்டு, அதில் என் மேலதிகாரியின் புகைப்படத்தைப் பொருத்தி வெறிதீரக் குத்துக்கள் விட்டேன். ஆரம்பத்தில் என் மனைவி அபர்ணா இதைக் கண்டு சிரித்தாலும், போகப் போகக் கவலை கொள்ளத் துவங்கினாள். என் மேலதிகாரியிடமிருந்து பெரும்பாலும் அகால நேரத்தில் வரும் ஒவ்வொரு தொலைபேசி அழைப்புக்குப் பின்னரும் வெறி பிடித்தவன் போல் அந்தத் தலையணை மீது அசுரத்தனமாகக் குத்துக்கள் விடுவது தொடர்ந்தது. நான் பணியாற்றிய நிறுவனமும்

என் வேலையும் எனக்குப் பிடித்தமானதாகத்தான் இருந்தது, ஆனால் இந்த மனுஷனை நான் அறவே வெறுத்தேன். எனக்குப் புத்தி பேதலித்து விட்டதோ என்று என் மனைவி நினைத்தாள். அது ஓரளவுக்கு உண்மைதான்.

என்னுடைய இந்த நிலைமை உச்சத்தைத் தொட்டு என் புத்தி பிசகி, வாயில் நுரை தள்ள, எதிர்ப்படும் அனைவரையும் திட்டிக்கொண்டும் பிதற்றிக்கொண்டும், ஆடைகளில்லாமல் தெருக்களில் தறிகெட்டு ஓடும் நிலை வருவதற்கு முன் இதற்கு ஒரு தீர்வு கிடைத்தாக வேண்டும். எனக்கு நினைவு தெரிந்த நாட்கள் முதற்கொண்டு என் மனதுக்கும் உணர்வுக்கும் இதமும் ஈடும் கொடுத்தவை புத்தகங்கள்தான். ஆம், புத்தகங்களே என் சுற்றமும், நட்பும். புத்தக வாசிப்பில் தஞ்சம் அடைவது எனக்குப் பிடித்தமானது. புராணங்களும் நம் பாரத தேசத்தின் வரலாற்று நூல்களும் எனக்குப் புத்துணர்ச்சியும் உத்வேகமும் அளித்தன. அவற்றின் எல்லையற்ற ஆழத்தில் அமிழ்ந்து திளைத்ததில் எனக்குள் ஒரு தெளிவும் அமைதியும் புலன்படலாயிற்று.

அதன்பிறகு வாழ்வாதாரத்திற்காக வேலை செய்வதைத் தவிர்த்தேன். எனது வாழ்க்கையை முழுவதுமாக வாழத்தொடங்கினேன். ஒரு மாபெரும் நிறுவனத்தில் அலுப்பும் சலிப்பும் நிறைந்த ஊழியராகப் பணியாற்றியதில் தொடங்கி ஒரு தெளிவும் ஞானமும் அருளப் பெற்றது வரையிலான எனது பயணம்தான் இந்தப் புத்தகத்தின் ஆதாரக் கரு. நீங்கள் கவலை கொள்ளாதீர்கள். என் சுயசரிதையைச் சொல்லி உங்களை உங்களை ஆயாசப்படுத்தப் போவதில்லை. என்னை எதிர்கொண்டு அரவணைத்து நான் பயணித்த பாதையில் புதிய வெளிச்சங்களை வழங்கிய கதைகளின் தாக்கமே, இந்தப் புத்தகம். இதையே நான் அசுரர் பாதை என்கிறேன். அதாவது அசுரர்கள் வகுத்த வழி.

அசுர மார்க்கம்

அசுரர் பாதை

இந்தப் புத்தகத்திற்கு அசுரர் பாதை என்று நான் பெயரிட்டது ஏன் என்று நீங்கள் யோசிக்கலாம். அசுரர்கள் தீயவர்கள் அல்லவா? அவர்கள் இருள் உலகத்தின் கணங்கள் என்று சித்தரிக்கப்படுபவர்கள் அல்லவா? அவர்கள் அழிவற்ற நிலை, அபரிமிதமான ஆற்றல், அதிகார வெறி, பொருள் வளம், மற்றும் இதர சுகபோகங்களில் திளைப்பவர்கள். பிரமிக்கத்தக்க வெற்றிகளைக் குவித்து அதன் விளைவாக ஆயிரக்கணக்கான ஆண்டுகளாக அகிலத்தை ஆள்பவர்கள். ஆயினும், அடுத்தடுத்த கால கட்டங்களில் விஷ்ணு, சிவன், சக்தி, வினாயகர், முருகன் போன்ற தெய்வங்கள் அவதாரங்களாய்த் தோன்றி அவர்களை அழித்தனர். இருப்பினும், இறுதியாக அவர்களின் வீழ்ச்சி நிகழும் வரை அசுரர்கள் இவ்வுலகத்தை ஆள்வது ஒரு தொடர்நிலைதான். இது இயல்பான ஒரு சுழற்சிதான். எதுவும் எவரும் நிரந்தரமில்லை, எனினும் வாழ்வின் கடைசித்தருணம் வரை சகல சுகபோகங்களுடன் வாழ முடியும் என்றால் அதைவிட வேறென்ன வேண்டும்? கடவுள் அவதாரங்களையும் மீறி அசுரர்கள் வெற்றிகரமாய்த் திகழ்ந்ததற்கான காரணங்களை ஆராய்ந்து அதன் மூலம் ஒரு அகத்தெளிவைப் பெற முயல்வது அவசியம் அல்லவா? அனைத்துக்கும் மேலாக, தற்போது நாம் "கலியுகம்", அல்லது "கலிகாலம்" எனப்படும் காலகட்டத்தில் வாழ்ந்து கொண்டிருக்கிறோம். பலதரப்பட்ட

புராணங்கள் வெவ்வேறு யுகங்களைச் சார்ந்தவை. அவைகளில் கூறப்பட்டவை அந்தந்த யுகங்களுக்குப் பொருத்தமானவையாக இருந்திருக்கலாம். ஆனால், கலிகாலத்திற்குப் பொருந்தக் கூடியது கலியின் பாதைதான். சரிதானே?

கலியுகம்: இருண்ட காலம். இருளின் சகாப்தம்.

பகவான் கிருஷ்ணரின் காலம் முடிந்த பிறகு துவங்கியது கலியுகம். நாம் தற்போது இந்த யுகத்தின் முதல் காலகட்டத்தில் வாழ்கிறோம். இது குறித்து ஸ்ரீமத் பாகவதம் கூறும் கணிப்பு இதுதான்:

தர்மம், வாய்மை, தூய்மை, சகிப்புத் தன்மை, கருணை, வாழும் காலம், உடல் வலிமை மற்றும் ஞாபக சக்தி ஆகியவை நாட்கள் செல்லச் செல்லக் குறைந்து கொண்டே வரும். பெரும் வல்லமை கொண்ட கலி காலத்தின் ஆதிக்கமே இதற்கான மூல காரணம்.

ஸ்ரீமத் பாகவதம் எழுதிய வேத வியாசரின் கூற்றுப்படி இந்த காலகட்டத்தில் ஒரு மனிதனின் குணாதிசயம் மற்றும் தனித் தன்மைகள் அவனுடைய செல்வ நிலையை வைத்தே நிர்ணயிக்கப்படும். அதிகார வர்க்கத்துக்கு சாதகமாகவே நீதி வளையும். வலியோர் எளியோர் மீது அதிகாரம் செலுத்துவர். வெறும் மேல் கவர்ச்சிக்கு மயங்கி ஆணும் பெண்ணும் இணைந்து வாழ்வர். வாழ்வில் கிட்டும் வெற்றி வாய்ப்புகளும் வர்த்தகப் பரிவர்த்தனைகளும் வஞ்சகத்தையும் சூழ்ச்சியையும் ஆதாரமாகக் கொண்டிருக்கும். உலகளாவிய வெற்றிகள் மட்டுமே ஒருவருடைய மதிப்புக்கும் மரியாதைக்கும் அளவுகோலாக அமையும். சாதுரியமான வார்த்தைகளைப் பிரயோகித்து உரையாடுபவர் கற்றறிந்த அறிஞராக கருதப்படுவர். பணமும் பொருளும் அற்றவர்கள் துச்சமாக மதிக்கப்படுவார்கள். பசப்பும் பாசாங்கும் அறமாக ஏற்றுப் போற்றப்படும். எவரெல்லாம் அழகுக்கு உதாரணமாகக் கருதப்படுவர் என்பதையும் வியாசர் விளக்குகிறார். தேர்ந்த சிகையலங்காரத்துடன் பகட்டான ஆடை, ஆபரணங்கள் அணிந்து வலம் வருபவர்கள் அழகுடையவர்களாக இந்த காலக்

கட்டத்தில் மெச்சப்படுவார்கள். வயிற்றை நிரப்புவதே வாழ்வின் குறிக்கோளாக மாறிப்போகும். அடாவடியாகவும் அநியாயமாகவும் பேசுபவர்கள் உண்மை உரைப்பவராய் போற்றப்படுவர். பஞ்சம் தலைவிரித்தாடும் நிலையில் அநியாயமான வரிவிதிப்பினால் பாதிக்கப்பட்டு, இலைகள், கிழங்குகள், மாமிசம், காட்டுத் தேன், பழங்கள், மலர்கள், விதைகள் போன்றவற்றை உண்ணும் நிலையை மக்கள் அடைவார்கள். வறட்சியினால் பாதிக்கப்பட்டு பேரழிவுக்கு உள்ளாவார்கள். எதேச்சாதிகாரம் செய்வோர் மற்றவர்களின் வறுமையையும் உழைப்பையும் தமக்கு சாதகமாக்கிக் கொண்டு தாம் மட்டும் மேலான வாழ்வை அனுபவிப்பர். இயற்கைப் பேரிடர்கள் அடிக்கடி நிகழும் நிலை ஏற்படும். கலவரங்கள், பசிக்கொடுமை, தாகம், நோய்கள், போன்ற இடர்பாடுகளினால் அதீத துன்பமும் பீதியும் மக்களிடையே நிலவும். அற்ப விஷயங்களை முன்னிறுத்தி மக்களிடையே வெறுப்பும், துவேஷமும் நிலவும். தம்முடைய வாழ்வு இதனால் பாதிக்கப்படக்கூடும் என்ற சிந்தனை சிறிதளவும் இல்லாது, அன்பையும், நல்லிணக்கத்தையும் புறந்தள்ளி, பணத்துக்காகவும், புகழுக்காகவும் தம் உற்றார் உறவினர்களையும் கொல்லத் துணிவார்கள். அறிவாளிகள் போல் தங்களைக் காட்டிக்கொள்ள முயலும் வஞ்சகர்கள் பாதிக்கப்பட்டவர்களுக்காகக் குரல் கொடுப்பவர் போலும் அவர்களைக் காப்பாற்ற வந்த உத்தமர் போலும் வேஷம் போடுவார்கள். மதங்களைப் பற்றி ஏதும் அறியாத சுயநலமிகள் பணத்துக்காகவும் புகழுக்காகவும் மதகுரு வேஷம் தரித்து தம் மதங்கள் குறித்து மிகவும் அறிந்தது போல் பசப்புவார்கள்.

இந்தக் காலகட்டம் எப்படி இருக்கும் என்பதை துல்லியமாகக் கணித்து வியாசர் மேலும் விளக்குகிறார். பல முனிவர்களும் சித்தர்களும் இது குறித்து விடுத்த பல எச்சரிக்கைகளை நம் வேதங்களில் காணலாம்.

தற்போதைய முக்கியமான கேள்வி என்னவென்றால், இப்போது நாம் வாழும் இந்த கால கட்டம் இருள் நிறைந்தது என்றால், மற்றொரு

காலகட்டத்துக்காக எழுதப்பட்ட அறிவுரைகளும் ஆலோசனைகளும் இப்போது எப்படிப் பொருந்தும்? கடந்தகாலத்தில் அறியப்பட்ட ஞானத் தெளிவை செவ்வனே செதுக்குவதன் மூலம் அவற்றை இந்த காலகட்டத்துக்குத் தகுந்த வகையில் மாற்றி அமைக்கலாம் அல்லவா?

அதுதான் இந்தப் புத்தகத்தின் இலக்கு.

மதங்களின் கூற்றுப்படி மனித இனத்தின் எதிரிகள்

இந்து மத நூல்களில் நம் அறிவுக்கும் மனதுக்கும் ஒவ்வாத ஷத்ரிபு என்ற ஆறு எதிரிகளைப் பற்றிக் குறிப்பிடப்பட்டுள்ளது. அவை அரிஷத்வர்க்கங்கள் என்றும் அறியப்படுகின்றன. அவை ஆறும் கலியுகத்தின் அடிப்படையான ஆறு தடைகளாகக் கருதப்படுகின்றன. இவற்றின் தன்மைகள் குறித்து ஒவ்வொன்றாக பின் வரும் அத்தியாயங்களில் நான் விவரமாக விளக்கம் அளிக்கிறேன். இப்போது இந்த ஆறு குணாதிசயங்கள் என்ன என்பதைப் பார்ப்போம்:

1. குரோதா: குரோதம் – சினம்
2. காமா: இச்சை – புலன்களின் வேட்கை
3. லோபா: பேராசை
4. மோஹா: மாயை அல்லது மோகம்
5. மதா: ஆணவம் அல்லது கர்வம்
6. மாத்ஸர்யா: பொறாமை – போட்டி மனப்பான்மை

இவற்றில் முதல் ஐந்து மனோபாவங்களை மனித மனத்தின் உயர்தன்மைகளை களவாடும் ஐந்து கள்ளர்கள் என்று சீக்கிய வாழ்வு முறை குறிப்பிடுகிறது. ஜைன வாழ்வு முறை கருத்தியலின் படி சினம், பேராசை, ஆணவம், வஞ்சகம் ஆகிய நான்கு மனோபாவங்கள் கஷாயம் போன்று கசப்பானவை என்று

மதங்களின் கூற்றுப்படி மனித இனத்தின் எதிரிகள்

அங்கீகரிக்கப்படுகிறது. புத்த மதம் பத்து வகை அசுத்தங்களாக பேராசை, வெறுப்பு, மோகம், ஆணவம், தவறான கண்ணோட்டம், சந்தேகம், மந்தநிலை, தவிப்பு, வெட்கமின்மை, கவனமின்மை ஆகிய மனோபாவங்களை சித்தரிக்கிறது.

பெரும்பாலான இந்திய வாழ்வு முறையின் பிரிவுகள் மற்றும் தத்துவார்த்தங்களில் காமம், சினம், பேராசை, மோகம், ஆணவம், மற்றும் பொறாமை ஆகிய மனோபாவங்கள் கலியுகத்தின் இருண்ட காலத்தைக் குறிக்கும் அம்சங்களாகக் குறிப்பிடப்பட்டிருக்கின்றன. இத்தகைய மனோபாவங்களை அறவே விட்டொழிக்கும்படி நமது ஆன்மீக ஆசான்களும் மகரிஷிகளும் அவ்வப்போது வலியுறுத்திக்கொண்டே இருக்கின்றனர்.

நிற்க, இந்த உபதேசங்கள் யாவையுமே, பிறப்பும், வாழ்வும், இறப்பும் அடங்கிய காலச் சுழற்சியின் பிறவிப்பெருங்கடலிலிருந்து விடுபட விரும்புபவர்களுக்காக வழங்கப்படுபவை என்பதை நாம் மறந்து விடுகிறோம். பிறப்பும் இறப்பும் நிர்ணயிக்கப்பட்ட முடிவற்றதொரு காலச் சுழற்சியின் பிடியில் நாம் உழன்று கொண்டிருப்பதாகவும், அதுவே விதிப்பயன், ஊழ்வினை என்பதாகவும் இந்தியர்கள் நம்பிக்கை கொண்டுள்ளனர். இந்த ஜனன மரண சுழற்சி வலையிலிருந்து மீள்வதற்கான ஒரே வழி மோக்ஷா மற்றும் நிர்வாணா எனப்படும் முற்றும் துறந்த நிலையை நிச்சிந்தையாய் சிரத்தையோடு பின்பற்றுவதுதான். மேற்கூறியபடி, காலச் சுழற்சியின் பிடியிலிருந்து விடுபட வேண்டுபவர்களுக்காகவே இத்தகையஆன்மீக,தத்துவார்த்த உபதேசங்கள் அருளப்பட்டுள்ளன. இத்தருணத்தில், காலச் சுழற்சியின் பிடியிலிருந்து மீள்வதுதான் நம்முடைய ஆத்மாவின் விழைவா என்பதுதான் நமக்கு விடை தெரிய வேண்டிய கேள்வி. அதுவே நம் சித்தம் என்றால் மேற்கூறிய உபதேசங்கள் நமக்குப் பொருந்தும்.

எப்படியாயினும், இவை யாவையும் ஊர்ஜிதம் அற்றவை. நாம் ஜனன மரண சுழற்சி வலையில் சிக்கியுள்ளோமா அல்லது அவ்வாறு எதுவும் கிடையாதா என்பது இதுவரை நிரூபணம் ஆகவில்லை.

இது ஆதாரம் அற்ற ஒரு நம்பிக்கை மட்டுமே. அதாவது ஏனைய பல்வேறு மதங்களின் கூற்றுப்படி ஆகாயத்திற்கு மேல் ஸ்வர்க்கம் என்றும் பூமிக்குக் கீழே நரகம் என்றும் ஊர்ஜிதம் ஆகாமல் வெறும் கேள்வியாகவே நிலைக்கும் நம்பிக்கைகள் போலவே.

மரணத்திற்குப் பின் என்ன நடக்கும் என்பது இதுவரை அறிவியல் நுணுக்கத்திற்கும் பல்வேறு பட்ட வாழ்வு முறைகளின் ஞானத்திற்கும் அப்பாற்பட்டதாக, வெறும் யூகத்திற்கு உட்பட்டதாகவே உள்ளது என்பதால், நம் வாழ்க்கை 'இப்போது, இங்கே' என்ற சிந்தனையோடு கடைசி வரை கடந்தாக வேண்டிய நிலையில் நாம் உள்ளோம். சரி, மோக்ஷா மற்றும் நிர்வாணா எனப்படும் சித்த நிலையை அடைவதற்கான உபதேசங்களால் நம் அன்றாட வாழ்க்கைக்கு ஏதேனும் பலன் உண்டா?

இந்திய புராண இதிகாசங்கள் மற்றும் வரலாறு சார்ந்த கதைகளின் மூலம் நான் விவரிக்க முயன்றாலும், பெரும்பாலான உபதேசங்கள் இந்தக் காலக்கட்டத்திற்குப் பொருந்தாதவையே. தற்போதைய காலகட்டத்தின் யதார்த்த ஓட்டத்திற்கு ஒவ்வாமல் இவையெல்லாம் சிதறிவிடும். உதாரணத்திற்கு, இச்சைக்கான உபதேசத்தைப் பார்ப்போம். இச்சைகளை அறவே விட்டொழிக்கும் இச்சைதான் உள்ளபடியே பெரும் இச்சை அல்லவா? இதைவிட பெரிய இச்சை ஏதேனும் உள்ளதா? இச்சை என்பது தீயது என்றால் இச்சையை விட்டொழிக்கும் இச்சைதான் தீமையின் உச்சம் அல்லவா?

பிரம்மப் பிரயத்தனம், மோக்ஷா, நிர்வாணா ஆகிய பேரின்ப நிலைகளை அடைய முயல்பவர்கள் அவர்கள் வழியில் செல்லட்டும். அவர்கள் ஆறு எதிரிகளையும், ஐந்து கள்வர்களையும் இன்னும் ஏனையவற்றையும் விட்டொழிக்கட்டும். மாறாக, பொருளே பிரதானம் என்றாகிவிட்ட இந்த யதார்த்த உலகத்தில், அதாவது இந்தக் கலியுகத்தில் வெற்றிகரமாக சகல சுகபோகத்துடன் பயனுள்ள வாழ்க்கையை வாழ விரும்பும் எவருக்கும் குறிப்பிட்ட அந்த ஆறு எதிரிகளும் நண்பர்களாக மாற வாய்ப்புகள் இருக்கலாமல்லவா? இன்னும் தெளிவாகச் சொல்லப்போனால்

அதே ஆறு மனோபாவங்களை இந்தக் கலியுகத்தின் ஆறு அஸ்திவாரத் தூண்களாக வியாசர் சித்தரித்திருக்கிறாரே!

இந்த அஸ்திவாரத் தூண்களை அகற்றுவதனால் ஒட்டுமொத்தக் கட்டமைப்பும் உங்கள் தலைமேல் இடிந்து விழக்கூடுமல்லவா? அது அவசியம்தானா? நீங்கள் ஒருக்கால் மோக்ஷ நிலையை அடையும் நோக்கத்தில் உலகத்து இன்பங்களைத் துறக்க விரும்புபவராக இருப்பின், இந்தப் புத்தகம் உங்களுக்கானது அல்ல. வாழ்க்கை எனும் சதுரங்க விளையாட்டைக் கச்சிதமாக விளையாட விரும்பினால், அதற்கான வழிமுறைகள் உங்களுக்குத் தேவை. அவற்றை அடைய உதவும் புத்தகங்களையும் ஆசான்களையும் கண்டறிவதற்குத் தயாராகுங்கள்.

வாழ்க்கையில் வெற்றிகளையும் சந்தோஷங்களையும் அடைய முடியாத வகையில் வாழையடி வாழையாக நம்மை அடக்கி வைத்திருக்கும் உபதேசங்களை அலசி ஆராய்வோம், வாருங்கள். இந்தக் கலியுகத்தில் நமக்குத் தேவை, ஒரு புத்தம் புதிய மாற்றுப்பாதை – அது, அசுரப் பாதை.

போலி உபதேசம் 1

குரோதம் தவிர்த்தல்

குரோதம், அதாவது கோபம் ஒரு அசுர குணம் அல்லது கிராதக குணம் என்றும் அது அறவே விலக்கப்படவேண்டியது என்றும் காலம் காலமாக நமக்கு உபதேசிக்கப்பட்டு வருகிறது. கோபம் அசம்பாவிதத்தை ஏற்படுத்தும், உலகம் உன்னை ஒதுக்கி வைத்துவிடும், கோபம் தர்ம சிந்தனையை சிதைக்கும், ஆகவே, கோபத்தைத் தவிர்த்துவிடு என்ற ரீதியில் உபதேசம் தொடர்கிறது. சரி, இது ஏற்கத்தக்கதுதானா?

பொதுவாக, ஒரு உபதேசம் என்கிற ரீதியில் இது ஏற்கத்தக்கதுதானே என்று தோன்றும். எப்போதும் கோபமாக இருக்க வேண்டும் என்று எவரேனும் விரும்புவார்களா என்ன? சரி, கோபத்திற்கான காரணம் எதுவாக இருக்கும்? கோபம் கொள்ள வேண்டும் என்று நினைப்பதாலா, அல்லது குறிப்பிட்ட சில பல சமயங்களில் கோபம் கொள்வதே நியாயம் என்ற எண்ணம் இயற்கையாக நம் சுபாவத்தில் பின்னிப் பிணைந்திருப்பதாலா? ஒருவேளை அது மனித சுபாவத்தின் இயல்பான ஒரு குணாதிசயமாக இருக்கும் பட்சத்தில் அதை அடக்கி ஆள்வதென்பது சாத்தியம்தானா?

நாம் கோபம் கொள்வது ஏன்?

கோபம் என்பது வாழ்வியலின் ஒரு இயல்பான அங்கம். சுவாசம் போன்று இயற்கையானது. எந்த ஒரு மிருகத்திற்கும், எதிர்த்து சண்டையிடுவது அல்லது தம்மைத் தற்காத்துக்கொள்ளும்

முனைப்பில் தப்பித்து ஓடுவது என்ற நிலையிலும் கோபம் ஒரு அங்கம்தான். எதிர்ப்பு அல்லது அச்சுறுத்தல் எனும் நிலை உருவாகும்போது, நம் மூளையின் ஆற்றல் பிறப்பிக்கும் கட்டளையை சிரமேற்கொண்டு, நம் உடலும் உணர்வும் அதை எதிர்கொள்ளத் தயாராகும் ஒரு நிலையும் உருவாகிறது. நம் நாடி நரம்புகளில் அதிக ரத்தம் பாய்கிறது. கோபம் கொள்ளவில்லை என்றால், சரி, போகட்டும், விதிப்படி நடக்கட்டும் என்ற மனோபாவத்துடன் எதிர்த்து நிற்க இயலாத நிலைக்குத் தள்ளிவிடும். கோபம் மட்டும் இல்லையென்றால் பல ஜீவராசிகள் வாழ்ந்த சுவடே இல்லாமல் போயிருக்கும்.

தம் தனிமைக்கு ஊறு விளைவித்தாலோ, தம் உணவை அல்லது தாம் வசிக்கும் இடத்தைப் பகிரவும், ஆக்கிரமிக்கவும் முனைந்தாலோ, அல்லது தம்முடைய இணை அல்லது தாம் ஈன்ற சந்ததிகளுக்கு ஆபத்து நேரிடும் நிலை ஏற்பட்டாலோ, மிருகங்கள் கடும் கோபம் கொள்ளும். மனித இனம் கோபம் கொள்வதும் இது போன்ற சூழ்நிலைகளில்தான். நம் நாடு, நம் பகுதி, என்று வரையறுக்கப்பட்ட எல்லையை, ஆக்கிரமிக்கும் முனைவுடன் கடந்து வருபவர் மீது கோபத்துடன் எதிர்தாக்குதல் நடத்துவது நம் ராணுவத்திற்கு அளிக்கப்பட்ட பயிற்சியின் தலையாயதானதொரு அங்கம். தொன்று தொட்டு வழங்கி வரும் ஒருவித உறைந்த மனோபாவத்தினின்று தெறித்த சிதறல்களினால் விதைக்கப்பட்ட அச்சத்தின் விளைவாக, எந்த ஒரு ஆணிற்கோ, பெண்ணிற்கோ, தாம் ஏதோ ஒரு சூழலில் கேலிக்கு உட்பட்டு அதனால் கோபம் ஏற்படுவதற்கும், தம் தோற்றம் அல்லது உருவ அமைப்பின் மீது இயல்பாக ஏற்படும் தாழ்வு மனப்பான்மையே காரணம். இத்தகையதொரு மாறுபட்ட மனோபாவம் ஏற்படுத்தும் தாக்கத்தின் காரணமாக, நம் மரபணுவினால் இயற்கையாய் விதைக்கப்பட்ட இயல்பான சுபாவம் அடுத்த தலைமுறையைச் சென்றடையாத நிலையும் உருவாகிறது.

தன்னியல்புக்கு அப்பாற்பட்டதொரு உள்ளுணர்வின் உந்துதலால் மிகச்சிறிய சம்பவங்கள் கூட – உதாரணமாக ரயிலில் பயணம்

செய்யும்போது கூட்டத்தில் யாரோ ஒருவர் அவரறியாமல் உங்கள் காலை மிதிக்கும்போது, உங்கள் தனிமை பாதிக்கப்பட்டதாக நீங்கள் உணர நேரும்போது – உங்களுக்குக் கோபத்தை உண்டாக்கலாம். சிலசமயங்களில் வாழ்வு நம்மை வழிநடத்தும் விதத்தினாலும் அதனால் ஏற்படும் தாக்கத்தினாலும் சலிப்பும் கோபமும் ஏற்படலாம். அவ்விதம் சார்ந்த பல்வேறு சம்பவங்களினால் நம் வாழ்வுநிலை அச்சுறுத்தலுக்கு உள்ளாகும்போது நமக்குக் கோபம் வருவது இயல்புதானே!

கோபம் எனும் குணாதிசயத்தை ஒரு நிலைப்படுத்தாமல், வழிமுறைப்படுத்தாமல் நம் மனம் மற்றும் உணர்வு சார்ந்த கட்டமைப்பிலிருந்து அகற்ற நினைத்தால், அது தோல்வியில்தான் முடியும். கோபத்தை அகற்றுவது அறவே முடியாத காரியம். ஆகவே, சமயம் மற்றும் வாழ்வுமுறைகள் சார்ந்த பலதரப்பட்ட அறிவுரைகளில் கோபம் என்பது விட்டொழிக்கப்படவேண்டிய குணாதிசயம் என்று வலியுறுத்தப்பட்டிருப்பது தவறான உபதேசம் அல்லது உண்மைக்கு மாறாகச் சித்தரிக்கப்பட்டவையே. கோபம் எனும் குணாதிசயம் நம் வாழ்வில் எத்தகைய இன்றியமையாத அங்கம் வகிக்கிறது என்பதற்குப் பின் வரும் புராணக் கதைகளே சான்று.

பகவான் கிருஷ்ணரின் கோபம்

பகவான் கிருஷ்ணர் எப்போதும் ஒரு நிரந்தர குறும்புப் புன்னகையுடனேயே சித்தரிக்கப்படுவார். பகவத்கீதையில் அர்ஜுனனிடம் கிருஷ்ணர் கூறுவதாவது:

ஆசையிலிருந்து கிளர்ந்தெழுவது கோபம். தீராத வேட்கையே கோபத்தின் ஊற்று.

அவர் மேலும் கூறுவதாவது:

கோபத்தில் விளைவது மாயை, மாயையிலிருந்து பிறப்பது குழப்பம், குழப்பத்தினால் உருவாகும் காரணமற்ற வெற்றிடம், அதன் முடிவில் பூரண சிதைவு.

சரி, கிருஷ்ணர், தாமே அருளிய உபதேசத்தை எப்போதும் பின்பற்றி நடந்து கொண்டாரா? மஹாபாரதத்தில் பல தருணங்களில் அவர் அடக்கவொணா கோபம் கொண்டதை நாம் அறிவோமே.

கிருஷ்ணரும் சாம்பாவும்

துர்நடத்தையுள்ள தன் மகன் சாம்பாவை குஷ்டரோகியாகும்படி சபிக்கிறார் கிருஷ்ணர். மனித சமூகத்திற்கு ஊறு விளைவிப்பவனாக அவன் இருந்தபடியால் அவனை இவ்வாறு தண்டித்தார், கிருஷ்ணர். சாம்பா தண்டிக்கப்பட வேண்டியவன் என்பது ஏற்புடையதுதான் என்றாலும் எதிலும் நிச்சிந்தையாய், பற்றற்று இருக்க வேண்டும் என்று உபதேசித்த கிருஷ்ணரும் கோபத்திற்கு அப்பாற்பட்டவரல்ல என்ற உண்மையை ஒதுக்கிவிட முடியாதல்லவா!

கிருஷ்ணரும் பீஷ்மரும்

மஹாபாரதப் போரில் எந்த ஒரு நிலையிலும் ஆயுதம் ஏந்துவதில்லை என்று கிருஷ்ணர் பிரதிக்ஞை பூண்டதாக மஹாபாரதம் கூறுகிறது. ஆயினும், போரில் பீஷ்மர் அர்ஜுனனைத் தாக்க முற்படுகையில், தன் உறவுமுறை பிதாமகரை எதிர்த்துப் போரிட அர்ஜுனன் மறுத்துவிட, கோபம் கொண்ட கிருஷ்ணர் தேர் சக்கரத்தைப் பெயர்த்து பீஷ்மர் மேல் எறிகிறார்.

கிருஷ்ணரும் துரியோதனனும்

மஹாபாரத காவியத்தின் சபா பர்வத்தில், பாண்டவர்களின் தூதுவனாக கிருஷ்ணர் செயல்படுகிறார். துரியோதனனைத் தலைவனாகக் கொண்ட கௌரவர்கள், அரசாட்சியில் பாண்டவர்களுக்குப் பங்கு தர மறுத்துவிடுகிறார்கள். கௌரவர்களில் மூத்தவனாகிய துரியோதனன் கிருஷ்ணரின் அதீத பிரயத்தனத்தையும் உதாசீனம் செய்கிறான். தன் ஒன்றுவிட்ட சகோதரர்கள் வாழ்வதற்கு ஒரு வீடுகூட தர முடியாது என்று நிர்தாட்சண்யமாக மறுத்துவிடுகிறான்.

கோபம்கொண்ட கிருஷ்ணர் தான் யாரென்பதை துரியோதனனுக்கு உணர்த்த முற்படுகிறார்: அதுவே பகவான் விஷ்ணுவின் அவதாரம். அதோடு, இதன் பின்விளைவாக வருங்காலத்தில் கௌரவர்களின் வம்சம் பூரணமாக அழிந்துவிடும் என்பதையும் துரியோதனனுக்கு உணர்த்துகிறார். கிருஷ்ணரின் கோபம் கௌரவ சகோதரர்களை அச்சுறுத்தினாலும் அதையும் மீறிய துரியோதனனின் பிடிவாதம் பேரழிவு தரும் போருக்கு வழி வகுக்கிறது. ஆனானப்பட்ட கிருஷ்ணரும் கோபத்திற்கு ஆளாவதுதான் இதில் கவனிக்கப்படவேண்டிய விஷயம்.

ராமபிரான் ஜாபாலி மீது கோபம் கொள்வது

ராமபிரான் மீது பலருக்குள்ள ஈர்ப்புக்குக் காரணமே அவருடைய கருணைப் பார்வையும் வசீகரப் புன்னகையும்தான். பரமசிவனின் ஆக்ரோஷமான தன்மைக்கு நேரெதிரானது ராமபிரானின் தன்மை. ஆகவே, எந்த ஒரு தருணத்திலும், அத்தியாவசியமில்லாமல் அவரிடம் கோபத்தை நாம் எதிர்பார்ப்பது துர்லபம். ஆனாலும், ராமாயண காவியத்தைக் கவனித்தால், அதீதமான கோபம் எனும் மனோபாவத்திற்கு அவரும் விதிவிலக்கல்ல என்பதை அறியலாம்.

அயோத்தியப் பேரரசர் தசரதரின் அரசவையில் உள்ள எட்டு அமைச்சர்களில் ஒருவன்தான் ஜாபாலி. ராமபிரானைப் பதினான்கு ஆண்டுகள் வனவாசம் மேற்கொள்ளுமாறு தசரதன் ஆக்ஞை பிறப்பித்ததும் அதற்கு எந்த மறுப்பும் கூறாமல் சிரமேற்கொண்டார், ராமபிரான். ஆனால், நாத்திகவாத சிந்தனை கொண்ட யதார்த்தவாதியான ஜாபாலி, ராமபிரான் காட்டுக்குச் செல்வதை எதிர்த்து வாதம் புரிகிறான்.

ராமபிரான் வனவாசம் செல்ல ஒப்புக்கொண்டது அவருடைய சாதுரியமின்மை என்று அவன் கருதுகிறான். அனைவருமே தனியாகப் பிறந்து தனியாக மடிகிறார்கள் என்ற நியதியை எடுத்துரைக்கும் அவன் ராமபிரானைப் பார்த்துக் கூறுகிறான்: "ராமா, உன்னைப் போன்றவர்களைக் கண்டு நான் மிகவும்

வேதனையுறுகிறேன். வல்லமையுடன் வளமான வாழ்க்கையை புறக்கணித்து வெறும் கடமைக்காக வாழ்வது தகுமா? உன் போன்ற மனநிலை கொண்டோர் பலவித அல்லல்களுக்கும் துன்பங்களுக்கும் ஆளாகி கடைசியில் துயரத்துடன் அழிந்து போகிறார்கள். மடிந்து போன மூதாதையர்களுக்கு மக்கள் பித்ரு காரியம் செய்கிறார்கள். இதற்காகப் படைக்கப்படும் அனைத்து உணவுகளும் வீண்தானல்லவா! மடிந்தவர் எவரேனும் உணவு உட்கொள்வது சாத்தியம்தானா?"

ஜாபாலியின் இந்த கூற்று ராமபிரானைக் கோபம் கொள்ளச் செய்கிறது. "ஜாபாலி, உன் வார்த்தைகள் வேதங்களுக்குப் புறம்பானவை. நீ ஒரு நாத்திகன். நீ தர்மத்தைக் கைவிட்டவன். உன்னை ஒரு அமைச்சராக பதவி அமர்த்திய என் தந்தையைத்தான் குறை கூற வேண்டும். உன்னைப் போன்றவர்களை நாத்திகர்கள் என்ற முத்திரையுடன் சமுதாயத்திலிருந்து ஒதுக்கி வைக்க வேண்டும்," என்று கோபத்துடன் கூறுகிறார். உடனே ஜாபாலி, தான் ஒரு நாத்திகனல்ல என்றும் அவர் காட்டுக்குச் செல்வதை எப்படியாவது தடுத்தாக வேண்டும் என்ற நோக்கத்தில் அவ்வார்த்தைகளைச் சொன்னதாகவும் ராமபிரானைச் சமாதானப் படுத்துகிறான்.

ராமபிரானும் காகமும்

பின்னர் ஒரு சமயத்தில் சீதா பிராட்டி நீராடுவதை இந்திரன் – சில புராணப் பதிவுகளில் இந்திரனின் மகன் என்றும் கூறப்படுகிறது – காகமாக வடிவெடுத்து மறைந்திருந்து பார்த்ததைக் கண்ட ராமபிரான் கோபம் கொண்டு காகத்தின் மீது பிரம்மாஸ்திரத்தை எய்தவுடன் காக வடிவிலிருந்த தேவன் அச்சம் கொண்டு அங்கிருந்து பறந்து சென்றான். அகிலமெங்கும் பறந்தோடி ஒளிய முற்பட்டாலும் ராமபிரான் ஏவிய அந்த அஸ்திரம் அவனைத் துரத்திக் கொண்டு சென்றது. அவனைக் காப்பாற்ற எவராலும் இயலவில்லை.

இறுதியில், ராமபிரானின் பாதங்களில் விழுந்து மன்னிப்புக் கோரி இறைஞ்சினான், அந்தத் தேவன். ராமபிரானின் கோபம்

தணிந்தாலும், பிரம்மாஸ்திரம் ஒரு சுவடு பதிக்காமல் விடாது என்பதால் தன் ஒரு கண்ணை மட்டும் தாக்கி விட்டுவிடுமாறு காகம் கேட்டுக்கொண்டது.

ராமபிரானும் சமுத்திரமும்

அசுரர்களின் மன்னனாகிய ராவணன், தான் அரசோச்சும் தீவு தேசமாகிய இலங்கைக்கு ராமபிரானின் மனைவியாகிய சீதா பிராட்டியைக் கடத்திச் சென்றான். ராவணனை எதிர்த்து நின்று தன் மனைவியை மீட்டுக்கொண்டு வரும் லட்சியத்துடன் ராமபிரான் வானர சேனையை தம்முடன் அழைத்துச் சென்றார். கடல் கடந்து இலங்கையை அடைவதற்காக தற்போது தமிழகம் என்று வழங்கப்படும் தென்னிந்தியப் பகுதியில் இருக்கும் ராமேஸ்வரத்திற்கும் இலங்கை கடற்கரைக்கும் இடையே ஒரு பாலத்தை உருவாக்க வேண்டிய கட்டாயம் ஏற்பட்டது. இந்தப் பணியில் ஈடுபட்டிருந்த வானர சேனைக்கு ஒரு சிக்கல். அதாவது பாலம் அமைப்பதற்காக அவர்கள் கடலில் எறிந்த கற்கள் அனைத்தும் வழக்கம்போல் கடல் நீரில் மூழ்கிக் காணாமல் போயின. அவர்கள் ராமபிரானிடம் இது குறித்து முறையிட்டனர். "ஆஹா! கற்கள் அனைத்தும் கடலில் மூழ்கிப்போகின்றனவே! அக்கற்கள் மிதக்குமாயின் நாம் வெகு விரைவில் பாலம் அமைத்து இலங்கையை அடைந்து அந்த அரக்கன் ராவணனைக் கொன்று போடலாமே," என்று ஆர்ப்பரித்தனர்.

ராமபிரான் அந்த இடத்தைப் பார்வையிட்டு, வானர சேனையின் கூற்று நிஜம் என்பதை அறிந்துகொண்டார். சமுத்திரங்களுக்கும் வான் மழைக்கும் தேவனாகிய வருண பகவானிடம் இந்த இயற்கையின் நியதியைத் தனக்காக வேண்டி தற்போது மட்டும் மாற்றி அமைக்கும்படி பிரார்த்தனை செய்து கொண்டார்: "கற்கள் மிதக்கட்டும்" என்று வேண்டினார்.

மூன்று தினங்கள், ராமேஸ்வரம் கடற்கரையில் வருண பகவானை நோக்கி விரதமிருந்து பிரார்த்தித்தார். வருண பகவான்

சங்கடத்தில் ஆழ்ந்தார். இதென்ன! இப்படியொரு பிரார்த்தனையா! இயற்கையின் நியதியை ராமபிரானுக்காக மாற்றியமைப்பதா! இப்படியாக எண்ணி ராமபிரானின் பிரார்த்தனைக்கு செவிசாய்க்காமல் வாளாவிருந்தார்.

நான்காம் நாள் அதிகாலையில், வருண பகவானின் உதாசீனத்தை எண்ணி வெகுண்டெழுந்த ராமபிரான் தன் வில்லை எடுத்து அம்புகளை ஒன்றன்பின் ஒன்றாகத் தொடுத்து கடலில் எய்தார். சர்வ வல்லமை பொருந்திய அந்த அம்புகளின் தாக்கத்தினால் மீன்கள், சுறாக்கள், திமிங்கிலங்கள் மற்றும் இன்னபிற கடல் வாழ் உயிரினங்கள் அழியத் தொடங்கின. கடல் நீர் கொதிக்கத் தொடங்கியது. ஏதுமறியா கடல் வாழ் உயிரினங்களின் உயிர் சேதத்தைக் கண்ட வானர சேனை செய்வதறியாது ஸ்தம்பித்து நின்றது. ராமபிரானின் சகோதரன் கோபத்தைக் கட்டுப்படுத்துமாறு அவரிடம் வேண்டினான். ஆயினும் ராமபிரானின் பேராற்றல் கொண்ட அம்பு மழை நின்றபாடில்லை.

அங்குள்ள அனைத்து ஜீவராசிகளையும் அழித்தொழிக்கும் அதீத ஆற்றல் கொண்ட பிரம்மாஸ்திரத்தைச் செலுத்த ராமபிரான் எத்தனிக்கும் அத்தருணத்தில் கடல் அலையினூடிலிருந்து வருண பகவான் எழுந்தருளினார். ராமபிரானின் பிரார்த்தனையை ஏற்றுக்கொண்டதாகக் கூறி, கடலில் எறியப்படும் கற்கள் முழுகாது என்றும், மிதக்கும் என்றும், அவை அந்த வானர சேனையின் எடையைத் தாங்கும் சக்தி கொண்டதாக விளங்கும் என்றும் வரம் அருளினார். இதற்கு மேல் ராமாயண காவியம் தொடர்ந்தது. ஆனால், இங்கே குறிப்பிட்டுச் சொல்ல வேண்டிய உண்மை என்னவென்றால் பகவான் விஷ்ணுவின் மானுட அவதாரமாகிய ராமபிரானுக்கும் கோபம் வரும் என்பதுதான். தனக்கு வேண்டிய வழி கிடைக்கவில்லை என்பதால் உலகையே அழிக்க முற்பட்டதொரு மகத்தான கோபம்.

சிவனின் கோபம்

பரமசிவன் ஒரு நாள் கைலாயத்திற்குத் திரும்பியபோது ஒரு ஐந்து வயதுள்ள சிறுவன் அவரை இடை மறித்தான். "உள்ளே செல்ல அனுமதி இல்லை" என்றான். "என் தாய் நீராடிக்கொண்டிருப்பதால், எவரையும் அனுமதிக்க வேண்டாம் என்று என்னிடம் சொன்னபடியால் உள்ளே செல்ல முடியாது."

"தாயா? யார் உன் தாய்? இது என் இருப்பிடம். என் இருப்பிடத்திற்குள் செல்லும் என்னைத் தடுக்க நீ யார்?" பரமசிவன் உறுமினார்.

"என் தாயின் பெயர் பார்வதி," என்றான் சிறுவன், தன் கைகளைக் கொண்டு வாயிலைத் தடுத்தபடி. "என் தாய் நீராடும்போது நீங்கள் உள்ளே வர முடியாது."

"பார்வதி என் மனைவி!" என்று சப்தமாகச் சொன்னார், பரமசிவன். குரலில் கோபம் புலப்பட்டது. "விலகி நில், சிறுவனே. நீ யாரென்பதை நான் அறியேன். எனக்கும் என் மனைவிக்கும் உன் போல் மகன் எவரும் இலர்."

"என் தாய் என்னை களிமண் கொண்டு உருவாக்கினார்கள். அதனால் நான் அவர்களுடைய மகன். நீங்கள் யார் என்பதை நான் அறியேன். நீங்கள் உள்ளே செல்ல அனுமதி இல்லை," என்றான் சிறுவன்.

பரமசிவன் கோபம் கொண்டார். அங்கு இருவருக்கும் இடையே யுத்தம் மூண்டது. தன் திரிசூலத்தால் ஐந்து வயது பச்சிளம் பாலகனின் தலையைக் கொய்தார், பரமசிவன். அச்சமயம் வெளியில் பார்வதி தேவி நடந்ததைக் கண்டார். தன் கோபத்தால் விளைந்த மாபெரும் விபரீதத்தை உணர்ந்த பரமசிவன், எதிர்ப்படும் ஒரு ஜீவராசியின் தலையை உடனடியாகக் கொண்டுவருமாறு பூதகணங்களைப் பணித்தார். இது ஏதுமறியா ஒரு யானையைக் கண்ட பூதகணங்கள் அதன்

தலையைச் செவ்வனே கொய்து பரமசிவனிடம் கொண்டுவந்து சேர்ப்பித்தனர். தம் மஹாசக்தியைக் கொண்டு அந்தத் தலையை அந்தச் சிறுவனின் உடலில் பொருத்தி அவனை உயிர்ப்பெறச் செய்தார், பரமசிவன். இதுவே பிள்ளையார் யானைத் தலையுடன் காட்சியளிப்பதற்கான காரணம்.

ஏசு கிறிஸ்துவின் கோபம்

கருணையின்வடிவமாக,அமைதியின்திருவுருவாகவேஎப்போதும் சித்தரிக்கப்படுபவர், ஏசுபிரான். அவர் எத்தருணத்திலாவது கோபம் கொள்வதற்கான சாத்தியம் உண்டா? ஜெருசலத்தில் உள்ள ஆலயத்தை அவர் தூய்மைப்படுத்திய சம்பவத்தை பைபிள் விளக்குகிறது. எகிப்தியர்களிடமிருந்து இஸ்ரேலியர்கள் பெற்ற விடுதலையைக் கொண்டாடும் யூதர்களின் திருவிழாவில் பங்கேற்க ஏசுநாதர் சென்றிருந்தபோது அந்த ஆலய வளாகத்தில் கால்நடைச் சந்தை, பண்ட மாற்று வியாபாரிகள் மற்றும் இன்னபிற பொருட்களின் விற்பனைகள் நடைபெறுவதைக் காணுற்றார். புனிதமான ஆலய வளாகம் ஒரு சந்தை போல் காட்சியளித்ததைக் காணச் சகியாமல் கோபமுற்று, ஒரு சாட்டையைக் கையில் எடுத்துச் சுழற்றி, அங்கிருந்த வியாபாரிகளை விரட்டியடித்தார். பண்டமாற்றுக்காகவும் பணப்பரிவர்த்தனை மாற்றுக்காகவும் வைக்கப்பட்டிருந்த நாணயங்களைச் சிதறடித்தார். பொருட்கள் வைக்கப்பட்டிருந்த மேஜைகளைப் புரட்டிப் போட்டார். புறாக்கள் விற்பனை செய்பவர்களை நோக்கி கர்ஜித்தார்: "என் பிதாவின் பரிசுத்தமான இடத்தை வர்த்தக ஸ்தலமாக, கள்ளர்களின் உறைவிடமாக மாற்றாதீர். இவற்றை எடுத்துக்கொண்டு இங்கிருந்து ஓடிவிடுங்கள்."

ஏசுநாதர் தன் குறிக்கோளில் உறுதியாக நின்றதால் அத்தகையதொரு நடவடிக்கை எடுக்க அவரால் முடிந்தது. தேவ ஊழியமே வாழ்க்கையின் சாராம்சம் என்ற செய்தியை வெற்றிகரமாகப் பரப்ப முடிந்தது.

முனிவர்களின் கோபம்

இதுகாறும் மேலே கூறப்பட்டுள்ள கதைகளின் சாரத்தில் சற்றே வியந்து, அவ்வாறிருப்பின் கடவுள்கள், கடவுள்களின் அவதாரங்கள், கடவுள்களின் வாரிசுகள் ஆகியோருக்கான இயற்கையின் நியதிகள், மாந்தர்களுக்கான நியதிகளிலிருந்து வேறுபட்டதாய் விதிக்கப்பட்டுள்ளதா என்று சிலர் கேட்கலாம். நியாயம்தானே! மாந்தர்களாய்ப் பிறவி எடுத்து நெடுங்கால தவம், யோகநிலை தீட்சைகள், மற்றும் மனக்கட்டுப்பாடு ஆகிய வழிமுறைகளைக் கடைபிடித்து உன்னத நிலை அடைந்த மஹா முனிவர்களைப் பற்றியும் நம் புராணங்கள் கூறியுள்ளன. இத்தகைய பேறு பெற்ற மஹா முனிவர்கள் கோபம் போன்ற அடிப்படையான உணர்வுகளை வென்றிருக்கவேண்டுமல்லவா? அதற்காகத்தானே நெடுங்கால தவம் இயற்றினார்கள், இந்த மகரிஷிகள்!

இதற்கு முற்றிலும் முரண்பாடாக நம் புராணங்களினின்று அனைத்திற்கும் மேலாக முதலில் புலப்படுவது துர்வாச முனிவரின் பெயர்தான். ஆம், கோபத்திற்குப் பெயர் போனவர் அவர். இந்திரனாகப்பட்டவன் தன்னுடைய தேவ சக்திகளை இழக்குமாறு சபித்தவர், துர்வாசர். தான் இந்திரனுக்கு வழங்கிய ஒரு ஆபரணத்தை ஐராவதம் எனப்படும் இந்திரனின் யானை தூக்கி எறிந்ததுதான் அதற்குக் காரணம். அதற்காக, இந்திரனைத் தண்டிக்கும் நோக்குடன், அவனுடைய தேவ சக்திகளைப் பறித்து, அவனை சாதாரண மானுடப் பிறவி எய்தும்படி சபித்தார்.

மஹா தலைக்கனம் கொண்ட தேவேந்திரனுக்கு இது பொருந்தலாம். ஆனால் ஏனையோரிடம் கருணையுடன் நடந்துகொண்டாரா, துர்வாசர்? அற்ப விஷயங்களுக்கும் அவர் கோபம் கொண்டதும், சபித்ததும் பிரசித்தம். ஒரு சமயம் தன் சிநேகிதராகிய கன்வரின் குடிலுக்குச் சென்றார் துர்வாசர். அப்போது கன்வர் அங்கு இல்லை. அவருடைய வளர்ப்பு மகள் சகுந்தலா, தன் காதலன் துஷ்யந்தனைப் பற்றிய நினைவுகளில் மூழ்கியிருந்தபடியால் துர்வாச முனிவரின்

வருகையைக் கவனித்தாளில்லை. உடனே கோபம் கொண்டார், துர்வாசர். அந்த இடத்திலேயே இல்லாத, அந்த சம்பவத்திற்குத் துளியும் சம்பந்தமில்லாத, அவர் வருகையைப் பற்றி கிஞ்சித்தும் அறிந்திராத துஷ்யந்தனைச் சபித்தார். சகுந்தலாவை துஷ்யந்தன் அறவே மறந்துவிட வேண்டும் என்பதாகச் சபித்தார். என்னே குரூரம்!

இன்னொரு தருணத்தில், கல்விக் கடவுளான சரஸ்வதி தேவியின் முன் வேதங்களை உச்சரித்துக் கொண்டிருந்தார். அப்போது சில வரிகளைத் அவர் தவறாக உச்சரித்ததால் அதைச் சுட்டிக்காட்டும் விதமாக சரஸ்வதி தேவி சற்றே புன்னகை புரிந்தாள். கோபமுற்ற துர்வாசர், மானுடப் பிறவி எடுக்குமாறு சரஸ்வதி தேவியை சபித்தாரென்றால், இது தகுமா!

மற்றொரு சமயம், பகவான் கிருஷ்ணரின் மாளிகைக்கு விஜயம் செய்தார், துர்வாசர். கிருஷ்ணரின் மனைவி அவரை அன்புடன் வரவேற்றதில் அவர் மகிழ்ந்தாலும், அவருடைய அனுமதியின்றி தாகத்திற்குச் சிறிது நீர் அருந்திய ருக்மணியை, அவரை உபசரித்த ருக்மணியை, தன் கணவராகிய கிருஷ்ணரிடமிருந்து பிரிந்து வாழுமாறு சபித்தார். என்னே நிஷ்டூரம்!

பின்னர், தன் கருத்தை ஆமோதிக்காமல் மறுத்த தன் மனைவி கண்டலியையும் சாம்பல் குவியலாகுமாறு சபித்தவர்தான், துர்வாசர்.

இதுபோன்று பல தருணங்களில் துர்வாச முனிவரின் கோபத்திற்கான சான்றுகள் உள்ளன. இதில் விசித்திரம் என்னவென்றால், தவம், யோகம் போன்ற தீட்சைகள் பெறுவதற்கு முன் அவருடைய கோபம் எத்தகைய உச்சத்தில் இருந்திருக்கும்! தீட்சை பெற்று, துறவு நிலை அடைந்த முனிவருக்கு இத்துணை கோபம் என்றால்! விந்தை!

அடுத்து, பிருகு முனிவர். பிரம்ம தேவனின் இடத்திற்குச் சென்ற அவரை சரியாக மதித்து உபசரிக்கவில்லை என்ற காரணத்தை முன்வைத்து, பிரம்மாவை எவரும் கோவிலில் வைத்து வழிபாடு

செய்ய மாட்டார்கள் என்று சபித்தார். கைலாசத்திற்குச் சென்றவர், நந்தி தேவனால் தடுக்கப்பட்டார். பரமசிவனும் பார்வதியும் பள்ளியறையில் உள்ளபடியால் அனுமதிக்கப்படவில்லை. உடனே, பரமசிவன் இனி என்றும் லிங்க வடிவத்தில்தான் துதிக்கப்படுவார் என்று சபித்தார். வைகுண்டத்திற்கும் சென்றார், பிருகு முனிவர். மஹாவிஷ்ணு நித்திரையில் இருந்தபடியால் ஆத்திரமுற்று அவர் மார்பில் உதைத்தார். புன்னகையுடன் எழுந்த மஹாவிஷ்ணு அவர் பாதம் வலித்ததோ என்று வருடிக்கொடுத்து அவரை சமாதானப் படுத்தினார்.

ஆகவே, கடவுள்களும், அவதாரங்களும், மகரிஷிகளுமே கோபத்தைக் கட்டுப்படுத்த முடியாதிருந்தனர் எனும்போது மானுடராகிய நாம் எப்போதாவது கோபம் கொள்வதற்காக வருந்த வேண்டிய அவசியம் இல்லையல்லவா?

பலகாலம் தவம் புரிந்து சுயக்கட்டுப்பாட்டு நிலை அடைந்ததாகச் சித்தரிக்கப்படும் பல்வேறு மகரிஷிகள், தம் கட்டுப்பாட்டை இழந்து மிக அற்ப விஷயங்களுக்காக சாபம் இட்ட கதைகள் நம்மை வியப்பில் ஆழ்த்துகின்றன. ராமர், கிருஷ்ணர், ஏசு போன்ற அவதாரங்களும், துர்வாசர், விஸ்வாமித்திரர், வசிஷ்டர் போன்ற முனிவர்களும் கோபத்தைக் கட்டுப்படுத்த முடியாதபோது நம் போன்ற சாதாரண மானுடப் பிறவிகள் எம்மாத்திரம்! வருடக்கணக்கில் தியானம், யோகம், பிராணாயாமம் போன்ற பயிற்சிகளுக்குப் பின்னரும் கோபம் என்பது கட்டுப்படுத்த முடியாத ஒரு உணர்வு என்பதை இக்கதைகள் நமக்குத் தெரிவிக்கின்றன. சொல்லப்போனால், இந்தக் காலக்கட்டத்தில் நம் போன்ற மனிதர்களை விட அவர்கள் வெகு அற்ப விஷயங்களுக்காக வெகு சுலபத்தில் கோபம் கொண்டவர்களாகவே காணப்படுகின்றனர். வாசற்கதவருகில் காத்து நின்ற சிறுவனின் தலையை பரமசிவன் கொய்த கதையை சற்றே பரிசீலிப்போம்.

சிறுவயதில் இந்தக் கதை என்னை வெகுவாகப் பாதித்தது. ஒருவேளை என் அப்பா வரும்போது கதவருகில் நான்

நின்றிருந்தால் என் தலையை வெட்டிப்போடுவாரோ என்றெல்லாம் எண்ணம் வரும் எனக்கு. என் தந்தையின் பெயர் நீலகண்டன். அது பரமசிவனுடைய பல பெயர்களில் ஒன்று. துண்டித்த தலையை ஒட்ட வைக்கும் சக்தி என் அப்பாவுக்கும் இருக்குமா, அப்படி இருப்பின் அவர் கண்ணில் படும் முதல் தலை காகம் அல்லது பன்றியாக இருந்தால் என்ன செய்வது, அப்படி ஏதாவது நடந்தால் நான் வாழ்க்கை முழுவதும் பன்றித்தலையோடு வாழ வேண்டி வருமோ, என்றெல்லாம் நினைத்து அச்சப்படுவேன்.

வயது ஏற ஏற, இவையெல்லாம் வெறும் கதைகள்தான் என்று தெளிவடைந்தேன். தீவிரமாக யோசித்தால் இதற்கெல்லாம் ஏதாவது உள்ளர்த்தம் இருக்கலாம்.

கடவுள்கள் கூட கோபத்தை அடக்க முடியாமல் சீறியதாகத்தான் நமது புராணக்கதைகள் பலவற்றிலிருந்தும் அறிந்து கொள்ள முடிகிறது. மனிதர்களும் அவ்வாறேதான். கோபம் என்பது தவிர்க்கப்பட வேண்டியதொரு உணர்வு என்று பொதுவாக உபதேசிக்கப்படுவது வெறும் வெட்டி உபதேசம்தானே தவிர நடைமுறைக்கு சற்றும் ஒவ்வாதது.

தீர்வு என்ன?

கோபம் என்பது ஒரு இயல்பான உணர்வு வெளிப்பாடு. அது ஒதுக்கி வைக்க முடியாததொரு ஆற்றல். ஆர்வத்தின் ஒரு அங்கம் என்று கூடச் சொல்லலாம். இதைப் பற்றிய விளக்கத்தை இப்புத்தகத்தில் பின்னர் காணலாம். கோபத்தைக் கட்டுப்படுத்தி நெறிமுறைப்படுத்துவதுதான் சாலச் சிறந்தது. உதாரணமாக, நெருப்பால் நம்மைக் கபளீகரம் செய்யவும் முடியும், மாற்றாக, நாம் சரியாகக் கையாண்டால் நெருப்பைத் தேவைக்கேற்ற சக்தியாகவும் பயன்படுத்த முடியும். அதே போன்று, கோபம் என்ற உணர்வால் நாம் சிதறுண்டு போகவும் வாய்ப்பு உண்டு, நிற்க, அதே கோபத்தை வைத்து நம் இலக்குகளையும் அடைவதற்கான சாத்தியங்கள் நிறையவே உண்டு. இதோ, நம் இந்திய வரலாற்றுக் கதையொன்றே இதற்கான சான்று.

தன் கோபத்தையும் அவமானத்தையும் ஆற்றலாக மாற்றிய சாணக்கியன்

பாடலிபுத்ர நாட்டை ஆண்ட மன்னன் தனானந்தா மஹா பேராசை பிடித்தவன். அவனைக் கொல்ல ஒரு சதி நடந்து அதிலிருந்து அவன் தப்பித்தாலும் அவனுடைய அரசாட்சி சிறிதே ஆட்டம் கண்டது. இந்த நிலை மாறி அவனுடைய அரச பதவி நிலைக்கவும், மங்கிக்கொண்டிருக்கும் அவனுடைய புகழை நிலை நிறுத்தவும் அவசரகதியில் ஏதாவது செய்தாக வேண்டிய அவசியத்தை அவனுடைய அமைச்சர்கள் அவனுக்கு எடுத்துரைத்தார்கள். எந்த ஒரு காலகட்டத்திலும் தோன்றி மறையும் சந்தர்ப்பவாதிகளைப் போலவே இந்த தனானந்தாவும் தனக்கு ஏற்பட்டிருக்கும் குறைபாட்டிலிருந்து தன்னைக் காப்பாற்றிக்கொள்வதற்கான ஒரே வழி மக்களுக்கு இலவசப் பரிசுகளை வாரி வழங்குவதுதான் என்ற முடிவுக்கு வந்தான்.

தான் அபாரமானதொரு முடிவு எடுத்ததாய் தன்னைத் தானே மெச்சிக்கொண்ட மன்னன் தனானந்தா அதை நிறைவேற்றுவதற்காக ஒரு குழுவை நியமித்தான். தன்னுடைய ஏழு சகோதரர்களை அக்குழுவை நிர்வகிக்கும் பொறுப்பில் அமர்த்தினான். என்ன இருந்தாலும் உறவுகளையும் நட்பு வட்டத்தையும் சார்ந்து அவர்களைப் பதவியில் அமர்த்திப் பொறுப்புகளை வழங்குவது அரசுக்கோ நாட்டுக்கோ நன்மை பயக்காது என்பது யதார்த்த உண்மை. அவனுடைய அந்த ஏழு சகோதரர்களும் அரசனின் திட்டத்தை எப்படி செயலாக்குவது என்று தெரியாமல் திணறினார்கள். ஏனெனில் இது போன்ற எந்த ஒரு பணியையும் அவர்கள் மேற்கொண்டதுமில்லை, செயலாற்றியதுமில்லை.

ஆகவே, அவர்கள் எழுவரும் கலந்தாலோசித்தார்கள். இந்தக் குழுவை நிர்வகிக்கவும் வழிநடத்தவும் நன்கு கற்ற ஒருவனை நியமிக்கலாமென்ற முடிவை எடுத்தார்கள். அதை உடனே பிரகடனப் படுத்தினார்கள். இந்தப் பணியை செவ்வனே

செயல்படுத்தத் தகுதியானவனுக்கு உரிய சன்மானமும் சம்பளமும் வழங்கப்படும் என்று பறைசாற்றினார்கள். அப்போது தனக்கானதொரு உத்யோகத்தைத் தேடும் முயற்சியில் இருந்த சாணக்கியன் இதைக் கேள்வியுற்றான்.

தக்ஷஷீலா எனும் பல்கலைக் கழகத்தில் கற்றுத்தேர்ந்து பட்டம் பெற்ற அவன் தனானந்தாவின் குழுவில் இடம் பெறுவதற்கு விண்ணப்பிக்கலாம் என்ற முடிவுக்கு வந்தான். அவனிடம் பலர் தனானந்தா மற்றும் அவனுடைய சகோதரர்களின் நீசத்தனத்தைப் பற்றி எடுத்துரைத்தார்கள். ஆயினும் சாணக்கியனின் வறுமை நிலை அவனை உந்தியது.

தக்ஷஷீலத்திலிருந்து ஏறத்தாழ 2000 கி.மி. தூரத்தில் உள்ள பாடலிபுத்ரத்திற்கு கால்நடையாகப் பயணப்பட்டான், சாணக்கியன். ஒரு வழியாகப் பாடலிபுத்ரத்தை வந்தடைந்தபோது அவன் தோற்றம் முற்றிலும் மாறியிருந்தது. நெடுந்தூரக் கால்நடைப் பயணத்தால் அவனுடைய உடைகள் நைந்து, தொய்ந்திருந்தன. அவனும் சோர்வில் தளர்ந்திருந்தான். அவனைக் காணச் சகிக்கவில்லை.

அரசவைக்குள் அவன் பிரவேசித்தபோது அங்கு ஏழு இருக்கைகளைக் கண்டான். ஆறு இருக்கைகளில் மன்னனுடைய சகோதரர்கள் வீற்றிருந்தார்கள். புதிதாக நியமிக்கப்படுபவனுக்காக ஏழாவது இருக்கை காலியாக இருந்தது. தனக்கிருந்த சோர்வில், எவரிடமும் அனுமதி பெறாமல் அந்த இருக்கையில் அமர்ந்தான், சாணக்கியன். இதைக் கண்ணுற்ற மன்னனும் அவன் சகோதரர்களும் பெருஞ்சீற்றம் கொண்டார்கள்.

"காணச் சகியாத நிலையில், கிழிந்த ஆடைகளுடன் வந்த நீ, கற்றுத் தேர்ந்த ஒருவனுக்காகப் போடப்பட்டுள்ள இருக்கையில் அமர்வதா, என்ன தைரியம் உனக்கு?" என்று சாணக்கியனை வெகு துச்சமாகப் பார்த்துக் கேட்டான், தனானந்தா. அவனுடைய சகோதரர்கள் உடனே எகத்தாளமாகச் சிரித்தார்கள்.

தன்னைத் தாழ்த்திப் பிரயோகிக்கப்படும் எந்த ஒரு சொல்லையும் ஏற்கச் சகியாத சாணக்கியன் அதே எகத்தாளத்தோடு பதிலுரைத்தான்:"எனக்கு இணையாக புத்தி சாதுரியமோ, அறிவோ, ஞானத் தெளிவோ உள்ளவர் எவரும் இங்கு இலர் என்பதை நிச்சயமாக நானறிவேன். நான் எப்படிக் காட்சியளிக்கிறேன் என்பது முக்கியம் அல்ல. இங்கு அரசவையில் நாட்டியம் ஆட நான் விண்ணப்பிக்க வரவில்லை. மன்னனுக்கு இந்தத் தெளிவாவது இருக்கும் என்று நினைத்தேன். ஆனால் உங்கள் பேச்சையும் நடவடிக்கைகளையும் பார்க்கும்போது, உங்களில் எவருக்கும் எந்தத் தெளிவும் இல்லை என்பதும், உங்கள் தீர்வுக்குழுவை நிர்வகிக்கத் தகுதியான ஒரு நபரைத் தேர்ந்தெடுக்கத் தேவையான எந்த ஒரு தகுதியும் உனக்கோ, உன் அமைச்சர்களுக்கோ இல்லை என்பதும் தெள்ளத் தெளிவாகப் புரிகிறது. வேறு எதிரிகளே தேவையில்லை. உன் எகத்தாளப் பேச்சைக்கேட்டுக் கெக்கலித்துச் சிரிக்கும் இது போன்ற சகோதரர்களே போதும், உன்னையும் உன் ராஜ்ஜியத்தையும் அழித்தொழித்து நிர்மூலமாக்குவதற்கு. என் போன்ற ஒருவன்தான் உனக்கு இப்போதைய தேவை, தனானந்தா,"

சாணக்கியனின் இந்த எதிர்ச்சொல் தனானந்தாவையும் அவனுடைய சகோதரர்களையும் சீற்றம் கொள்ள வைத்தது. மன்னன் தன் சேவர்களை அழைத்து "திமிர் பிடித்த இந்தப் பிராமணனை நகருக்கு வெளியே கொண்டுபோய்த் தூக்கி எறியுங்கள்" என்று ஆணையிட்டான். மன்னனின் ஆணைக்காக அவனுடைய சகோதரர்கள் காத்திருக்கவில்லை. கடைசி சகோதரனாகப்பட்டவன் சாணக்கியனின் தலைமுடியைக் கொத்தாகப் பிடித்து அவனை அவைக்கு வெளியே இழுத்துச் சென்றான்.

மற்ற சகோதரர்கள் அந்த ஏழைப் பிராமணனை அடித்து உதைத்தார்கள். அவனை பாடலிபுத்ர நகருக்கு வெளியே கொண்டு போய்த் தள்ளிவிட்டு, இனி இந்த நகருக்குள் காலடி

எடுத்துவைத்தால் அவன் தோலை உரித்துவிடுவதாய் எச்சரிக்கை செய்து, நகரின் நுழைவாசல் கதவை அவன் முகத்தில் அறைந்து சாத்தினார்கள்.

சாணக்கியனின் இந்த நிலையைக் கண்டு சில வீணர்கள் எள்ளி நகைத்தனர். நைந்து கிழிந்து தொங்கிய தன் உடைகளைப் பார்த்தான் அந்த பிராமணன். அவற்றை ஒட்டுமொத்தமாகக் கிழித்தெறிந்தான். வெறும் கோவணத்தோடு நின்ற அவன் உடல் சொல்லொணா ஆத்திரத்தில் சிலிர்த்தது. மூடிய கதவுகளை ஆக்ரோஷத்தோடு வெறித்தான். அவனுடைய சிகையின் நுனிமுடிச்சு அவிழ்ந்திருந்தது. அந்தத் தருணத்தில் தீர்க்கமாக ஒரு பிரதிக்ஞை மேற்கொண்டான். தனானந்தாவையும், அவன் சகோதரர்களையும் அழித்து நிர்மூலமாக்கும் வரை தன் சிகையை முடிவதில்லை என்று சபதம் செய்தான், சாணக்கியன்.

பாடலிபுத்ரத்தை ஆளத்தகுதியுள்ள ஒருவனை அரசனாக்குவது என்ற முடிவுடன் வெறும் கோவணத்துடன், அவிழ்ந்த சிகை காற்றில் பறக்க, இரண்டு விழிகளும் ஆவேசத்தில் ஒளிர, அங்கிருந்து நடந்தான், சாணக்கியன். இவையனைத்தையும் கவனித்த ஒரு சில உளவாளிகள் ஓடிச்சென்று மன்னனிடம் நடந்ததைக் கூற, உடனே அவன் சாணக்கியனைக் கொன்றுவிடுமாறு ஆணை பிறப்பித்தான். இது போன்ற அபாயம் தன்னைச் சூழும் என்பதை முன்பே அறிந்த சாணக்கியன், நிர்வாணமாய்த் திரியும் அஜீவிக சந்நியாசிகளுடன் இணைந்து, பாடலிபுத்ரத்தை விட்டுத் தப்பிச்சென்றான்.

ஒவ்வொரு நாள் விடியும் போதும் சாணக்கியன் தன் பிரதிக்ஞையை நினைத்துப் பார்ப்பான். சூரிய நமஸ்காரம் செய்தபடியே தனானந்தாவின் ராஜ்ஜியத்தை நிர்மூலமாக்குவது எனும் தன் பிரதிக்ஞைக்கு உயிர் கொடுப்பான். பழிவாங்கும் சிந்தனை மட்டுமே அவனை ஆக்கிரமித்திருந்தது. பாரத தேசத்தின் குறுக்கிலும் நெடுக்கிலும் ஒவ்வொரு இடத்திலும் தனக்குத் தகுதியான ஒரு வேலையைத் தேடி அலைந்தான். வலிமை

கொண்ட மன்னனாகிய தனானந்தாவை வீழ்த்தும் நோக்கத்தோடு, அதற்குத் தோள் கொடுக்கும் ஒரு தகுதியான நபரைத் தேடும் அரசனை சாணக்கியன் தேடியலைந்தான். ஆனால், பலன் எதுவும் கிட்டவில்லை.

சாணக்கியனைப் பற்றிய செய்தி எங்கும் பரவியிருந்தாலும், தனானந்தாவைப் பகைத்துக்கொள்ள எந்த அரசனும் தயாராக இல்லை. பேதலித்த மனதை ஒருமுகப்படுத்திக்கொள்ள வேண்டி பல ஆசான்களையும், வல்லுனர்களையும் சந்தித்து ஆலோசனை கேட்டான். கோபத்தை விடுவது நல்லது என்றும், அது அவனை அழித்துவிடும் என்று சிலர் கூறினர். இவ்வுலகம் ஒரு மாயை, அதனால் நிஜத்தைத் தேடிப்போகுமாறு வேறு சிலர் கூறினர். மற்றும் சில ஆசான்கள் "ஒரு ஏழை பிராமணனால் ஒரு வலிமை மிக்க அரசனை எதிர்த்து என்ன செய்ய முடியும்?" என்று யதார்த்தமாகச் சொல்லி, ஒரு ஆசிரமத்தில் சேர்ந்து பணிபுரிவதோ அல்லது ஏதாவது ஒரு தொலைதூர தேசத்திற்குச் சென்றுவிடுவதோ நல்லது என்று உபதேசித்தார்கள். அடுத்து சிலர், அவனை மீண்டும் தக்ஷஷீலாவுக்கே திரும்பப் போய், அங்கு ஒரு ஆசிரியர் பணியை மேற்கொள்ளச் சொன்னார்கள். ஏனையோர், அவனை இந்த உலக வாழ்க்கையை விடுத்து, கானகத்திற்குச் சென்று துறவறம் மேற்கொள்ளுமாறு போதனை செய்தனர்.

தக்ஷஷீலாவில் சாணக்கியனின் ஆசிரியர் அவன் நிலையைக் கேள்வியுற்று அவனுக்கு அங்கிருந்து செய்தி அனுப்பினார். சாணக்கியன் எடுத்துள்ள சபதம் மிகவும் ஆபத்தானது என்றும், தனானந்தாவின் ஆட்கள் அவனைக் கைப்பற்றத் தவறினாலும் அவனுடைய ஆவேசமே அவனைக் கொன்றுவிடும் என்று எச்சரிக்கை விடுத்தார்.

தியானமும் யோகப் பயிற்சியும் அவன் கோபத்தைக் கட்டுப்படுத்தி அவன் மனதை சாந்தப்படுத்தும் என்ற உபதேசங்களைச் செவிமடுத்து அதற்கான முயற்சிகளை அவன் மேற்கொண்டாலும் அவன் மனம் அமைதியடையவில்லை. தன்மான உணர்வு

அவனை உசுப்பேற்றிக்கொண்டே இருந்தது. மனதுக்குள் கோபமும் ஆத்திரமும் ஒரு தீ ஜுவாலை போல் பற்றி எரிந்துகொண்டே இருந்தது. ஏதாவது உடனடியாகச் செய்தாக வேண்டும் என்று அவன் உள் மனதில் ஒரு குரல் சதா ஒலித்துக் கொண்டே இருந்தது.

ஆனாலும் எதுவும் நடந்தபாடில்லை. அவன் கோபத்தைக் கட்டுப்படுத்த முயலும்போதெல்லாம் அது இன்னும் தூண்டப்பட்டு அதிகமாவதை உணர்ந்தான். பழிவாங்கும் உணர்வு அவனை ஆட்கொண்டு இமயம் தொட்டு மூன்று கடல்கள் வரை உழன்று வடிகால் தேடும் ஒரு பித்தனாக அலைய வைத்தது.

ஒரு நாள் இரவில், பகல் போல் நிலவு ஒளி வீசிடும் வேளையில் தன் துர்பாக்கியமான நிலையை நினைத்து சொல்லொணா வேதனையுடன் ஒரு கிராமத்தினூடே அவன் நடந்து கொண்டிருந்தபோது ஒரு நெருஞ்சி முள் அவன் பாதத்தைத் தைத்தது. ஒரு கணம், தன் பிரதிக்ஞை, சபதம் அனைத்தையும் மறந்து யோசிக்கலானான்: இதோ, தக்ஷஷீலா பலகலைக் கழகத்தில் பட்டம் பெற்ற, உலகின் மிகச்சிறந்த அறிவாளியாகிய நான், இந்நிலைக்கு ஆளாகியுள்ளேனே! என் சேவையும் உதவியும் எவருக்கும் தேவைப்படவில்லையே!

ஒரு சாதாரணத் திருடனைப்போல் அடித்துத் துன்புறுத்தப் பட்டேனே! இப்போது ஒரு பிச்சைக்காரனைப் போல் ஆடையின்றி, வறுமையுடன் அலைகிறேனே! என்னை மீறி எனக்கு எந்தத் துன்பமும் வராது என்ற நம்பிக்கையில், இறுமாப்புடன் இருந்த எனக்கு ஏன் இந்த நிலை! ஒரு முள் கூட என்னை விட்டு வைக்கவில்லை. என்னே ஒரு துர்பாக்கியவான், நான்!

இப்படியான தாழ்வு மனப்பான்மை எண்ணங்களுடன் தன்னை நொந்து கொண்ட சாணக்கியன் உடனேயே சிலிர்த்தெழுந்தான். கோபமும் சீற்றமும் அவனை மீண்டும் ஆட்கொண்டது. தாழ்வு மனப்பான்மையும் இயலாமையும் அகன்றது. ஆவேசமும்,

உத்வேகமும் மட்டும்தான் மனத்தளர்வை போக்க வல்லவை. "விட மாட்டேன். நான் சபதம் எடுத்துள்ளேன். என் எதிரிகளை அழிப்பேன்," என்று பூரண நிலவை நோக்கிக் கூக்குரலிட்டான். அதுவும் அவன் நிலையைக் கண்டு நகைப்பதைப் போலிருந்தது. அவன் கண்களில் கண்ணீர் வழிந்தோடியது.

வெறி தலைக்கேறிய நிலையில் ஒரு முட்செடியை வேரோடு பிடுங்கினான், சாணக்கியன். குத்திய முள்ளின் ஒரு பகுதி அவன் பாதத்தில் இன்னும் தைத்திருக்க, பிடுங்கிய முட்செடியை ஒரு கையில் கொத்தாகப் பிடித்துக்கொண்டு அடர்ந்த புதர்களினூடே இழுத்துச் சென்றான். முட்கள் குத்திக்கிழித்ததில் கைகளில் ரத்தம் வடிந்தது. உடலெங்கும் வியர்வை பெருகியது. பொருட்படுத்தாது. நள்ளிரவு கடந்து அதிகாலை வரை உன்மத்தம் பிடித்தவன் போல் பழி வாங்கும் உணர்வோடு கூக்குரலிட்டபடியே நடந்தான். வெறிகொண்ட வேங்கையைப் போல் அவன் கானகத்தினூடே நடந்து செல்வதைக் கண்ட வனவிலங்குகள் அச்சம் கொண்டு விலகி ஓடின.

இவ்வாறு பலமணி நேரம் அலைந்து திரிந்த அந்த பிராமணன், காட்டின் எல்லையிலுள்ள ஒரு குடிசையை வந்தடைந்தான். பிணங்களை எரிக்கும் ஒரு பெண்ணின் குடிசை அது. அக்குடிசையின் கதவை அவசரமாகத் தட்டினான். கதவைத் திறந்த பெண் உக்கிரமாய் வடிவெடுத்து, இடையில் ஒரு கோவணத்துடன், உடலின் குறுக்கே அழுக்கான உபவீதத்துடன், முடிச்சவிழ்ந்து தொங்கும் கேசத்துடன் நிற்கும் பிராமணனைக் கண்டு மிரண்டாள்.

"நெருப்புத் துண்டங்கள் வேண்டும் எனக்கு. இதை எரிக்க வேண்டும்," என்றான், சாணக்கியன். அந்தப் பெண் பயந்துபோய் மிரட்சியுடன் தள்ளி நின்றாள். இந்த பிராமணன் தன்னைத் தாக்கி விடுவானோ என்று எண்ணினாள். அவன் அதீதக் கோபாவேசத்துடன் காட்சியளித்தான்.

தன்னைச் சுதாரித்துக்கொண்ட அந்தப் பெண், மெதுவாகக் கேட்டாள்: "இந்த நேரத்தில் நெருப்புத் துண்டங்கள் கேட்பதற்கான காரணம் என்ன, ஸ்வாமி?"

"பெண்ணே, இந்த நெருஞ்சி முள் என் பாதத்தைக் குத்திக் கிழித்திருப்பதை நீ பார்க்கவில்லையோ? இதை உடனே எரித்தாக வேண்டும், உடனே கொண்டுவா நெருப்புத் துண்டங்களை," என்று உறுமினான், சாணக்கியன்.

சற்று அருகிலுள்ள சிதையிலிருந்து அரைகுறையாய் ஒளிர்ந்த சில நெருப்புத் துண்டங்களை எடுத்து வந்தாள், அந்தப் பெண். எவ்வளவுதான் முயன்றாலும் அவை முழுவதுமாக எரியாமல், பலமாக வீசிய காற்றில் தீக்கங்குகள் அணைந்து போயின.

தாமதத்தைப் பொறுத்துக்கொள்ள முடியாமல் கத்தினான், சாணக்கியன். இப்போது அவனை அமைதியாகப் பார்த்த அந்தப் பெண், "இதோ பாருங்கள், ஸ்வாமி, கொஞ்சம் பொறுங்கள். உங்கள் பொறுமையின்மையால் எளிதில் செய்து முடிக்கக்கூடிய வேலைகள் கூட கடினமாகின்றன. என்னே, என் அறியாமை, ஊதுகுழல் கொண்டு வர மறந்துவிட்டேன், பாருங்கள்," என்றபடி உள்ளே சென்றாள்.

பொருமியபடியும், உறுமியபடியும் காத்திருந்த சாணக்கியன், தன் கைகளை விசிறி போல் வீசி, அந்த நெருப்புத் துண்டங்களில் ஜுவாலைகளை உண்டாக்க முயன்றான்.

ஊதுகுழலுடன் வெளியே வந்த சண்டாளி நெருப்புத் துண்டங்களின் முன் உட்கார்ந்து ஊதுகுழலில் வாய் வைத்து ஊதி காற்றைச் செலுத்தியதால் நெருப்புத் துண்டங்கள் பற்றி எரிந்தன.

தன் காலில் தைத்தை முள்ளையும் கைகளில் பிடித்திருந்த முட்செடியையும் அந்தத் தீயில் எறிந்தான், சாணக்கியன். அவை எரிந்து சாம்பலாவதைப் பார்த்துக் கொண்டேயிருந்தான். பிறகு அந்த பெண்ணிடம் குடிக்கத் தண்ணீர் கொண்டுவருமாறு

குரோதம் தவிர்த்தல்

கேட்டான். இப்படியானதொரு வித்தியாசமான கோரிக்கையைக் கேட்ட அந்தப் பெண் சற்றே தயங்கினாள். ஒரு பிராமணன், சுடுகாட்டில் பணி புரியும் ஒரு பெண்ணிடம் குடிக்க நீர் கேட்பதா! ஆயினும், சாணக்கியன் மீண்டும் வலியுறுத்திக் கேட்டதும், அச்சத்துடன் விரைந்து, மயானத்திலுள்ள ஒரு கிணற்றிலிருந்து தண்ணீர் இறைத்து ஒரு பானையில் நிரப்பி அதைக் கொண்டு வந்து சாணக்கியனிடம் கொடுத்தாள்.

முட்களையும், முட்கள் நிறைந்த செடியையும் எரித்த சாம்பலை எடுத்துத் தண்ணீரில் கலந்த சாணக்கியன், அந்தத் தண்ணிரை மிடறு மிடறாகக் குடித்தான். ஒவ்வொரு மிடறு விழுங்குவதற்கு முன் இவ்வாறு சபதம் செய்தான்: "என் எதிரிகளை இவ்வாறு துவம்சம் செய்து அழிப்பேன். அவர்களுடைய சிறு தடயம் கூட அறவே இல்லாது உருத்தெரியாமல் அழிப்பேன். புரிகிறதா? உனக்கு நான் சொல்வது புரிகிறதா, பெண்ணே? அவர்களை உருத்தெரியாமல் அழிப்பேன். மீண்டும் சொல்கிறேன், கேள்... அவர்களை முழுவதுமாக அழித்தொழிப்பேன்."

தன் முன்னே உக்கிரப் பிழம்பாய் நிற்கும் பிராமணனை விசித்திரமாகப் பார்த்தாள், அந்தப் பெண். "ஸ்வாமி, நீங்கள் அதீதக் கோபத்துடன் இருக்கிறீர்கள் என்பது புரிகிறது. ஆனால், அதற்கான காரணம் புரியவில்லையே!"

அவளை ஒரு கணம் உற்று நோக்கிய சாணக்கியன் தன் ஆத்திரத்திற்கான காரணத்தைச் சொல்லலானான். தன் வாழ்வு நிலை, தான் அவமானப்படுத்தப்பட்டது, அந்த தனானந்தாவின் ராஜ்ஜியத்தை வேரோடு அழிக்கும் தன் சபதம், வெறி என அனைத்தையும் அவளிடம் பகர்ந்தான்.

அவன் கூறியதை அமைதியாகச் செவிமடுத்தாள், அந்தப் பெண். "ஸ்வாமி, நான் ஒரு சாதாரண கிராமத்துப் பெண். நான் வேதங்களோ, சாஸ்திரங்களோ எதுவும் அறியேன். தங்கள் கோபம் புரிகிறது. ஆனால் அது ஒரு காட்டுத்தீயைக் கடந்து செல்லும்

காற்றைப் போலத்தானே தவிர அந்தத் தீயை அணைக்கவோ, தணிக்கவோ முடியாது. அதே போல் ஒரு சுழற்காற்றால் எந்தப் பயனும் இல்லை. அழிவுதான் மிஞ்சும். ஆனால் அதே காற்றை ஒரு ஊதுகுழல் மூலம் ஒரு நிலைப் படுத்தினால் கணப்பொழுதில் தீக்கங்குகள் உருவாகும்," என்று நிதானமாகக் கூறினாள்.

சாணக்கியனுக்குப் பொறிதட்டியது. அந்தப் பெண்ணை உற்று நோக்கினான். அவனை அலைக்கழித்த அந்தக் கேள்விக்கான பதில் கிடைத்துவிட்டது. அவன் சந்தித்த ஆசான்களும், துறவிகளும் வழங்காத ஒரு பதிலை இந்தப் பெண் வழங்கிவிட்டாள் என்பது புரிந்தது, அவனுக்கு.

தீராத கோபம் அவனை உன்மத்தனாக்கி அழித்திருக்கும். ஆனால் அதே கோபத்தை ஒரு செம்மையான ஆயுதம் போல் வடிவமைத்து அதற்கான நோக்கத்தை மனதில் கொண்டு சரியான முறையில் செலுத்தினால் எளிதில் அடைய உதவிடும். தனானந்தாவின் ராஜ்ஜியத்தை அழித்தொழிப்பதற்கான வழிமுறையை மட்டுமே இதுகாறும் மனதில் கொண்டிருந்தான், சாணக்கியன். அழிப்பதை மட்டுமே மனதில் கொள்ளாமல் உருவாக்கும் முறையையும் யோசித்துக் கையாள்வது அவசியமல்லவா! தனானந்தாவை அழிக்க விழையும் ஒரு அரசனை இதுவரை தேடி அலைந்தான், சாணக்கியன். அதற்கு பதில், அவனுடைய இடத்தில் மற்றொரு அரசனை அமர்த்துவதற்கான வழிமுறையை அவன் உருவாக்கலாமே! அவனுடைய கோபத்தின் அதீத ஆற்றலை அவனுக்கு வேண்டிய ஒன்றை உருவாக்க பயன்படுத்துவதுதானே இதற்கான தீர்வு!

தன்னுள் பொங்கி வரும் கோபத்தை உயிர்ப்போடு வைத்திருப்பதே நியாயம் என்பதைப் புரிந்து கொண்டான், சாணக்கியன். ஆனால் அது ஒரு சுழற்காற்றைப் போல் சுழன்று அடித்து, கட்டிடங்களையும், மரங்களையும் சாய்த்து ஓய்ந்து போவதாக இருக்கக்கூடாது. தன் கோபத்தின் தாக்கம், ஒரு ஊதுகுழலின் ஊடே பாயும் சூறாவளி போல் தீர்க்கமாக, ஒருமுக நோக்குடன் செலுத்தப்பட வேண்டும் என்ற

அவசியத்தை உணர்ந்தான். அன்று முதல், எந்தவித பாரபட்சமும் இன்றி சமநோக்குடன் தலைமைப்பண்புகள் கொண்ட தகுதியுடன் கூடிய ஒருவரைக் கண்டறியும் இலக்குடன் களமிறங்கினான். அப்படி கண்டறியப்படும் ஒருவன், தன் கோபத்தை முறையாகச் செலுத்த உதவும் ஊதுகுழலாக இருப்பதுடன் இருவரும் மிகச்சிறந்த, ஈடற்ற இணைந்த சக்தியாகத் திகழ்வதும் நிகழுமல்லவா!

அடுத்தடுத்து நிகழ்ந்தவை அனைத்தும் சாணக்கியனின் வெற்றிக்கு வித்திட்டன. அவன் சந்திரகுப்த மௌரியனைக் கண்டுபிடித்து பாடலிபுத்ரத்திற்கு அரசனாக்கியதும், தனானந்தா மற்றும் அவனுடைய சகோதரர்களை உருத்தெரியாமல் அழித்ததும், இவையெல்லாம் இந்திய வரலாற்றையே மாற்றியமைத்ததும் தெரிந்தவைதானே!

கோபத்தைக் கட்டுப்படுத்துவது எப்படி

மேற்கூறிய கதையில் கண்டுள்ளபடி முதலாவதாக கோபத்தை அங்கீகரித்து ஏற்றுக்கொள்ள வேண்டும். கோபம் ஏற்படும்போது குற்றவுணர்வு தேவையில்லை. உண்மையாகச் சொல்லப்போனால், கோபம் என்பது அக்கறையின் ஓர் அங்கம்.

இரண்டாவதாக, கோபம் ஏற்படும்போது நேர்மறையாக யோசித்து முடிவெடுக்க வேண்டும். தென் ஆப்பிரிக்காவில் ரயிலில் பயணச்சீட்டுப் பரிசோதகர் காந்திஜியை தரக்குறைவாக நடத்தியதற்கு அவர் கோபம் கொள்ளாமல் இருந்திருந்தால், இந்தியாவின், ஏன் உலகத்தின் சரித்திரமே மாறியிருக்கும் அல்லவா! தன் கோபத்தை அவர் சரியாக வழிமுறைப்படுத்தி, தான் வகுத்த பிரத்யேகமான பாதையில் – வன்முறையற்ற அஹிம்சை வழியில் – பிரயோகித்ததனால்தான், இந்தியாவுக்கான சுதந்திரத்தை அடைய அவரால் வெற்றிகரமாகப் போராட முடிந்தது. அளவுக்கு மிஞ்சிய கோபம் இருந்தாலும் அந்த அவமானத்திற்கு உடனடியாக எதிர்வினையாற்றாமல் அதீத கவனத்துடன் அதை செவ்வனே கையாண்டதால் நாட்பட நாட்பட அதற்கேற்ற

நன்மைகள் உண்டாயின. இறுதியில், அவரும் பல சுதந்திரப் போராட்டத் தியாகிகளும் ஒருங்கிணைந்து போராடியதன் விளைவாக, இந்திய நாடு சுதந்திரம் அடைந்தது.

மஹாபாரதத்தில் பீமன் மீதுள்ள அடக்க முடியாத கோபத்தை வெளிப்படுத்த துரியோதனன் தேர்ந்தெடுத்த முறை விசித்திரமானது. பீமன் உருவில் ஒரு இரும்புச்சிலையைச் செய்ய உத்தரவிட்டு, அதைத் தன் பயிற்சி அறையில் நிறுத்தி, தினமும் அச்சிலையைத் தன் கதாயுதத்தால் தாக்கி தன் கோபத்திற்கு வடிகால் தேட முயற்சித்தான். மஹாபாரதப் போர் முடிந்த பிறகு, துரியோதனனின் தந்தையாகிய திருதிராஷ்டிரன், தன் மகனை நயவஞ்சகமாகக் கொன்ற பீமனைப் பார்க்க விரும்பினார். பாண்டவர்கள் தன் மகன்களுக்கு எதிராகச் செய்த அனைத்தையும் தான் மன்னித்துவிட்டதாகவும் பீமனைக் கட்டித்தழுவ விரும்புவதாகவும் தெரிவித்தார்.

திருதிராஷ்டிரனின் கோபத்தின் ஆழத்தைப் புரிந்து கொண்ட கிருஷ்ணர், பீமனைத் தடுத்து நிறுத்தி, பீமனின் இரும்புச் சிலையை திருதிராஷ்டிரனின் அருகே நிறுத்தினார். அச்சிலையை பீமன் என்று நம்பி ஆவேசத்துடன் வெறிகொண்டு இறுகத்தழுவினார், கண்பார்வையற்ற அரசனாகிய திருதிராஷ்டிரன். பீமன் சிலை நொறுங்கிச் சிதறியது. இதை அறிந்த திருதிராஷ்டிரனின் மனைவியாகிய காந்தாரி, நயவஞ்சக சூழ்ச்சியால் தன் மகன்கள் அனைவரையும் கொன்றது மட்டுமல்லாமல், கண்பார்வையற்ற தன் கணவரையும் வஞ்சித்ததாக கிருஷ்ணரை சபித்து வசை பொழிந்தாள். அதற்கு பதிலளித்த கிருஷ்ணர், திருதிராஷ்டிரனின் கோபத்தை ஒரு கட்டுக்குள் கொண்டுவருவதற்காகவே தான் அவ்வாறு செய்ததாகவும், அப்படிச் செய்யாவிட்டால் அவருடைய கோபம் அவரையே அழித்திருக்கும் என்றும் கூறி அவளை சமாதானப் படுத்தினார்.

நம்மில் பலரும் வாழ்க்கைப் பாதையில் இது போன்றதொரு சூழ்நிலையைக் கடந்து வந்திருப்போம், அல்லது தற்போது

சந்தித்துக்கொண்டிருப்போம். அது நட்பு வட்டமோ, வாழ்க்கைத் துணையோ, உடன் பணிபுரிபவர்களோ, அல்லது மேலதிகாரிகளோ... எவரோ ஒருவர் நம் கோபத்திற்கும் மனவேதனைக்கும் காரணமாக இருப்பார்கள்.

கோபம் கொள்வது நமது உரிமை. அதற்காக நம்மை யாரும் குற்றவுணர்வுக்கு ஆளாக்க அனுமதிக்கக்கூடவே கூடாது. கோபம் என்பது அக்கறையின் ஒரு குறியீடு என்பதைப் புரிந்து கொள்ள வேண்டும். கோபத்தைத் தவிர்க்கவோ, ஒடுக்கவோ முயற்சித்தால் அதன் பின்விளைவாக அழுத்தமும் பதட்டமும் அதிகரிக்கும். கோபம் என்பது ஒரு ஆக்கபூர்வமான ஆற்றல் போன்றது. எந்த ஒரு சூழ்நிலையும் ஏதோ ஒரு நல்வாய்ப்புக்காகத்தான் என்ற நம்பிக்கையுடன் செயல்பட்டு, வெற்றிக்கனியைப் பறிப்பதுதான் முக்கியம்.

பின்னடைவுகளையும் சோதனைகளையும் எதிர்கொள்ள வேண்டிய எந்த ஒரு நிலையிலும் தளராமல் நின்று நல்லொழுக்கம், விடாமுயற்சி, சரியான அணுகுமுறை ஆகிய உயர்ந்த குணாதிசயங்களை வளர்த்துக்கொண்டு முன்னேறுவதுதான் நமக்குத் தேவையானதொரு மந்திர விசை. உங்கள் கற்பனைகள், கனவுகள், அவற்றை நனவாக்க நீங்கள் வகுக்கும் பாதை, உங்கள் திறன் மீது நீங்கள் கொண்டுள்ள நம்பிக்கை போன்றவைதான் உங்கள் வெற்றியை நிலைநாட்ட துணை நிற்கும்.

தான் இழுத்து வந்த முட்புதர் எரிந்து சாம்பலாகும்போதுதான் தான் அடுத்து செய்ய வேண்டியது என்னவென்பது சாணக்கியனுக்குப் புரிந்தது. அந்த முட்புதர் எரிந்து சாம்பலாவதற்கு ஒரு ஊதுகுழலின் உதவி தேவைப்பட்டது என்றாலும் அதுதான் தன் சபதத்தை நிறைவேற்றுவதற்கான ஒரு பாதையை அவனுக்குத் தெளிவுறக் காட்டியது. மேலும், தன் கோபத்தைப் பயனுள்ள வழியில், தனக்குச் சாதகமாக்கிக் கொள்ளவும் அவனால் முடிந்தது.

தன் கோபத்திற்குக் கச்சிதமாக ஒரு வடிவம் கொடுத்து, அதை ஒரு வழிமுறைப்படுத்தும் வரை, அதற்கான வடிகால் அவனுக்குக்

கிட்டவில்லை. எல்லாம் விதிவசம் என்ற வலைக்குள் சிக்காமல் அவன் மன உறுதி செயல்படுவதற்கு அவன் திடசிந்தனை பெரிதும் உதவியது. தன் இயலாமையை நொந்துகொண்டு தன் கோபத்தை அவன் கைவிட்டிருப்பானாயின் இதுதான் வாழ்க்கை, இதுதான் பயணம் என்று வறுமையுடன், பத்தோடு பதினொன்றாக ஒரு அர்த்தமற்ற வாழ்க்கை வெள்ளத்தில் அடித்துச் செல்லப்பட்டிருப்பானல்லவா! அப்படி நடந்திருந்தால், இந்தியாவின் சரித்திரமே மாறியிருக்குமே! தவிர, அவன் தனிப்பட்ட வாழ்க்கையிலும் ஒரு ஆழ்ந்த அர்த்தமோ, ஒரு உன்னத நோக்கமோ இல்லாது போயிருக்குமே!

ஆனால், எப்போதும் கோபமாகவே இருப்பதென்பது ஒரு மனப்பிறழ்வின் அடையாளம். கோபப்படுவதே தன் பிறப்புரிமை என்ற மனப்பான்மை கொண்டவர்கள் எந்நேரமும் எதிர்ப்பிலேயே வாழ்பவர்களாவார்கள். இத்தகைய போக்கு, நரம்பு மண்டலம் சிதைவுக்குள்ளானதற்கான அறிகுறியைக் குறிப்பதாகும். இது போன்றவர்கள் உடனடியாக மருத்துவ சிகிச்சையை நாடுவது நல்லது.

நாம் அக்கறை கொண்டுள்ள விஷயங்களுக்காகக் கோபம் கொள்வது குறித்த குற்றவுணர்வு தேவையற்றது. தகுந்த காரணமும் அதற்கான தகுதியும் அவசியம். சமயோசித மனநிலை கொண்ட ஒருவர் தான் அக்கறை கொண்டுள்ள விஷயங்களுக்காக மட்டுமே கோபம் கொள்வார். என் எண்ண ஓட்டங்களுக்குத் தகுந்த மாதிரி என்னால் எழுத முடியவில்லை என்றால் எனக்குக் கோபமும் சலிப்பும் ஏற்படும். பனி ஹாக்கி விளையாட்டில் ரஷ்யா ஃபின்லாந்திடம் தோற்றுப்போனால் எனக்குக் கோபம் வராது – அதுபற்றி எனக்கு அக்கறை இல்லை. நமக்கென்று ஒரு இலக்கு உண்டென்றால், நாம் விரும்பியபடி அதற்கான நகர்வுகள் நிகழவில்லையென்றால், நமக்குக் கோபம் உண்டாவது இயற்கை, அது நியாயமும் கூட. நாம் நினைத்தபடி எல்லாம் நடப்பதற்கு நாம் கல்ப விருக்ஷம் எனும் "விரும்பியதைக் கொடுக்கும் மரத்தின்" கீழ்

குரோதம் தவிர்த்தல்

அமர்ந்திருக்க வேண்டும் அல்லது தெய்வீக ஆற்றல் பெற்றிருக்க வேண்டும். எந்த ஒரு திட்டப்பணியிலும், செயல்முறையிலும், முனைப்பிலும் தவறுகளோ, பின்னடைவுகளோ, சரிவுகளோ ஏற்படுவது சகஜம்.

நானும் எத்தனையோ தடவை சொல்லொணா ஆத்திரத்தில் பொருமியிருக்கிறேன், குறிப்பாக என் அலுவலகத்தில் நான் சிறுமைப்படுத்தப்பட்டபோதெல்லாம். நம்மில் பலருக்கு அதுபோன்ற தருணங்கள் ஏற்பட்டிருக்கும். அப்போதெல்லாம் தாழ்வு மனப்பான்மை, கோபம், எரிச்சல் போன்ற மனநிலைகளைக் கடந்து வந்திருப்போம். இத்தகைய மனநிலைகளிலிருந்து மீள்வதற்கு, மாற்றாக எதையேனும் செய்ய முயற்சித்தாலும் அது பெரும்பாலும் இயலாமல் போகும்.

வாழ்க்கையில் இடர்களையும் இன்னல்களையும் எதிர்கொள்ள நேரிடும்போதெல்லாம் அவற்றை மனோதிடத்துடன் அணுகும் பக்குவத்தை நம்மில் பலரும் பெற்றிருப்பர். அப்படிப்பட்ட மனநிலை இருந்தால் எதையும் சமாளிக்கலாம். எளிதில் கடந்து போகக்கூடிய விஷயங்கள்கூட – உதாரணமாக, போக்குவரத்து நெரிசல் போன்ற சிறு தொல்லைகள் – நம் பொறுமையைச் சோதித்து நம்மை எரிச்சல் கொள்ள வைத்திட வாய்ப்புண்டு.

உங்கள் உணர்வுகளை வழிமுறைப்படுத்தும் வேட்கையும், உறுதியும் உங்கள் மனதில் இருப்பின், அதை உடனடியாக, பயனுள்ள வழியில் உத்வேகத்துடன் செயல்படுத்துங்கள். உங்கள் உணர்வில் உறைந்திருக்கும் ஊதுகுழலைக் கொண்டு உங்கள் மனதில் உறைந்திருக்கும் அக்னிப்பொறியைக் கொழுந்துவிட்டு எரியச் செய்யுங்கள்.

ஒரு கருவியைப் பயன்படுத்தத் தெரியாதவன்தான் கருவியைக் குறை சொல்வான். கோபம் மிகவும் ஆபத்தானது என்று பலர் சொல்லக் கேட்டிருப்போம். நெருப்பு ஆபத்தானது என்று சொல்வதைப் போலத்தான், இந்தக் கூற்றும். முறையாகப் பயன்படுத்தத் தெரியாவிட்டால் எதுவுமே ஆபத்துதான். அதைச்

செம்மையான வழியில் கையாண்டு செயல்படுவோர் எவராயினும் அவர்கள் ஒரு ராஜ்ஜியத்தை ஆளக்கூடிய அளவுக்கு சாதனைகள் படைப்பர் என்பது நிஜம், சாணக்கியனைப் போல்.

உங்களுக்குக் கோபம் உண்டாக்கக் கூடியத் தருணங்களைப் பட்டியலிட்டு ஒரு குறிப்பேட்டில் பதிவிடுவது சிறந்த உபாயம். அந்தந்த நேரத்தில் ஏற்பட்ட கோபத்திற்கான காரணத்தையும் புரிந்து கொள்ள அது உதவும். கோபத்தைக் கட்டுப்படுத்த முடியாத சூழலில், சற்றே நிதானியுங்கள்... அவதானியுங்கள். பதட்டமும், குற்றவுணர்வும் இன்றி அதைப் புரிந்துகொள்ள முற்படுங்கள்.

இந்தக் கேள்விகளைக் கவனியுங்கள்:

1. உங்கள் கோபத்திற்கான காரணம் என்ன? அது இன்னும் நிலைத்திருப்பதற்கான காரணம் என்ன?

   கோபத்திற்கான காரணம் குறித்து சற்றே சிந்தித்துப் பாருங்கள். சூழலா, சூழ்நிலையா, அல்லது ஒரு நபரா? எது காரணம்?

2. அதைக் கட்டுப்படுத்த நீங்கள் செய்யக்கூடியது என்ன?

   உங்கள் கோபத்திற்கு ஒரு தனிநபர் காரணம் என்றால், அவரைத் தனிமையில் சந்தித்துப் பேசுவதன் மூலம் அந்தப் பிரச்சினைக்குத் தீர்வு காண முடியுமா? அதை எப்போதேனும் செய்திருக்கிறீர்களா? ஒருவேளை, ஒருவருக்கொருவர் பேசித் தீர்த்துக்கொள்ளலாம் என்ற மனநிலையில் நீங்கள் இருந்தாலும், எதிர்நிலையிலுள்ளவர் தொடர்ந்து உங்களை எரிச்சலுக்கும் கோபத்துக்கு ஆளாக்குவதைத் தொடர்ந்தால், பிரச்சினைக்குக் காரணம் நீங்கள்தானா என்பதை ஊர்ஜிதப்படுத்திக்கொள்ளுங்கள். ஒருவேளை பிரச்சினைக்கான காரணம் எதிர்நிலையிலுள்ளவர்தான் என்பதை நிச்சயமாகத் தெரிந்து கொண்ட பிறகு,

அவர் ஏன் அப்படி நடந்துகொள்கிறார் என்பதைப் புரிந்துகொள்ளுங்கள். தன் கோபத்தை உங்கள் மீது ஆதிக்கம் செலுத்துவதற்கான கருவியாக அவர் பயன்படுத்துகிறாரா? உங்கள அடக்கி ஆள சூழ்ச்சி செய்கிறாரா? அல்லது ஏதோ ஒருவிதமான மனஸ்தாபமா?

பிரச்சினைக்கான தீர்வு காண்பதில் ஏதேனும் தடையிருப்பின், உங்களை ஸ்திரப்படுத்திக்கொள்ளுங்கள். எதிர்ப்பைச் சந்திக்கத் தயாராகுங்கள். ஆனால் அதைத் தேடிச் செல்லாதீர்கள். உங்கள் நியாயமான தன்னிலைக் கருத்தையும் சுயமதிப்பையும் விட்டுக்கொடுக்காமல் சாதுரியமாக, சமயோசிதமாக, பக்குவத்துடன் கையாள்வதன் மூலம் பல பிரச்சினைகள் காணாமல் போய்விடும்.

சரி, இவையனைத்துக்குப் பிறகும் பிரச்சினை தொடரும் பட்சத்தில் நாம் செய்யக்கூடியது என்ன?

3. விட்டு விலகுங்கள், ஒரு உள்ளார்ந்த நோக்கத்துடன்

எதுவும் கைகூடி வராத நிலையில் மாற்றுத் தளத்தைக் கண்டறிவது நன்மை பயக்கும். நிகழ்வின் பாதிப்பிலிருந்து நீங்கள் மீண்டுவர சிலகாலம் ஆகலாம். அது ஒரு பொருட்டல்ல. உங்கள் கோபத்தையும் ஆற்றாமையையும் ஒருமுகப்படுத்தி, சரியான லட்சியப்பாதையில் செலுத்துவதன் மூலம் நீங்கள் அடிமேல் அடியெடுத்து வைத்து முன்னேறுவதற்கான சாத்தியங்கள் கைகூடும், வாய்ப்புகள் தேடி வரும். மேலும், உங்களைப் பாதித்த சூழலிலிருந்து நீங்கள் மீண்டுவந்து உயிர்த்தெழுந்து நிற்பதற்கான அனுகூலங்கள் உருவாகும். நீங்கள் நினைத்தது நிறைவேறும்.

போலி உபதேசம் 2

வாழ்க்கையை உள்ளது உள்ளபடி ஏற்றுக்கொள்ளுங்கள்

ஒரு அதிகாலை நேரத்தில் தன் சீடர்களைக் கானகத்திற்கு அழைத்துச் சென்றார் ஒரு துறவி. மகிழ்ச்சியையும் சோகத்தையும் சமமாகப் பாவித்து ஏகமனதாக ஏற்றுக்கொள்ள வேண்டும் என்று அவர்களிடம் உபதேசித்தார்.

கிருஷ்ண பகவான், பகவத்கீதையில் கூறியதை அவர்களுக்கு மேற்கோள் காட்டிச் சொன்னார்:

ஒரு யோகியாகப்பட்டவருக்கு ஆசையும் இல்லை, சோகமும் இல்லை. கோபமும் இல்லை, அதிருப்தியும் இல்லை. இலக்கும் இல்லை, பிரமையும் இல்லை. யோகி என்பவர் முற்றும் துறந்த துறவுநிலையில் சஞ்சரிப்பவர். இப்பூவுலகத்தில் வாழ்பவராயினும், குளத்தில் மலரும் தாமரை இலையில் தண்ணீர் ஒட்டாது வழிந்தோடுவது போல், யோகியின் மனதில் எதுவும் ஒட்டாது விலகிவிடும். எந்த ஒரு முடிவையோ, விளைவையோ பற்றிய சிந்தனை எதுவும் இன்றி கடமையே கண்ணாக ஜீவித்துக் கொண்டிருப்பார். தன் கடைசி சுவாசம் வரை, ஒரு யோகி என்பவர் தன் கடமையில் மட்டுமே கருத்தாக இருப்பார். இதுபோன்றவர்களே கர்மயோகி எனப்படுவர். வாழ்கையில் சாதனைகள் புரிய இந்த மனநிலைதான் மிகவும் அவசியம்.

துறவியும் சீடர்களும் ஒரு குளத்தைக் கடந்தபோது அதில் சில எருமைமாடுகள் சேறு படிந்த தண்ணீரில் திளைத்து இளைப்பாறிக்கொண்டிருந்தன. சீடர்களில் மிக மூடனான ஒருவன் அந்த இடத்தில் சாஷ்டாங்கமாக விழுந்து நமஸ்கரித்தான். அவன் செயலைக்கண்டு வெகுண்ட துறவி, அவன் செய்கைக்கான காரணத்தைக் கேட்டார்.

அந்தச் சீடன் சொல்வானாயினான்: "குருவே, நீங்கள் சொன்ன அந்த யோகியை நான் பிரத்தியக்ஷமாகக் கண்டுகொண்டேன். இதோ, இந்தக்குளத்தில் திளைத்திருக்கும் இந்த எருமைமாடுகள் நீங்கள் குறிபிட்ட அந்த யோகநிலை அடைந்தவைதான். தனக்கான உணவும், நீரும் கிடைத்த திருப்தியுடன், ஆசையின்றி, லட்சியமின்றி, எவ்விதப் பற்றுமின்றி அவை இங்கே காட்சியளிக்கின்றன. பாருங்கள், தன் வாழ்நாளில் கணிசமான நேரத்தை நீரிலேயே கழிக்கும் அவற்றின் தோலில் குளத்து நீர் கூட ஒட்டாமல் வழிந்தோடுவதை! அவற்றின் முகத்தில் தெரியும் நிறைவைப் பாருங்கள்! முடிவுகளப் பற்றிக் கவலைப்படாமல் கடமையே கண்ணாக இருப்பதைப் பாருங்கள்! மண்ணைப் பதப்படுத்துவதற்காக, குடியானவர் இந்த எருமைகளை நிலத்தில் ஓட்டிச்செல்லும்போது மழையைப் பற்றியோ, பயிர் விளைச்சலைப் பற்றியோ, எருமை வடிவிலிருக்கும் இந்த யோகி, கிஞ்சித்தும் கவலைப்படுவதில்லை. தன் கடைசி சுவாசம் வரை கடமையை மட்டுமே கருத்தாகக் கொண்டுள்ளது. கசாப்புக் கடைக்காரர் தன்னை வெட்ட வரும் வேளையில் கூட, சிறிதும் கவலைப்படாமல், தன் கடைசிக் கட்டுப்புல்லை அசைபோடுவதிலேயே திளைத்திருக்கின்றன. ஆகவே, எருமை மாடுகள்தான் சிறந்த யோகிகள், எனவே, நான் அவற்றின் முன் விழுந்து நமஸ்கரித்தேன்."

எந்த ஒரு உழைப்பும், நோக்கமும் இல்லாமல், வாழும் ஜீவன்களே நிறைவான வாழ்க்கை வாழ்வதாகக் கருதும் அந்தச் சீடனின் மூடத்தனத்தை இக்கதை சித்தரிக்கிறது.

தற்காலத்தில் பல நவீன ஆன்மீக வழிகாட்டிகள், கிடைத்ததைக் கொண்டு திருப்தியுடன் வாழ்வதே உகந்தது என்று மக்களுக்கு உபதேசிப்பதைப் பார்க்கிறோம். எது கிடைத்ததோ அதில் நிறைவைக் காண்பதே மேன்மை என்ற வரம்புக்குள் யோசிக்கவே நாம் நிர்ப்பந்திக்கப்படுகிறோம்.

உலகில் முதன்முதலில் தோன்றிய மக்கள் நிறைவுடன் வாழ்ந்ததாகக் கற்பனை செய்து பார்ப்போம். நிர்வாணமாய்த் திரிந்து, வேட்டையாடி பச்சை மாமிசம் உண்டு, குகையை இருப்பிடமாகக் கொண்டு அவர்கள் மகிழ்ச்சியாய் வாழ்ந்ததாக நினைத்துப் பார்ப்போம். அவ்வாறிருப்பின்பண்டைய நாகரீகம் தொடங்கி இன்றைய நாகரீகம் வரை மனித சமுதாயம் காட்டுமிராண்டித்தனத்தையும் கடந்து வளர்ச்சி கண்டிருக்குமா? ஆடைகள் கண்டுபிடித்த பிறகுதான் உஷ்ணத்தினாலும் குளிரினாலும் உண்டாகும் அசௌகரியங்கள் மனித இனத்தைப் பாதிக்கத் தொடங்கின. வெளிச்சம் தருவதற்கும், உணவு சமைப்பதற்கும், கொடிய மிருகங்களிலிருந்து தம்மைப் பாதுகாத்துக் கொள்வதற்கும் நெருப்பைப் பயன்படுத்தியது மனித இனம். தம் கால்களால் நடந்து செல்லும் வேகம் போதாமல், பயணத்திற்கு சக்கரங்களைக் கண்டுபிடித்தனர். விலங்கினங்களை தம் ஆளுகையின் கீழ் கொண்டுவந்து, பால், கம்பளி, தோல் மற்றும் தமக்குப் பயன் தரும் வகையில் வேலை வாங்கவும் முற்பட்டனர். கிடைத்ததைக் கொண்டு திருப்தியடையும் மனநிலை கொண்ட எவரும் இது போன்ற செயல்களை செய்திருக்க மாட்டார்கள். எந்த ஒரு அறிவார்ந்த முனைவும், கண்டுபிடிப்பும், நிறைவின்மையின் வெளிப்பாடுகள்தான். மனித மூளையினால் உருவாக்கப்பட்ட எதுவுமே மேலும் மேலும் தமக்கான வசதிகளைப் பெருக்கிக்கொள்ளும் வேட்கையின் விளைவுதான். இயற்கையினால் வழங்கப்பட்டதில் திருப்தியடையாமல் வாழ்வதுதான் மனித இனத்திற்கும் மிருக இனத்திற்கும் உள்ள ஒரே வேறுபாடு. திருப்தியின்மை என்பது மனித இனத்தின் இயல்பு.

இருந்தும், அனைத்து மதங்களும் கிடைத்ததைக் கொண்டு திருப்தியடைவதையே வலியுறுத்துகின்றன. ஒருவேளை அவர்கள் சொல்வது வேற்று கிரகத்தினருக்கானதாக இருக்கலாம்.

எந்த ஒரு நிலையிலும், எது நேரிடினும், அதை நிறைவுடன் ஏற்றுக்கொள்பவர் எவரோ, வேறுபாடுகளையும் மாறுபாடுகளையும் பொருட்படுத்தாதவர் எவரோ, பொறாமை, காழ்ப்புணர்வு, வஞ்சகம் போன்ற உணர்வுகளைகளைக் கடந்து நிற்பவர் எவரோ, லாப நஷ்டங்களை சரிசமமாகப் பார்ப்பவர் எவரோ, அப்படிப்பட்ட செயல்வீரரே கர்மா எனும் விதிப்பயனைக் கடந்தவராகிறார்.

பகவத்கீதை, IV:22

இந்த மேற்கோள் பரமஹம்சயோகானந்தரின் 'கீதாபாஷ்யா' அதாவது கீதை மொழி' எனும் படைப்பிலிருந்து எடுத்துரைக்கப்பட்டுள்ளது. கிரஹஸ்த ஸ்திதி எனும் குடும்ப வாழ்க்கையைத் தவிர்த்து ஆன்மீகத் தேடலை ஊக்குவிப்பதே இதன் உட்பொருளாகும்.

பல்வேறு ஆன்மீக ஆசான்களைப் பொறுத்தவரை தன்நிறைவு என்பது ஒரு உயர்ந்த மனோபாவம் என்பதாகவும் அதுவே ஆன்மீகத் தேடலுக்கான பாதை என்பதாகவும் ஏற்றுக்கொள்ளப்படுகிறது. சற்றே அவதானியுங்கள். இந்த வாழ்க்கை நமக்கு என்ன வழங்குகிறதோ, அதை நம்மில் பலர் அப்படியே ஏற்றுக்கொள்கிறோம் என்பதே யதார்த்தம். விலை மதிப்பு மிகுந்த ஒரு கார், பெரிய வீடு, நிறைய பணம் என்று விதவிதமான ஆசைகளும் அதற்கான பிரயத்தனங்களும் ஒரு பக்கம் இருக்கட்டும். இது போன்றவற்றைக் கொண்டு நாம் மதிப்பீடு செய்யப்படுகிறோம் என்பதும் யதார்த்தம். ஆன்மீகத் தேடலில் ஈடுபட்டுள்ளதாகச் சொல்லிக்கொள்பவர்களும் சாதாரண வாழ்க்கையை நிறைவுடன் வாழ்வதில்லை. அவர்களின் தேவை அதற்கும் மேல். இன்பங்களுக்கும் சுகபோகங்களுக்கும் உறைவிடமான சொர்க்கத்தில் நுழைவதற்கான கொடுப்பினை, கடவுளின் அருகில் ஒரு இருக்கை, வாழ்க்கைச் சக்கரத்திலிருந்து

விடுதலை, மோட்ச நிலை போன்றவற்றை அடைவதே அவர்களின் லட்சியம்.

'ஆன்மீகத் தேடலில்' ஈடுபட்டிருக்கும் இவர்களின் உன்னதமான ஆசைகளை ஒப்பிட்டால், நம் போன்ற மக்களின் ஆசைகள் மிகவும் சாதாரணம். ஆகவே, அதீதமான அதிருப்தியே ஒருவரை ஆன்மீகத் தேடலுக்கு அழைத்துச் செல்லக்கூடும். ஆன்மீகத் தேடலுக்கான நமது நம்பிக்கையை அறுதியிட்டுச் சொல்வதற்கும், வாழ்க்கையில் நிறைவின்மை என்பதை நியாயப்படுத்துவதற்கும் இந்தக் காரணம் வலு சேர்க்கிறது.

பல்வேறு இதிகாச புராணக்கதைகளைப் படிக்கும்போது, இதர உபதேசங்களைப் போலவே மனநிறைவைப் பற்றிய அறிவுரைகளும் முழுவதுமாகப் பின்பற்றப்படவில்லை என்பது தெளிவாகத் தெரிகிறது. கிடைத்ததைக் கொண்டு மனநிறைவுடன் இருத்தல் வேண்டும் என்ற உபதேசத்தை நம் புராணங்களில் இடம் பெற்றுள்ள எந்த ஒரு படைப்பும் முழுவதுமாகப் பின்பற்றவில்லை என்பதும் தெளிவு. போரை எதிர்கொள்ள வேண்டிய அவசியம் பாண்டவர்களுக்கு ஏற்பட்டதற்கான காரணம் என்ன? ஹஸ்தினாபுரத்தின் அரசுரிமையை அவர்களுக்கு விட்டுக்கொடுக்க துரியோதனன் மறுத்தாலும், இருப்பதைக் கொண்டு அவர்கள் நிறைவுடன் வாழ்ந்திருக்கலாமல்லவா? அதை விடுத்து ஒரு பெரும் யுத்தத்தை அவர்கள் எதிர்கொண்ட காரணத்தால் எத்தனை உயிரிழப்புகள்! ஆன்மீக ரீதியில் ஆற்றலும், முக்தியும் அடையவேண்டி உடலையும் மனதையும் வருத்திக்கொண்டு மாபெரும் தவம் இயற்றிய எத்தனை மகரிஷிகளைப் பற்றி நாம் கேள்விப்பட்டிருக்கிறோம்! எங்கே போனது, அவர்களுக்குரித்தான நிறைவுத்தன்மை? இது எந்தவிதமான குறிக்கோள்? மதம் சார்ந்த பல்வேறு அமைப்புகள், பிரம்மாண்டமான கோவில்களும், தேவாலயங்களும், மசூதிகளும் எழுப்ப வேண்டியதற்கான அவசியம் என்ன? வழிபடுவதற்கு ஒரு எளிமையான வழிபாட்டுத் தலம் போதாதா, என்ன? நிறைந்த பொருட் செலவில் மதச்

சடங்குகளும், அலங்கார அணிவகுப்புகளும், ஊர்வலங்களும் எதற்காக? போதுமென்ற மனோபாவத்தை வலியுறுத்தும் மதங்கள், தம் மதத்தைப் பின்பற்றுவோரின் எண்ணிக்கை மேலும் மேலும் பெருக வேண்டும் என்று விரும்புவது ஏன்?

அவர்களின் திருப்தியற்ற மனோபாவத்தை நான் குறை கூறவில்லை. ஏனெனில், மனித இனத்திற்கு திருப்தி என்பதற்கு ஒரு வரையறை கிடையாது. ஆனால், மக்களுக்கு அவர்கள் கூறும் உபதேசங்கள் உள்ளொன்று வைத்து புறமொன்று பேசுவதாக உள்ளதுதான் இங்கு காணப்படும் பிறழ்வினை. திருப்தியின்மையை செப்பனிட்டு வளர்த்துக்கொள்வதுதான் வாழ்க்கையின் வெற்றிக்கான விசை.

நிறைவின்மையை உருவேற்றுவது எப்படி?

நிறைவின்மையை உருவேற்றுவது ஒரு கலை. அது நம் வாழ்வை வளமாக்க உதவும். நிறைவாக உணராத ஒவ்வொரு தருணமும் ஆக்கபூர்வமான தருணமே. கோபமும் நிறைவின்மையும் ஒன்றுக்கொன்று தொடர்புடையவை. நிறைவின்மையே கோபத்திற்கான வித்து. அது கோபத்தைத் தூண்டுவதாக அமைந்தால் அதைவிட வேறென்ன வேண்டும். கோபமே ஆற்றல். கோபமே அக்னி. ஒரு அசுரனாகப்பட்டவன் அந்த உணர்வைத் தழுவிக்கொள்ள வேண்டும். கோபத்தைப் போன்றே, திருப்தியின்மையையும் நெருப்புக்கு ஒப்பிடலாம். அதை அடக்கி ஆளத் தவறினால், அது நம்மை அழித்துவிடும். ஒரு பயனுள்ள கருவியாக பாவித்து சரியான முறையில் பயன்படுத்தினால் வாழ்வின் மிகச்சுவையான உணவைச் சமைத்து உண்ணக்கூடிய பெரும் வாய்ப்பு கிட்டும்.

ஆச்சார்ய சாணக்கியன் மற்றும் தனானந்தாவின் கதையை மீண்டும் ஒரு முறை வாசியுங்கள்.

தனானந்தாக்கள் அரசாட்சியின் கீழ் வாழ்ந்த குடிமக்களில் சாணக்கியனும் ஒருவன். நன்கு கற்றுத் தேர்ந்தவர்கள் பலர்,

எல்லாம் விதிப்படி நடக்கட்டும் என்ற மனநிலையில் கிடைத்ததைக் கொண்டு வாழ்வோம் என்று திருப்தியுடன் வாழ்ந்திருப்பர். அவர்கள் பெயர் கூட நமக்குத் தெரியாது. தனானந்தாவின் ஆட்சிமுறை மீது கோபம் கொண்ட சாணக்கியனின் பெயர் மட்டும் தெரியும். நிறைவுடன் வாழ்ந்தவர் எவருடைய பெயரும் காவியங்களில் இடம் பெறவில்லை. திருப்தியடையாமல் எதையோ தேடும் உந்துதல் உள்ளவர்களுக்கே உலகத்தின் மகிமைகள் உரித்தாகும். அவர்களே இவ்வுலகை ஆள்வர்.

மேசிடோனியா எனும் சிறிய நாட்டை ஆண்ட அலெக்ஸாண்டர் அதுவே தனக்குப் போதும் என்ற திருப்தியுடன் வாழ்ந்திருந்தால் அவன் பெயரையே நாம் கேள்விப்பட்டிருக்க மாட்டோம். ஒரு விளையாட்டு வீரன், தன் ஏதோ ஒரு சாதனையுடன் திருப்தியடைந்தால் அவனுடைய சுற்றுவட்டத்தில் மட்டுமே விளையாடி, ஓரளவுக்குப் பெயர் பெற்றிருப்பான்.

உள்ளதைக் கொண்டு நிறைவடைவதின் மகத்துவத்தைப் வலியுறுத்தும் பல புத்தகங்களை எழுதியவர்களில் பெரும்பாலானவர்கள் செல்வந்தர்களாகவும், பெயரும் புகழும் பெற்றவர்களாகவும் இருப்பார்கள். நீங்களும், அசுரர் பாதையைப் பின்பற்றி பெயரும், புகழும், செல்வமும் அடைந்த பிறகு அதுபோன்ற ஒரு புத்தகத்தை எழுதுங்கள். போட்டியும் குறைவாக இருக்கும். மக்கள் உங்களை ஒரு ஆன்மீகவாதியாக, பக்திமானாகவும் பார்ப்பார்கள். உங்கள் தன்னடக்கத்தைப் பாராட்டுவார்கள். மக்களைக் கவர்வதற்கு இது ஒரு சிறந்த வழி. ஏழ்மை ஒரு பொருட்டல்ல, அது ஒரு குறைபாடல்ல என்று அதை நியாயப்படுத்தி, வெற்றியும், புகழும், பணமும் மகிழ்ச்சியைக் கொண்டு வராது என்று போதனைகள் வழங்கி, ஏழ்மை நிலையில் உள்ளவர்கள் எந்த முன்னேற்றமும் இன்றி அதே நிலையில் தொடர்ந்து இருக்க வேண்டும் என்ற ஒரு நயவஞ்சகமான எண்ணத்துடன், புகழும், செல்வமும் அடைந்தவர்கள் செய்யும் ஒரு தந்திரம்தான் இது. செல்வம், புகழ், வெற்றி, போன்ற தகுதிகளை அடைந்திருந்தாலும் சரி, அல்லது அதற்கு மாறாக அவை எதுவுமே அடையாத

நிலையில் இருந்தாலும் சரி, இது போன்ற வாழ்வு நிலைகளுக்கும் மகிழ்ச்சிக்கும் சம்பந்தமே இல்லை. இதில் எந்த அளவுகோல்களோ, தகுதி விகிதங்களோ கிடையாது. பணமும் புகழும் பெற்றவர்கள் எல்லோருமே மகிழ்ச்சியாக இல்லை என்று சொல்லமுடியாது. அதே போல், கனவுகளைத் துறந்து, உள்ளதே போதும், விதி விட்ட வழி என்று திருப்தியுடன் வாழ்பவர்கள் அனைவரும் மகிழ்ச்சியுடன் இருப்பதாகவும் சொல்ல முடியாது. புகழும் செல்வமும் பெற்று மகிழ்ச்சியுடன் இருக்கலாம், அல்லது மகிழ்ச்சி இல்லாமல் இருக்கலாம். ஏழ்மையிலும் மகிழ்ச்சியுடன் இருக்கலாம், மகிழ்ச்சி இல்லாமலும் இருக்கலாம். இதில் இது இப்படித்தான் என்ற தனித்தன்மையோ பாகுபாடோ கிடையவே கிடையாது. இந்த உண்மை உங்களுக்குப் புரிந்திருக்கும். ஏழ்மையில் தவித்து, தோல்வியில் துவண்டு, மகிழ்ச்சி இல்லாமல் வாழ்வதை விட, பணமும் புகழும் வெற்றியும் பெற்று மகிழ்ச்சியாக வாழும் நிலையை அடைவது சிறந்ததல்லவா!

மகிழ்ச்சியைத் தேடி அலையாதீர்கள்

மகிழ்ச்சி என்பது வாழ்க்கையின் ஒரு குறிக்கோளல்ல, அது வாழ்வின் ஓர் அங்கம். அதேபோன்று மனநிறைவும் ஒரு குறிக்கோளல்ல. வாழ்க்கையை முழு நிறைவுடன் வாழ்வதே அசுர இலக்கு. கோபம், மகிழ்ச்சி, கவலை போன்ற எண்ணற்ற உணர்வுகள் வாழ்க்கையின் அங்கங்கள். திருப்தியின்மையும், இன்னும் பல்வேறு அனுபவங்களைப் பெற வேண்டும் என்ற தணியாத வேட்கையும்தான் வாழ்க்கையின் இலக்கு.

நீங்கள் மனநிறைவுடன் இருக்கிறீர்களா என்று நீங்களே உங்களைக் கேட்டுக்கொள்ளுங்கள். என் வாழ்வில் எல்லாம் நிறைவாகத்தான் உள்ளது என்று நீங்கள் நினைப்பீர்களேயானால், உங்களிடம் ஏதோ பெரும் குறைபாடு உள்ளது என்று அர்த்தம். உடனடியாக விழித்தெழுங்கள். குட்டையில் ஊறும் எருமையின் தோலில் தண்ணீர் ஒட்டாது வழிந்தோடுவது போல் வாழ்க்கை

உங்களிடம் ஒட்டாது வழிந்தோடுவதற்கு முன், உங்கள் முன்னேற்றத்தை வீழ்த்துவதற்கு முன், விழித்தெழுங்கள்.

இலக்கியம் மற்றும் மரபு சார்ந்த இடைக்காலப் படைப்புகள் பலவற்றில் விதி, அல்லது நியதி எனும் வார்த்தைகளைக் காணலாம். அதாவது, நமக்கென்று எது விதிக்கப்பட்டதோ, அல்லது இயற்கையின் நியதிக்குட்பட்டு எது நிர்ணயிக்கப்பட்டதோ அதன்படியே நம் வாழ்க்கை அமையும் என்பதே அதன் உள்ளர்த்தம். பின்னர், விவேகானந்தர் போன்ற தீர்க்கதரிசிகள் புதுமைச் சிந்தனைகளை விதைத்தனர். உபநிஷதத்திலிருந்து "உத்திஷ்டதா, ஜாக்ரதா, ப்ராப்யவரண் நிபோததா" என்ற உத்வேகம் பொருந்திய வார்த்தைகளை எடுத்துரைத்தனர். இதன் அர்த்தம், "விழித்தெழு, செயல்படு, உன் இலக்கை அடையும் வரை அயராதே" என்பதுதான். நம் நாட்டின் இளைஞர் சமுதாயத்திற்கு விழிப்புணர்வை ஏற்படுத்தினார், விவேகானந்தர். மந்தமாய், ஜடமாய், ஆங்கிலேய ஏகாதிபத்தியத்திற்கு அடிபணிந்து, அவல வாழ்க்கை வாழ்வதை வேறு வழியின்றி ஏற்றுக்கொள்ளும் நிலைக்குள்ளான மக்களைத் தன் ஆற்றல் மிகுந்த சொற்களால் தட்டி எழுப்பினார். நன்கு படித்த இந்தியர்கள், ஆங்கிலேயர்களின் ஆதிக்கத்தில் வெறும் குமாஸ்தா வேலைகளிலும், அவர்கள் படைகளில் சிப்பாய்களாகவும் நியமிக்கப்பட்டு அதுவே போதும் என்று பல தலைமுறைகளாக அடிபணிந்து கிடந்தனர். லோகமான்ய திலகர், காந்திஜி போன்றோர் மக்களிடையே கோபம் கலந்த ஒரு உத்வேகத்தை ஏற்படுத்தினர். அவ்வாறு நடந்திருக்கவில்லையென்றால் ஆங்கிலேய ஆதிக்கமோ அல்லது வேறு எந்த ஆதிக்கத்தின் பிடியிலாவது விதியே என்று நாம் அடிமைப்பட்டுக் கிடந்திருப்போம். அதேபோல், ஃப்ரெஞ்சு மக்களும் தங்கள் நிலையை உள்ளது உள்ளபடி ஏற்றிருந்தால், ஃப்ரெஞ்சு புரட்சி நடைபெற்றிருக்காது. அதே போன்றுதான் ரஷ்யப் புரட்சியும் சீனப்புரட்சியும்.

உள்ளதே போதும் என்ற மனநிறைவுடன் நீங்கள் இருந்தீர்கள் என்றால், உடனே விழித்தெழுங்கள். நீங்கள் ஆழ்ந்த

உறக்கத்தில் இருக்கிறீர்கள் என்று அர்த்தம். நீங்கள் கோபமாக இருப்பதாக உணர்ந்தால், கோபத்திற்கான காரணத்தின் மீது கவனம் செலுத்துங்கள். உங்கள் தனிப்பட்ட விருப்பம் அல்லது லட்சியத்திற்கான சவாலாக அதை ஏற்றுக்கொள்ளுங்கள். உங்களை அறிந்து, உங்களுக்குள் உறைந்திருக்கும் தனித்திறனைக் கண்டறிந்து, அதற்கு உயிர் கொடுப்பதே உங்கள் தலையாய கடமை. சொல்லிக்கொள்ளக்கூடிய அளவுக்கு ஒரு தோல்வியை இதுவரை நீங்கள் சந்தித்திருக்கவில்லை என்றால், நீங்கள் பெரிதாகக் கனவு ஏதும் காணவில்லை என்றே அர்த்தம். உயர்ந்த லட்சியங்களை உள்ளத்தில் கொண்டு, அவற்றை அடையும் முயற்சியில் பின்னடைவுகளைச் சந்தித்தாலும், உங்கள் இலக்கை அடையும் வரை சற்றும் அயராது, விடாமுயற்சியுடன் முனைந்து செயல்படுவீர்களானால், நீங்கள் வெற்றிப்பாதையில் கால் பதித்துவிட்டீர்கள் என்று அர்த்தம்.

நீங்கள் கொண்டுள்ள அக்கறை, உங்கள் தனிப்பட்ட ஈடுபாட்டை வெளிப்படுத்துகிறது. உங்கள் ஈடுபாட்டுக்கான விருப்பமும் வேட்கையும் உங்களை வெற்றிப்பாதையில் அழைத்துச் செல்கிறது. ஆகவே, உங்கள் திருப்தியின்மையைக் கொழுந்துவிட்டு எரியச்செய்யுங்கள்.

எதைச் செய்தாலும், நிறைவாக, செம்மையாக, துரிதமாக, ஆழமாகச் செய்ய வேண்டும். அப்படிச் செய்யாவிட்டால் அது பயன் தராது. இதை ஒரு மந்திரச் சொல்லாக ஏற்று உச்சாடனம் செய்யுங்கள்.

ஒரு குறிப்பேட்டில் (டைரி) உங்களை நிறைவடையச் செய்யாத விஷயங்களைப் பட்டியலிடுங்கள். அவை ஒவ்வொன்றும் எந்த அளவுக்கு உங்களை பாதித்துக் கோபம் கொள்ள வைத்துள்ளது என்பதை நினைத்துப் பாருங்கள். உங்கள் உத்தியோகத்தில் உங்களுக்குத் திருப்திதானா? உங்கள் தொழில் முன்னேற்றம்? உங்கள் வர்த்தகம்? ஒருக்கால், இவற்றில் உங்களுக்கு நிறைவு

வாழ்க்கையை உள்ளது உள்ளபடி ஏற்றுக்கொள்ளுங்கள்

ஏற்பட்டிருப்பதாய் நீங்கள் உணர்ந்தால், வெகு விரைவில் உங்களுக்கு சலிப்பு ஏற்பட வாய்ப்புண்டு. மேலும் மேலும் உயரங்கள் தொட ஆசைப்படுங்கள். இப்போதுள்ளதை விட மேலான செல்வ நிலை, மட்டற்ற மகிழ்ச்சி, அளவிலா அன்பு, அபார வெற்றி, பெருகும் புகழ் போன்றவற்றை அடைவதில் என்ன தயக்கம்? ஏன் பின்னடைவு? உங்களுக்கு இதுவே போதும் என்று யார் முடிவு செய்வது? ஏன் அப்படி?

என்றும் இளமைத்துடிப்புடன் விளங்கிடத் தேவையானது நிறைவின்மைதான். வயது மிகுந்தவர்களில் பலர், உள்ளதே போதும், இதற்கு மேல் எந்த எதிர்ப்பார்ப்புகளும் இல்லை என்று சொல்வதைக் கேட்டிருப்பீர்கள். இருந்தாலும், அவர்களுக்கும் ஆசைகளும், ஏக்கங்களும், எதிர்பார்ப்புகளும் இருக்கும் என்பதே உண்மை. மனித இனத்தில் ஒவ்வொருவரின் இறுதி மூச்சு வரை எதிர்பார்ப்புகள் இருந்தே தீரும். வாழ்க்கையின் மீதுள்ள ஆர்வமும் பற்றும் விலகிவிட்டால் விதி விட்ட வழி என்ற மனநிலை பற்றிக்கொள்ளும். ஏதோ ஒரு வகையில் ஒரு குறிப்பிட்ட சூழ்நிலையில், ஒரு காலகட்டத்தில், மனநிறைவு என்பது ஏற்றுக்கொள்ளத்தக்கதுதான். அதை மறுக்க முடியாது. சற்றே நிதானியுங்கள். குழந்தைகளின் மனநிலையை, சுபாவத்தைக் கவனியுங்கள். வயிற்றுக்கேற்ற பாலைக் குடித்த திருப்தியில் ஒவ்வொரு குழந்தையும் மனநிறைவுடன் நிம்மதியாகத் தூங்கும். கண்விழிக்கும்போது முழு ஆற்றலுடன், மகிழ்ச்சியுடன், எதையோ தேடும் எதிர்பார்ப்புடன் துள்ளிக் குதிக்கும். புதியதாக ஏதேனும் தென்படுமா என்று அதன் கண்கள் அலைபாயும். குதூகலத்துடன் விளையாடத் துவங்கும். ஆனால், பசித்தாலோ, சலனமடைந்தாலோ, கவனம் சிதறினாலோ, அழத்துவங்கும். மகிழ்ச்சியடைந்தால் கல கலவென்று சிரிக்கும். வாழ்க்கையின் ஒவ்வொரு தருணத்தையும் முழுவதுமாகத் திளைத்து வாழும் தன்மை கொண்டவை குழந்தைகள் மட்டும்தான். எந்த ஒரு குழந்தையும் ஏதோ ஒரு மூலையில் உட்கார்ந்து பெருமூச்சு விடாது!

விதி விட்ட வழி எனும் மனோபாவம் குழந்தைகளுக்கு அறவே கிடையாது. விதி என்றால் என்னவென்று கூட குழந்தைகளுக்குத் தெரியாது. சரிதானே? அதனால், விதியை நினைத்து சோர்ந்து உட்காராதீர்கள். அதை எதிர்த்து அசுரத்தனமாகப் போராடுங்கள்.

உங்கள் நிறைவின்மையை சீர்ப்படுத்துவது எப்படி?

விதிப்பயனை எதிர்த்து அசுரத்தனமாகப் போராடும் முயற்சியில் நீங்கள் முழுவதுமாக ஈடுபடும்போது சற்றே கவனம் தேவை. பகுப்பாய்வு செய்து தெளிவுற சிந்தித்துச் செயலாற்றும் பக்குவம் தேவை. வாழ்க்கையில் எல்லாவற்றிலும் அதிருப்தியடைவது சாத்தியம்தானா, அது தகுமா? இல்லை. அது தகாது. தவறானது. முழு திருப்தி என்பதும் முழு அதிருப்தி என்பதும் சாத்தியமே இல்லை. எல்லாவற்றிலும் அதிருப்தி என்பது மற்றுமொரு போலி உபதேசத்திற்கான அறிகுறி – முன்னுதாரணம். அது, எதிலும் "முழு நேர்த்தி"யையும் எதுவும் கச்சிதமாக, பூரணத்துவத்துடன் அமையவேண்டும் என்று எதிர்பார்க்கும் மனோபாவம்.

வாழ்க்கை என்பதே பல்வேறு குறைபாடுகள் நிறைந்ததுதான். சில குறைபாடுகள் ஏற்றுக்கொள்ளத் தக்கவைதான். இது எவ்வளவோ மேல் – இது போதும் – இது பரவாயில்லை – என்று ஏற்றுக்கொள்ளும் மனநிலை பல விஷயங்களுக்குப் பொருந்தும். ஆனால், நாம் மிகுந்த அக்கறை கொண்டுள்ள விஷயங்களில் முழு நேர்த்தியையும், பூரணத்துவத்தையும் எதிர்பார்ப்பது மிக மிக அவசியம். மற்ற விஷயங்களை அதன் போக்கில் விட்டுவிடுவது நல்லது. பண விஷயத்தில் உங்களுக்கு அக்கறை இருப்பின், உங்களிடம் இருப்பதைக்கொண்டு திருப்தியடைவது கூடாது. அது எவ்வளவாக இருந்தாலும் சரி.

தன் படைப்புத் திறன் மீது அதீத அக்கறை கொண்டுள்ள ஒரு படைப்பாளி மட்டுமே தான் எழுதியதை மீண்டும் மீண்டும் படித்துப் பார்த்து அதை மேலும் மெருகேற்றும் செயலை மேற்கொள்வார். மறைந்த பழம்பெரும் பின்னணிப் பாடகி

லதா மங்கேஷ்கர் அவர்களின் நேர்முகப் பேட்டியொன்றைக் காண நேர்ந்தது. தன் இசை ஆர்வத்தையும் குரல் திறனையும் மேலும் மேலும் மெருகேற்றிக்கொள்ள தினமும் பலமணிநேரப் பயிற்சி மேற்கொள்வதாகக் கூறியுள்ளார். தன்னுடைய இசைப்பயணத்தில்பல்வேறு விருதுகளைப் பெற்ற காலகட்டத்தில் அவருடைய வயது எண்பதைக் கடந்திருந்தது. இருந்தும் அவர் அதில் மனநிறைவடையவில்லை என்று தெரிவித்திருந்தார்.

மற்றொரு புகழ்பெற்ற பாடகியான கே.எஸ். சித்ரா, ஆறு தேசிய விருதுகளைப் பெற்றவர். முப்பதாயிரம் பாடல்களுக்கும் மேலாக, பதினொரு மொழிகளில் பாடல்கள் வழங்கியவர். ஒரு சாதாரண யூட்யூப் நேர்முகப் பேட்டியில் மிகச் சாதாரணமாக, வெகு யதார்த்தமாக, ஒரு பாடலின் சில வரிகளைப் பாடியவர், மீண்டும் மீண்டும், அதே வரிகளைப் பாடினார். தான் பாடியது தனக்குத் திருப்தியளிக்கவில்லை என்ற விதத்தில், ஒன்பது தடவை அந்த வரிகளைப் பாடினார். சாதாரணமாக இசையை ரசிப்போரின் செவிகளுக்கு அவர் பாடிய ஒவ்வொரு முறையும் அது வெகு நேர்த்தியாக, தேனமுதமாகவே ஒலித்திருந்தாலும், அவரளவில் அவருக்குத் திருப்தி ஏற்படும் வரை அவர் தன் முயற்சியைக் கைவிடவில்லை. அது ஒரு பாடல் பதிவு அல்ல, ஒரு நிகழ்ச்சித் தொகுப்பாளருடன் நேருக்கு நேர் சந்திப்பு மட்டுமே. அத்தனை புகழ் வாய்ந்த ஒரு பாடகி, தான் சார்ந்துள்ள கலை மீது கொண்டுள்ள அதீதத் தன்னார்வமும், ஈடுபாடும் ஒரு பிரமிப்பை ஏற்படுத்தியது.

இது போன்ற ஈர்ப்பும் ஈடுபாடும், வாழ்க்கையின் சில விஷயங்களில் மட்டுமே ஏற்படும். நிறைவின்மை என்பது எந்தெந்த விஷயங்களில் தேவை என்பதையும் கவனத்தில் கொள்ள வேண்டியது அவசியம். எல்லாவற்றிலும் திருப்தியற்ற மனநிலையும் ஆற்றாமையும் இருந்தால், எந்த சாதனையும் படைக்க முடியாது. ஆகவே, உங்கள் நிறைவின்மையை சீர்ப்படுத்துவதன் மூலம், நீங்கள் அக்கறை கொண்டுள்ள விஷயங்களில் மட்டுமே உங்கள் கவனம் ஒருமுகமாகக் குவியட்டும்.

என் நிறைவின்மையை சீர்ப்படுத்துவதற்காக நான் கையாண்ட சில நடைமுறை வழிகளைப் பார்ப்போம்.

1. நீங்கள் அக்கறை கொண்டுள்ள விஷயங்களை வரிசைப்படுத்தி எழுதிக்கொள்ளுங்கள்

   இது வாழ்க்கை லட்சியமோ அல்லது நெடுங்காலத் திட்டமோ அல்ல. குறுகிய காலத் திட்டங்களுக்கும் இவை பயன் தரலாம். நீங்கள் விரும்பும் ஏதோ ஒரு விஷயத்தில் நினைத்ததை அடைய முடிந்தால், உங்கள் வாழ்க்கையில் எத்தகைய மாறுதல் ஏற்படும் என்பதைக் கணித்துப் பாருங்கள். ஏதேனும் ஒரு நட்பு அல்லது உறவு உங்களுக்குள் பாதிப்பை ஏற்படுத்துகிறதா? அல்லது தொழில் ரீதியாக ஏதாவது தடைகள் அல்லது குறைபாடுகளா? அல்லது உங்கள் பொருளாதார நிலையில் ஏற்படும் சிக்கல்களா? நீங்கள் அக்கறை கொண்டுள்ள இது போன்ற விஷயங்களில் உங்கள் திருப்தியின்மை பிரதிபலிப்பது இயல்பு. இது உள்ளுணர்விலிருந்து எழும் இயல்பான எண்ணங்களுக்கு எதிரானதாகத் தோன்றலாம். ஆனால், உங்கள் சிந்தனை சார்ந்த உணர்வுகளைப் பரிசீலித்துப் பாருங்கள். உண்மை விளங்கும்.

2. சம்பந்தமில்லாத விஷயங்களைப் புறந்தள்ளுங்கள்

   குறிப்பிட்ட சில விஷயங்கள் உங்கள் வாழ்க்கைக்கு அவசியமானதா இல்லையா என்பதை எப்படிப் பகுத்துணர்வீர்கள்? எந்த ஒரு காரியத்திலும், அது முறைப்படி நடக்கவில்லை என்றால், அதன் மோசமான பின்விளைவு என்ன என்பதை பரீட்சித்துப்பாருங்கள். வகுப்புக்கு நீங்கள் தாமதமாகச் செல்கிறீர்கள் என்று வைத்துக்கொள்வோம். அதன் பின்விளைவு ஒரு சிறு சங்கடம் மட்டுமே. அதைப் பொருட்படுத்துவது தேவை அற்றது. உங்கள் நண்பனைப் போன்று மெச்சும்படியாக

உங்கள் தோற்றம் அமையவில்லை என்று வைத்துக்கொள்வோம். அனைவரும் மெச்சிக்கொள்ளும் வகையில் காட்சியளிப்பதில்தான் உங்கள் வாழ்வாதாரம் அடங்கியுள்ளது என்ற நிலையில் நீங்கள் இல்லையென்றால், அது குறித்து அதிருப்தியடைவது அவசியமற்றது. நீங்கள் அதிக அக்கறை செலுத்தும் பல முக்கியமான விஷயங்களில் சிறந்து விளங்கவும், அதனால் பயன் பெறவும் பெரிதும் உதவுமென்றால், தேவையான அளவுக்கு உங்கள் தோற்றத்திலும் நடவடிக்கைகளிலும் கவனம் செலுத்துவது நியாயமானது. மாறாக, உங்கள் கவனம் இதுபோன்ற விஷயங்களில் சற்றே அதிகமானாலும், முக்கியமான விஷயங்களின் மூலம் உங்களுக்குக் கிடைக்கக்கூடிய ஆதாயம் குறைவதற்கான வாய்ப்புகள் உண்டு. உங்கள் தொழில் அல்லது வர்த்தகத்தில் நீங்கள் கொண்டுள்ள ஈடுபாடு எல்லாவற்றையும் விட முதன்மையானது என்றால், அதில் உங்கள் நிறைவின்மையும் முதன்மையானதாக இருத்தல் அவசியம். மற்ற ஏனைய விஷயங்களில் உங்கள் நிறைவின்மையைச் சீர்ப்படுத்துங்கள்.

3. உங்கள் நிறைவின்மை உணர்வைத் தூண்டிவிடுங்கள்

உதாரணமாக, உங்களுக்குப் பாடும் திறன் இருந்தால், அதில் கவனத்தைக் குவியுங்கள். முகமது ரஃபி போலவோ, எஸ். பி. பாலசுப்ரமணியம் போலவோ நீங்கள் பாடக்கூடியவராக இருந்தாலும், உங்கள் பாடும் திறன் மீது உங்களுக்குத் திருப்தி என்பதே கூடாது. இங்கே குறிப்பிடப்பட்டுள்ள இந்த இருவருமே தம் இறுதி மூச்சு வரை தங்கள் தனித்திறனை மேம்படுத்திக்கொள்ளும் முயற்சியிலேயே இருந்தார்கள். எழுத்துலகில் பெரும் புகழ் பெற்ற மறைந்த இந்திய எழுத்தாளராகிய ஆர். கே. நாராயண் அவர்கள், தொண்ணூறு வயதைக் கடந்த நிலையில், ஒரு பேட்டியில், தாம் சோம்பலாக இருப்பதாகக்

குறிப்பிட்டு, ஒரு நாளில் தம்மால் நான்கு அல்லது ஐந்து மணி நேரம் மட்டுமே எழுத முடிகிறது என்றும், மேலும், ஆறு அல்லது ஏழு மணி நேரம் மட்டுமே படிக்க முடிகிறது என்றும் குறைபட்டுக்கொண்டார்.

உங்களால் முடிந்த அளவுக்குச் எதிலும் சிறப்பாகச் செயல்படுங்கள். மற்றவற்றை அதன் போக்கில் விட்டுவிடுங்கள். வீடு ஒரே அலங்கோலமாக இருக்கிறதா? இருக்கட்டும் விடுங்கள். வயலின் வாசிப்பதில் முனைப்பாக இருந்தபடியால் நீங்கள் இடம் பெற வேண்டிய மீட்டிங் செல்லத் தாமதமாகிவிட்டதென்றால், ஆகட்டும், விட்டுவிடுங்கள். உங்கள் மேஜை சுத்தமாக இல்லையென்றாலும் சரி, உங்கள் உடை அலமாரி 'பளிச்' என்றுகாட்சியளிக்காவிட்டாலும்சரி,வானம் இடிந்துவிழாது. உங்கள் படுக்கையறையைச் சுத்தமாகவும் கச்சிதமாகவும் வைத்துப் பராமரிப்பதும், உங்கள் குளியலறையை அப்பழுக்கற்று வைத்துப் பராமரிப்பதும்தான் உங்கள் வாழ்க்கையின் லட்சியமா என்ன?!

உறவுகளுக்கும் இது பொருந்தும். உங்களைச் சுற்றியுள்ளோர் மகிழ்ச்சியாக இருக்க வேண்டும் என்பதற்காக மிகவும் பிரயத்தனப்படாதீர்கள். தான் கௌரவிக்கப் படவேண்டும் என்ற எதிர்பார்ப்பில் உள்ளவர்களைத் திருப்திப்படுத்த முனைவதைத் தவிருங்கள். நீங்கள் எவருக்கும் கடமைப்பட்டவர் இல்லை. நீங்கள் ஒரு அசுரன். நீங்கள்தான் பிரதானம். வேறு எவரும், எதுவும் பொருட்டல்ல. உங்கள் அக்கறை உங்கள் மீதே பரவிப் படியட்டும்.

நீங்கள் நியாயமாக அடைய விரும்பும் லட்சியங்களுக்கும், நிறைவற்ற மனநிலைக்கும், அதைச் சார்ந்து எழும் பொறாமை உணர்வுகளுக்கும் கூட, (இதைப் பற்றி இந்தப்

புத்தகத்தில் பின்னர் பார்க்கலாம்) வரையறை எதுவும் தேவையில்லை.

4. நீங்கள் நிறைவாக உணர்ந்தால், உங்கள் லட்சிய வேட்கையை மறுபரிசீலனை செய்வதற்கும், உங்கள் முயற்சியைத் தீவிரப் படுத்துவதற்கும் இதுவே தருணம்

நீங்கள் நிறைவாக உணரும் அதே நாளில் உங்கள் வளர்ச்சியும் தடைபட்டு நின்றுவிடும். அது, மற்றொரு லட்சிய வேட்கையைக் கண்டறிந்து, வாழ்க்கையை மேலும் சுவாரஸ்யமாக்கிக்கொள்ள, அதை நோக்கி நகர வேண்டியதற்கான சமிக்ஞை. என்றாவது ஒரு நாள், எழுதுவதில் எனக்குத் திருப்தி ஏற்படும் பட்சத்தில் அன்றே புத்தகங்கள் மற்றும் திரைக்கதை எழுதுவதை நிறுத்திவிடுவேன்.

ஆகவே, வாழ்க்கையில் அனைத்தும் நிறைவாகவே நடந்தது என்கிற நினைப்பு உங்களுக்குத் தோன்றும் நேரத்தில் இந்தக் கேள்வியை உங்களை நீங்களே கேட்டுக்கொள்ளுங்கள்: 'நான் வெகுவாக அக்கறை செலுத்தி மேம்படுத்த வேண்டிய ஏதேனும் உள்ளதா?' உங்கள் உள்மனது 'ஆம்' என்று சொன்னால், உடனடியாக உங்கள் நிறைவின்மையை சீர்ப்படுத்தி, உங்கள் குறிக்கோளை நோக்கி இன்னும் சிறப்பாகச் செயல்படத் துவங்குங்கள்.

நிறைவின்மையும், கோபமும் இரண்டறக் கலந்து பரிமளிக்கும் அந்த நேரம்தான் அசுரர் பாதையின் அடுத்தக் கட்டத்தை நோக்கி நீங்கள் அடியெடுத்து வைக்க வேண்டிய தருணம்.

போலி உபதேசம் 3

காமம் தவிர்த்தல்

காமம் அல்லது இச்சை என்பது வாழ்வுக்கான ஒரு வேட்கை. ஆசை என்பது வாழ்க்கையின் இயக்கத்திற்குத் தேவையானதொரு ஊக்கசக்தி. ஜீவராசிகள் அனைத்திலும் இச்சையும் காமமும் படைப்பின் பரிணாமத்தில் இன்றியமையாததொரு ஊற்றுக்கண். அதுவே சிருஷ்டியின் ஆதாரம். ஆயினும், போதனையாளர்கள் பலரும் வழங்கும் உபதேசம் என்ன? 'எவற்றின் மீதும் இச்சை கொள்வது தவறு, ஆசை துன்பத்தை விளைவிக்கும், கடமையைச் செய், பலனை எதிர்பாராதே' என்றுதானே!

நம் குடும்பங்களில் வயது மூத்தவர்கள் இருந்தால் அவர்களும் அதையேதான் சொல்வார்கள். நாம் பல்வேறு அசுர குணங்களைப் பற்றிச் சொல்லி வளர்க்கப்பட்டிருக்கிறோம். காமம், ஆசை, வேட்கை, இச்சை என்பதெல்லாம் தீய குணங்கள் என்பதாகவும், அவைகளை மற்றவரின் வசதிக்காகவும், அவரவர் விருப்பு–வெறுப்புகளுக்காகவும் அடக்கி ஆள வேண்டும் என்பதாக சொல்லி வளர்க்கப்பட்டிருக்கிறோம்.

காமத்தை விட்டொழிக்க வேண்டி ராம நாமத்தை ஜபிப்பது நல்லது என்று ராமானுஜ ஆச்சாரியார் உபதேசித்திருக்கிறார். சரி, காமத்தை விட்டொழிப்பது என்பது ஏற்கத்தக்கதுதானா, அது சாத்தியம்தானா?

இந்த அத்தியாயத்தை ஒரு கதையுடன் துவங்கலாம். இது, சாமவேதத்தில் சாந்தோக்ய பிராமணத்தில் பதிக்கப்பட்ட சமஸ்கிருத

உரையான சாந்தோக்ய உபநிஷதத்தில் கூறப்பட்டுள்ள கதையாகும்.

அசுரர்களுக்கும் தேவர்களுக்குமான பிரம்மனின் உபதேசம்

குறிப்பிடத்தக்க ஒரு நல்ல நாளில், தம் தேவ நித்திரையிலிருந்து விழித்தெழுந்த பிரம்மதேவன், சுற்றிலும் பார்வையை வீசினார். முடிவும் எல்லையும் அற்ற அண்டசராசரத்தையும், வானத்தில் பளிச்சிடும் நட்சத்திரங்களையும் கண்ட அவர் மனதை ஒருவிதத் திருப்தி ஆட்கொண்டது. செயற்கரிய செயலைச் செய்துள்ளேன் என்று ஆனந்தம் அடைந்தார். இவ்வாறாக அவர் படைத்த அனைத்தையும் பார்வையிட்டுக்கொண்டிருந்த சமயத்தில், அவருடைய எண்ணிலடங்கா புத்திரச்செல்வங்களில் இருவர் மட்டும் அவரைக் காண வந்தனர். புராணங்களில், அசுரர்களும் தேவர்களும், பிரம்மதேவனின் பௌத்திரர்களும் (பேரன்–பேத்திகள்), காஷ்யப ப்ரஜாபதியின் புத்திரர்களும் ஆவர்.

தன் வெண்ணிற தாடியைத் தடவியவாறே, அசுரர்களில் மூத்தவனான விரோசனனையும் தேவர்களில் மூத்தவனான இந்திரனையும் நோக்கிப் புன்னகை புரிந்தார்.

அவர்களைக் குசலம் விசாரிக்கும் முன்னரே இந்திரனாகப்பட்டவன் திருவாய் மலர்ந்தருளினான்: "தந்தையே, எங்கள் வாழ்க்கை நிறைவுடையதாக இல்லை. விரும்பியது கிடைக்கவில்லை," என்றான். "ஆமாம், வாழ்க்கை அர்த்தமற்றதாகவே உள்ளது," என்று வழிமொழிந்தான், விரோசனன்.

"சரி, புதிதாக எதுவும் இல்லையா?" என்று புன்னகை மாறாமல் வினவினார், பிரம்மதேவன். காலச்சுழற்சியில் படைத்தல் எனும் தம் கடமையைத்தான் அவர் தொடர்ந்து செய்துகொண்டிருக்கிறாரே! நான்கு யுகங்கள் அடங்கிய ஒவ்வொரு மஹாயுகத்திலும் அவருடைய புத்திரர்கள் இதற்கு ஒப்பான கேள்விகள் கேட்டு அதற்கேற்ற பதில்களைப் பெற்றவர்கள்தான். ஆனால், இந்திரக்கோ,

விரோனுசனுக்கோ, தம் பூர்வ ஜன்மங்கள் நினைவிலிருக்க வாய்ப்பில்லை. சிருஷ்டி, ஸ்திதி, மற்றும் சம்ஹாரம் எனப்படும் கடந்தகாலம், நிகழ்காலம், மற்றும் எதிர்காலம் என்பது, காலச்சக்கரத்தின் அங்கமாகிய மூன்று தாங்குக் கழிகளின் சுழற்சி என்பதை அவர்கள் அறிந்திருக்கவில்லை. அளவற்ற வல்லமை கொண்ட சக்தி எனப்படும் பேராற்றலுடன் சுழலும் காலச்சக்கரத்தின் இடைவிடா இயக்கத்தில் வாழ்க்கை என்பது தோன்றி மறையும் ஒரு புள்ளி போன்றதுதான். தொடர்ந்து ஒலிக்கும் இந்தக் காலச்சக்கரத்தின் ரீங்காரம்தான் 'ஓம்' எனும் பிரணவ மந்திரம் என்பது மகரிஷிகளின் வாக்கு. இதை தேவர்களோ, அசுரர்களோ அறியமாட்டார்கள்.

"உய்வடைந்த ஜீவன்களுக்கு இணையாக, சோகம், மூப்பு, மற்றும் மரணம் போன்ற வாழ்க்கை நியதிகளிலிருந்து எங்களுக்கும் உய்வு வேண்டும். இந்த நிலை பெற்றவர்கள் அனைத்துலகத்தையும் ஆளும் பேறு பெற்று, விரும்பும் அனைத்தையும் பெறும் பாக்கியம் படைத்தவர்களாவார்கள் என்று தாங்கள் கூறினீர்களே," என்றான், இந்திரன்.

"ஆமாம், அப்படித்தான் கூறினேன், மகனே. ஆனால் உங்களில் யாருக்கும் அதற்கான பக்குவம் இல்லை. அது போன்ற உய்வு நிலை கோடியில் ஒருவருக்கு மட்டுமே உரித்தாகும். ஆகவே, உங்களுக்குரிய வாழ்க்கையை ஆனந்தமாக வாழுங்கள்," என்று பிரம்மதேவன், வாத்ஸல்யத்துடன் தன் புத்திரர்களை நோக்கிப் பகர்ந்தார். பிடிவாதம் குன்றாமல் மறுத்து நின்றனர், புத்திரர்கள் இருவரும். அனைத்துலகத்தையும் ஆளவும், அனைத்து இன்பங்களையும் துய்க்கவும் எவருக்குத்தான் பேராசை தோன்றாது? முடிவற்ற இன்பத்தை அடையும் ரகசியத்தை அறிந்துகொள்ள விரும்பிய அவ்விருவரையும் முப்பத்திரண்டு வருடங்கள் காத்திருக்கும்படி சொன்னார், பிரம்மதேவர். சலிப்புடன் ஒப்புக்கொண்டனர், புத்திரர் இருவரும். அவர்களுக்குப் பொறுமை இல்லையென்றாலும், தம் தந்தையை வலியுறுத்தத் துணிவின்றிக் காத்திருந்தனர். படைப்புக் கடவுளாகிய பிரம்மா முப்பத்திரண்டு

பிரம்ம வருடங்கள் கொண்ட தம் தவம் பொதிந்த உறக்கத்துக்குச் சென்றார். தவக்கனவில் திளைத்து புதிய உலகங்களையும் அகிலங்களையும் படைத்தார். அந்தக் காலச்சுழற்சியின் முடிவில் கண்விழித்து, தான் எழுவதற்காகக் காத்திருக்கும் தன்புத்திரர்களை மாறாப் புன்னகையுடன் நோக்கினார். அவர்களின் பொறுமையின்மைக் கண்டு நமுட்டுச் சிரிப்புச் சிரித்தவர், ஒரு குடுவையில் தண்ணீர் கொண்டுவருமாறு இருவரையும் பணித்தார். புத்திரர்கள் இருவரும் வேண்டாவெறுப்பாக ஒரு குடுவை நிறையத் தண்ணீர் கொண்டு வந்தனர்.

"குனிந்து பாருங்கள், என்ன தெரிகிறது, இதற்குள்ளே?" என்று கேட்டார், பிரம்மதேவன், தன் கண்களை மூடி, மூச்சை இழுத்தவாறே. புத்திரர்கள் இருவரும் குனிந்து பார்த்தனர், ஒருவர் பின் ஒருவராக. "என் முகம்தான் தெரிகிறது" என்றான், அசுர புத்ரன், குழப்பத்துடன். "இது பெரிய புதிரா, என்ன? கண்ணாடியைப் பார்த்தாலும், தண்ணீருக்குள் எட்டிப் பார்த்தாலும், நம் பிம்பம்தான் தெரியும், வேறென்ன தெரியும்?" என்று எகத்தாளமாகக் கேட்டான்.

இந்திரனும் அவ்வண்ணமே வழிமொழிந்தான்.

"அப்படியா? சரி. இப்போது புறப்பட்டுப் போய் உலகத்தைச் சுற்றி வாருங்கள். உங்கள் சாதுரியத்தையும் விவேகத்தையும் பயன்படுத்தி, நெற்றி வியர்வை நிலத்தில் வீழ உழைத்து, விலை மதிப்பற்ற ஆடை ஆபரணங்களை வாங்கி வாருங்கள். வந்த பின், மீண்டும் இந்தக் குடுவையில் உள்ள நீரைக் குனிந்து பாருங்கள்," என்றார் பிரம்மதேவன்.

தன் தந்தையின் சொற்களால் அதிருப்தியும் குழப்பமும் அடைந்தாலும், எதிர்ச்சொல் பேசத் துணிவின்றி, புத்திரர்கள் இருவரும் புறப்பட்டனர்.

சிலகாலம் கழித்துத் திரும்பி வந்தனர், புத்திரர்கள் இருவரும், தாம் ஈட்டிய விலை உயர்ந்த ஆபரணங்கள், கண்கவர் ஆடைகள் மற்றும் அபரிமிதமான செல்வங்களுடன். அவர்கள் வைத்துவிட்டுப்

போன அதே குடுவையை மீண்டும் அவர்களின் எதிரில் வைத்து, "இப்போது பாருங்கள், உங்கள் முகத்தை," என்றார், பிரம்மதேவன்.

"அட! நானா இது?" என்று வியந்து புன்னகைத்தான், விரோசனன். இந்திரனாகப்பட்ட மற்ற புத்திரனும் சற்றே நெளிந்து இளித்தான்.

பிரம்மதேவன் சொல்லவந்தது என்ன?

"அது வெறும் பிம்பமல்ல, உங்கள் நிஜ ஸ்வரூபம் இதுதான். விலை மதிப்பற்ற ஆபரணங்கள், பகட்டான ஆடைகள், அவற்றைச் சொந்தமாக்கிக்கொண்ட புளகாங்கிதத்தில் வெளிப்படும் புன்னகை. இதுதான் ஆசையின் வெளிப்பாடு. அந்த ஆசையின் மொத்த உருவமே, நீங்கள்தான். அதை நிறைவேற்றிக்கொள்ள எடுத்த முயற்சியின் வடிவமும் நீங்கள்தான். அதன்மூலம் வெளிப்படும் அந்தப் புன்னகைக்கீற்றின் பிரதிபிம்பமும் நீங்கள்தான். அதில் பிரதிபலிக்கும் வெற்றிக்களிப்பின் எக்களிப்பும் நீங்கள்தான். எதுவாக, எவ்வாறாக இருக்க வேண்டும் என்ற தகுதியுடன் காட்சியளிக்கும் உங்கள் நிஜ ரூபம் இதுதான். உங்கள் விருப்பம் எதுவோ, அதுதான் நீங்கள்," என்பதுதான் பிரம்மதேவனின் கூற்று.

இதில் தெளிவாகவும் ஆழமாகவும் ஒன்றைக் கவனிக்க வேண்டும். 'நீங்கள் எதுவாக, எவ்வாறாக இருக்கத் தகுதியுடையவரோ, அதுவாக, அவ்வாறாக, நீங்கள் இல்லை. அப்படி இருக்க ஆசைப்படுபவராக மட்டுமே நீங்கள் இருக்கிறீர்கள். ஆசையை முடுக்கி முறையாகப் பிரயோகித்தால் மட்டுமே நீங்கள் எதுவாக, எவ்வாறாக இருக்கத் தகுதி படைத்தவரோ, அதுவாக, அவ்வாறாக மாறி வாழ முடியும்.

விரோசனனுக்கு, தந்தை கூறிய வார்த்தைகளின் தாக்கத்தால், உள்மனதில் ஏதோ ஒரு பேருண்மை புலப்பட்டது. அவன் அதுகாறும் கொண்டிருந்த நம்பிக்கை அதுதானே! பிரம்மதேவனின் வார்த்தைகள் அவன் நம்பிக்கை ஊற்றை உறுதிப்படுத்திப் பீறிட வைத்தன. ஒரு பக்கம் வருத்தமாகவும் இருந்தது. தன்னுடைய விருப்பத்தையும் நம்பிக்கையையும் நிறைவேற்றிக்கொள்ளாமல்,

தன் வாழ்வின் முப்பத்திரண்டு வருடங்களை வீணாகக் கழித்து விட்டோமோ என்று வேதனையுற்றான். உடனடியாகத் தன் தந்தைக்கு நன்றி தெரிவித்துவிட்டு அங்கிருந்து அகன்று தன் வர்க்கத்தினரைச் சந்திக்க விரைந்தான். வாழ்க்கையை மகிழ்ச்சியுடன் அனுபவிக்க வேண்டும் என்ற எண்ணம் அவன் மனதில் வேரூன்றியிருந்தது. அசுர குலத்தைச் சார்ந்த தன் விருப்பங்கள், ஆசைகள் நியாயமானவை என்றும் அவற்றை அடைந்திட எவ்விதத்திலும் முனைந்து செயல்படலாம் என்றும் தன் தந்தையாகிய பிரம்மனே உறுதிப்படுத்திவிட்டாரே! இதை தன் வர்க்கத்தினரிடம் எடுத்துச் சொன்னான், விரோசனன். அனைவரும் குதூகலத்துடன் ஆர்ப்பரித்தனர். அவர்களிடையே விரோசனன் ஒரு ஆதர்ஷ புருஷனாகக் கொண்டாடப்பட்டான். உலகம் ஒரு மாயை, நம் கண்ணால் காண்பது அனைத்தும் பொய், அதைத் தாண்டிய நிஜம் ஒன்று உள்ளது என்ற எண்ணம் கொண்டவர்களைப் பார்த்து நகைத்தது, அசுர வர்க்கம். வாழ்க்கையின் மேல் அவர்கள் கொண்டிருந்த அபிப்ராயம் கண நேரத்தில் மாறியது. எதையும் பெறலாம், அனுபவிக்கலாம், எதுவும் சுலபம் என்ற களிப்பு அவர்களிடையே நிலவியது. விரும்பிய உணவு, பானங்கள், மற்றும் இன்பம் துய்ப்பது மட்டுமே அவர்களின் அன்றாட வாழ்வின் நடமுறையாயிற்று.

தன் சுகம், தன் விருப்பம், தன் இச்சை எனும் ரீதியிலான சுயநலப் பற்று மட்டுமே அன்பு, பாசம், காதல் எனும் உணர்வுகளுக்கான ஒட்டு மொத்த வடிவம் என்று விரோசனன் தன் வர்க்கத்தினரிடம் திட்டவட்டமாகத் தெரிவித்தான். அங்கு கொண்டாட்டம் துவங்கிக் களைகட்டியது. இனி வாழ்க்கை முழுவதும் என்றென்றும் களிப்பும் கோலாகலமும்தான் என்றும், மாயை, எதுவும் அற்றது, நிலையற்றது போன்ற சலிப்பும் அவநம்பிக்கையும் தரும் சித்தாந்தங்களுக்கு இந்தக் கணத்திலிருந்து இடமில்லை என்றும் குதியாட்டம் போட்டனர். மோட்சம், மரணத்திற்குப் பின் ஜீவன், மறுபிறப்பு, சொர்க்கம், நரகம், ஆத்மா போன்ற அர்த்தமற்ற நம்பிக்கைகளுக்கு இனி இடமில்லை; இன்று, இந்த நிமிடம், இந்தக் கணம், இப்போது

எதைக் காண்கிறோமோ, எதை அடைகிறோமோ அதுவே நிஜம், அதுவே வாழ்வின் யதார்த்தம் என்ற தீர்க்கமான முடிவுடன் "இதிஸ்திதி" அதாவது, "இதுதான் இப்போது" என்று கூவி, ஆரவாரம் செய்தனர். இவ்வாறாக, அசுரர்களின் வாழ்க்கையின் புதிய பரிமாணம் நடைமுறைக்கு வந்தது.

ஆனால், இந்திரனின் மனம் இந்த விளக்கத்தை ஏற்கவில்லை. ஆகவே, வாழ்க்கைக்கு வேறு ஏதேனும் அர்த்தம் இருந்தாக வேண்டுமே என்பதாக பிரம்மதேவனை நோக்கிக் கேள்வி எழுப்பினான். அதற்கு பிரம்மதேவன், இந்தக் கேள்விக்கு நிதர்சனமான பதில் பெற அவன் இன்னும் நூற்று ஐந்து தேவ வருடங்கள் காத்திருக்க வேண்டும் என்று கூறினார். இலவு காத்த கிளியாகக் இந்திரன் காத்திருந்த அந்த காலம் முழுவதும் அசுரர்களாகப்பட்டவர்கள், வாழ்க்கையை அணு அணுவாக ரசித்து, ருசித்து, மகிழ்ந்து கொண்டாடிக் களியாட்டம் போட்டுக் கொண்டிருந்தனர்.

முப்பத்திரண்டு வருடங்களுக்கொரு முறை பிரம்மதேவன் தன் உறக்கத்திலிருந்து விழித்தெழுந்து, தன் பதிலுக்காகக் காத்திருக்கும் தன் மகன் இந்திரனுக்கு சிறிது விளக்கம் அளித்துவிட்டு மீண்டும் உறக்கத்துக்குச் சென்றுவிடுவது தொடர்ந்தது. அவர் அளித்த எந்த விளக்கமும் இந்திரனுக்கு திருப்தியளிக்கவில்லை. ஏனெனில், அவன் எதிர்பார்த்த பதிலும் விளக்கமும் இன்னும் கிடைத்தபாடில்லை.

இறுதியாக, நூற்று ஐந்து தேவ வருடங்களின் முடிவில், பிரம்மம் எனப்படும் காலச்சுழற்சியின் நியதிகளுக்கு அப்பாற்பட்ட பேருண்மையை, பிரம்மதேவன், இந்திரனுக்கு எடுத்துரைத்தார். அவர் அருளிய உபதேசத்தைச் சிரமேற்கொண்ட இந்திரனாகப்பட்டவன் அதன் மூலம், தான் விரும்பிய அனைத்தையும் அடைந்து மகிழும் பேராற்றல் பெற்றுத் திகழ்ந்தான் என்று சாந்தோக்ய உபநிஷதத்தில் கூறப்பட்டிருந்தாலும், என் பார்வையில் அது ஏதோ ஒரு தலைப்பட்சமாக, பூரண விளக்கம்

அளிக்கப்படாமல், அவசரகதியில் முடிக்கப்பட்டிருப்பதாகவே தோன்றுகிறது. உத்தேசமாகச் சொல்லவேண்டுமானால், அந்த தேவ ரகசியத்தை, அந்தப் பேருண்மையை, எடுத்துச் சொல்வதென்பது பிரம்மப் பிரயத்தனம் செய்தாலும் முடியாத காரியம் என்றுணர்ந்து, ஏதோ இந்திரனே, தன் நுண்ணறிவை உபயோகித்து அதன் உட்பொருளை அறிந்து தனது விருப்பத்திற்கிணங்க, அனைத்தையும் பெற்று மகிழ்ந்தான் என்பதாக சாந்தோக்ய உபநிஷதத்தில் இக்கதை சொல்லப்பட்டிருப்பதாகத் தோன்றுகிறது. நிற்க, இக்கதையில் கூறப்பட்டிருப்பது போல், அப்படியொன்றும் இந்திரன் தான் நினைத்தையெல்லாம் அடைந்ததாகச் சொல்ல முடியாது. ஏனெனில் ஏனைய மனிதப் பிறவிகள் போலவே, அவனும் வாழ்வின் இன்ப துன்பங்களுக்கு ஆளானவன்தான் என்று பல புராண இதிகாசக் கதைகளின் சிற்சில சம்பவங்கள் மூலம் அறியப்படுகிறது. அதனாலோ, என்னவோ, அவனும் அசுரர்களுக்கு ஒப்பானவன்தான் என்று சொல்லப்படுவதும் உண்டு.

ஆசையைத் தவிர்த்தல் ஏன் பயனற்றது

இன்றைய காலகட்டத்திற்கேற்ற சிந்தனைக் கண்ணோட்டத்தில் பார்க்கும்போது, எப்படிப்பட்ட உண்மையை இந்திரன் அறிந்துகொண்டான், அதனால் அவனுக்குக் கிடைத்த பயன் என்ன என்ற வியப்புதான் எழுகிறது. அசுர புத்திரனும், இவனுடைய ஒருவழிச் சகோதரனுமான விரோசனனின் வாழ்க்கையுடன் இவனுடைய வாழ்க்கையை ஒப்பிடும்போது, அப்படியொன்றும் குறிப்பிடத்தக்க வித்தியாசங்கள் ஏதும் புலப்படவில்லை. சொல்லப்போனால், இந்திரன், இலவு காத்த கிளியாக எதையோ எதிர்பார்த்துக் காத்திருந்து நூற்று ஐந்து வருடங்களை வீணடித்துவிட்டான் என்றே சொல்லலாம்.

ஆம். இவனைவிட விரோசனன் புத்திசாலி. ஆசைகள் இயல்பானதுதான் என்பதை ஏற்றுக்கொண்டு இன்பமான வாழ்க்கை வாழத் தலைப்பட்டான். அவனுடைய விருப்பங்கள் மற்றும் தேவைகள் என்னென்ன என்பதைத் தெளிவாகப் புரிந்துகொண்டு

அதன்படி சிறப்புற நிறைவான வாழ்க்கை வாழ்ந்தான். இதற்கு மாறாக, இந்திரனாகப்பட்டவன், தயங்கி, தவித்து, காத்திருந்து எதையோ அடைய முற்பட்டாலும், எதுவும் அவன் விரும்பியபடி நிறைவாக அமையவில்லை என்பதுதான் உண்மை. ஆசைகளையும் விருப்பங்களையும் தவிர்ப்பது சுவாசக் காற்றைத் தவிர்ப்பதற்குச் சமம். வாழ்வதற்கான அடிப்படை ஆதாரம் சுவாசக் காற்றுதானே! அதே போன்று, இச்சைக்கும் வேட்கைக்கும் உரியவனாகிய காமதேவன் எங்கும் நிறைந்தவனாகத் திகழ்கிறான்.

இருப்பினும், பொதுவாக நமக்கு உபதேசிக்கப்படுவது என்ன? "ஆசைதான் தீமைக்கும் அழிவுக்கும் வழிவகுக்கும் ஆணிவேர்" என்ற ரீதியில் புத்தரின் போதனைக்கு ஒப்பான பல போதனைகள் நம் மீது திணிக்கப்படுகின்றன. காமம், அதாவது இச்சை அல்லது வேட்கை என பலவிதங்களில் சொல்லப்படும் அதீத ஆர்வம், நம்முடைய பல புராணங்களில் அந்தந்த சந்தர்ப்ப சூழ்நிலைகளுக்கேற்ப தவறானதாகவும் தீமை விளைவிக்கக் கூடியதாகவும் சித்தரிக்கப்படுகின்றது. உடலுறவின் நுணுக்கங்களை விளக்கும் புகழ் பெற்ற படைப்பு காமசூத்திரம். இதன் தலைப்பே ஒரு தவறான புரிதலுக்கு வலு சேர்க்கும் வகையில் உள்ளது. ஆனால், காமம் என்பது வெறும் உடல் இச்சை சார்ந்ததல்ல. வாழ்வில் எல்லா இன்பங்களையும் நன்மைகளையும் அடைவதற்கான அதீத ஆர்வம் என்பதே இதன் உட்பொருள். அதில் காமமும் ஒன்று. வாழ்க்கையில் வெற்றியடைந்த பலரின் கதைகளைக் கூர்ந்து கவனியுங்கள், அவர்களின் அதீத ஆர்வமே இதற்கான மூலகாரணம்.

சற்று முன்பு சொன்னது போல், வேட்கையை மறுதளிப்பது மூச்சுக்காற்றை மறுதளிப்பது போன்றதுதான். ஒவ்வொரு சுவாசத்திலும் வாழ்வுக்கான வேட்கை பொதிந்துள்ளது. நம் பாரம்பரியம் மற்றும் கலாச்சாரம் சார்ந்த பல வாழ்வுமுறை விளக்கங்களில் வேட்கை அல்லது ஆசை என்பது கட்டுப்படுத்த வேண்டியது அல்லது மறுதளிக்க வேண்டியது என்பதாகத்தான் வலியுறுத்தப்பட்டுள்ளது. ஆனால், பாருங்கள், இச்சைக்கான

தேவனாகிய காமதேவன் எங்கெங்கும் வியாபித்துள்ளதாகவே சித்தரிக்கப்படுகிறான். நம்மிடையே போற்றுதலுக்குரியவையாக ஏற்றுக்கொள்ளப்பட்ட சில பாசுரங்கள், கிருஷ்ணனின் மீது ராதை கொண்ட காமத்தை மையமாகக் கொண்டு இயற்றப்பட்டுள்ளது. ஆசையின்றி தர்மம் இல்லை. நமது உரிமைகளையும் நீதியையும் நிலைநாட்டுவதற்கான அடிப்படைத் தேவையே ஆசையும் ஆர்வமும்தானே! ஆர்வமும் முனைப்பும் இன்றி செல்வமும் இல்லை, அதை அடைவதற்கான அர்த்தமுள்ள வழியும் இல்லை. ஆசைகளிலேயே பேராசை என்பது மோட்சத்தை அடைவதுதான். ஆகவே, உய்வடைவதற்கான அடிப்படை ஆதாரமே பேராசைதான்.

மோட்சத்தை அடைவதற்கான ஆசைதான் அனைத்து ஆசைகளைக் காட்டிலும் சுயநலம் வாய்ந்ததா என்ற கேள்வி எழலாம். சரி, எந்த வகையான ஆசை பெரிது? சாதாரண மனிதப் பிறவிகளான நம்முடைய ஆசைகளும் எதிர்பார்ப்புகளும் எதைச்சார்ந்திருக்கும்? பணம், புகழ், நல்ல உத்தியோகம், நல்ல வாழ்க்கைத்துணை, நல்ல நட்பு, இவையெல்லாம் அடங்கிய நியாயமான ஆசைகள்தானே? ஆனால், இவையெல்லாம் மோட்சநிலை அடைய வேண்டும் என்ற அந்த உச்சபட்ச ஆசைக்கு முன் எம்மாத்திரம்?

புத்தர் ஆசையை வென்றாரா?

ஆசை என்பது கட்டுப்படுத்தப்பட வேண்டிய ஒரு குணாதிசயம் என்று காலம் காலமாக நாம் அறிவுறுத்தப்பட்டிருக்கிறோம் என்றாலும் ஆசையை வென்றவர் எவரும் இலர். சரி, புத்தர் ஆசையை வென்றாரா, என்று நீங்கள் கேட்கலாம். சற்றே ஆற அமர யோசித்துப் பாருங்கள். போதி மரத்தடியில் புத்தருக்கு ஞானம் பிறந்ததல்லவா? ஞான நிலையை அவர் உத்வேகத்துடன் நாடியதனால்தானே அது நிகழ்ந்தது! ஆசையே துக்கத்திற்கான காரணம் என்பது அவருடைய தலையாய போதனைகளில் ஒன்று. ஆனால் பாருங்கள், அவர் அடைந்த அந்த ஆன்மீக நிலைக்குக் காரணம் அதை நோக்கிய அவருடைய அதீத ஆசைதானே! அதுதானே பலரை அவர்பால்

ஈர்த்தது! இந்த உயரிய நோக்கம்தானே அவருடைய தனிப்பட்ட வெற்றியைக் காட்டிலும் மற்றவர்களுக்கான ஒரு புனித சேவையாக உருவெடுத்தது!

தாம் கண்டறிந்த மெய்ஞானத்தை ஒவ்வொருவரும் அறிந்திட வேண்டும், அதனால் அவர்கள் வாழ்க்கையில் தெளிவு பெற வேண்டும் என்று அவர் விரும்பினார். ஞானத் தெளிவு பெறுவதற்கான எட்டு போதனைகளை வகுத்து அதை உலகெங்கும் பரப்பிட வேண்டும் என்று பிரயத்தனப்பட்டார். அவருடைய புனித சேவை நோக்கமாக இந்த போதனைகள் உருவெடுத்தன. அதன்பின் புத்த சங்கம் தோன்றியது. இவையனைத்தும் ஆசையினால் விளைந்ததுதானே! ஆம்! புத்த சங்கம் நிறுவப்பட்டு, அவருடைய போதனைகள் உலகையே ஈர்க்கும் அளவுக்குப் பரவிப் புகழ் பெற்றதற்கான காரணம் புத்தரின் ஆசைதான். ஆசையின் வல்லமை, ஒரு தனி மனிதருக்கு மட்டுமின்றி உலகம் முழுவதும் பலரை ஈர்த்து, அவர்களுக்கும் பலனளிக்கும் விந்தையைப் பாருங்கள்! இதில் துன்பத்திற்கான சுவடுகள் உள்ளதா என்றால், ஆம், ஏனைய மதங்கள் போலவே இதிலும் உள்ளது. இதில் இன்பத்திற்கான சாத்தியங்கள் உள்ளதா என்றால், ஆம், ஏனைய மதங்கள் போலவே இதிலும் உள்ளது. இதுதான் வாழ்க்கை. ஆசையின் அத்தனை அம்சங்களும் இன்பத்தையும், துன்பத்தையும், மற்றும் வாழ்க்கையின் இதர பரிமாணங்கள் அனைத்தையும் வழங்கியே தீரும்.

இதற்கு மாற்றாக, தாம் ஆசையைக் கட்டுப்படுத்துவதாக எவரேனும் கூறும் பட்சத்தில், அதுவும் அவர்களுடைய ஆசையின் ஒரு அங்கம்தானே! புத்தர் ஞானநிலை அடைந்ததற்குக் காரணம், அந்த நிலை அடைவதற்கான அவருடைய ஆசைதானே! ஆசைதான் துக்கத்திற்குக் காரணம் என்றால், அவர் அடைந்த ஞானத் தெளிவு அவருக்கு துக்கம் விளைவித்ததா என்னே? ஞானத் தெளிவு பெற்ற துறவிகள், அதை ஒரு பேரின்ப நிலையாகவே கருதுகிறார்கள். ஞானத் தெளிவு பெறும் வேட்கை இருப்பின், அது ஒருவரை பேரின்ப நிலை அடைவதற்கான பாதையில் அழைத்துச் செல்லும்

எனில், ஆசையே துன்பத்திற்குக் காரணம் என்ற விவாதத்திற்கு சிறிதும் இடமில்லையல்லவா?

மேலும், ஞானத் தெளிவு, நிர்வாண நிலை, மோட்ச நிலை, உய்வு நிலை, சொர்க்கம் என்ற பல்வேறு உயர்நிலைகளை அடைவதற்கான வேட்கை, அவற்றை அடைய வழி வகுக்கிறது என்றால், ஆசை, பேரின்பத்தை நோக்கி அழைத்துச் செல்கிறது என்றும் சொல்லலாம் அல்லவா? புத்தருடைய ஆசை மிகப் புனிதமானது, உயர்வானது, ஆகவே அத்தகைய ஆசை மேன்மையானது என்ற கருத்து எழலாம். சரி, எது மேன்மையானது எது மேன்மையானதல்ல என்பதை யார் முடிவு செய்வது? ஆசை என்பது நன்மையா தீமையா என்று குறுகிய கண்ணோட்டத்துடன் அணுகுவதை விட, அதை நியாயமான முறையில், ஒரு உயரிய நோக்கத்துடன், ஒரு தீர்க்கமான புரிதலுடன் அணுகுவது நன்மை பயக்கும் என்று இனம் பிரிப்பது ஏற்கத்தக்கதாகும். ஏதோ ஒரு சிலர் ஆசையெனும் ஆயுதத்தை சரியான முறையில் பயன்படுத்தத் தெரியாமல் கையாள்வதால், அதை நிர்தாட்சண்யமாக ஒதுக்கிவிடுவது நியாயம்தானா? அது அறவே சாத்தியமில்லை என்றாலும், அத்தகைய விவாதம் ஏற்கத்தக்கதல்ல. தம்முடைய ஆசையை சரியாக வழிமுறைப்படுத்தாமல் அணுகிய காரணத்தால், தாம் விரும்பியதை சிலர் அடைய முடியாமல் போயிருக்கலாம். ஆனால், நம்மில் பலர் அதை செவ்வனே பயன்படுத்தி, சமயோசிதமாகக் கையாண்டு, தாம் விரும்பியவற்றை அடைந்ததுண்டு. மனித சரித்திரத்தில் இதற்கான சான்றுகள், பலவற்றைக் காணலாம். ஆசை என்பது நிரந்தரம். மனித வாழ்க்கை நிலைத்திருக்கும் வரை அதுவும் நிலைத்திருக்கும். ஆசை நிலைத்திருக்கும் வரை மனித வாழ்க்கை நிலைத்திருக்கும்.

பிரம்மச்சரியம் மேற்கொண்டு, நெடுங்கால தவம் புரிந்த விசுவாமித்திரர், பராசரர் போன்ற மஹா முனிவர்கள் கூட, மேனகை, சத்யவதி போன்ற அப்சரஸ்களைச் சந்தித்தபோது இச்சையைக் கட்டுப்படுத்த முடியாமல் காம வலையில் வீழ்ந்தனர்.

இதனால், அவர்களுடைய தீட்சண்யத்தின் வீரியமோ, துறவு நிலையின் மேன்மையோ எந்தவிதத்திலும் குறைந்தது அல்ல. ஆயினும், காமம் என்பது வாழ்க்கையின் இயல்பான ஒரு நியதி. இச்சையும் வேட்கையும் இன்றிப் பிறந்தவர் எவரும் இலர். அதனை மறுதளிப்பதோ, கட்டுப்படுத்துவதோ இயற்கைக்கும் அதன் ஆற்றலுக்கும் எதிரானது. எல்லாம் வல்ல இறைவனாகிய பரமசிவனே மன்மத அம்பின் குறியிலிருந்து தப்ப முடியாதபோது, ஒரு அரசனாக இருந்து பின்னர் முனிவராக மாறிய, தான் எம்மாத்திரம் என்று விசுவாமித்திரர் தன் செய்கைக்கு விளக்கம் அளிக்கிறார். ஆகவே, அனைத்து ஜீவராசிகளின் மூலக்கருவிலும், பிறக்கும்போதே ஆசை எனும் காம வித்து விதைக்கப்பட்டு விடுகிறது என்பதே நிஜம்.

விருப்பம் இன்றி எதையாவது நம்மால் சாதிக்க முடியுமா?

நம் பெற்றோர்கள் கொண்ட வேட்கையின் விளைவுதான் நம் பிறப்பு. அனைத்து ஜீவராசிகளுமே வேட்கையின் விளைவுதான். திடப்பொருட்களும் வேட்கையின் வெளிப்பாடுதான். இப்போது நீங்கள் எங்கிருந்தாலும் சரி, சுற்றிலும் பார்வையிடுங்கள். நீங்கள் பார்க்கும் அனைத்துமே வேட்கையின் வெளிப்பாடுதான். நீங்கள் கையில் வைத்திருக்கும் புத்தகமும் பலபேருடைய வேட்கையின் வெளிப்பாடுதான். எழுதுவது என் வேட்கை. எழுதியதைத் தகுந்த முறையில் தொகுப்பது, புத்தகத் தொகுப்பாளரின் வேட்கை. புத்தகத்தைப் பதிப்பிடுவது பதிப்பாசிரியரின் வேட்கை. விற்பனை செய்வது விற்பனையாளரின் வேட்கை. வாசிப்பது உங்கள் வேட்கை. எந்த ஒரு செயலும், நிகழ்வுமே, முடிவற்ற, பல வேட்கைகளின் தொடர்ச்சிதான். ஒரு காலத்தில் அறிவியல் மேதையான ஜே.எல்.பேர்ட் அவர்களின் மூளையில் உதித்த ஒரு எண்ணத்தின் வடிவம்தான், இன்று நீங்கள் கண்டு ரசிக்கும் தொலைக்காட்சி. தாமஸ் ஆல்வா எடிஸனின் எண்ணம்தான் இன்று நமக்கு வெளிச்சம் தரும் மின்சார விளக்கு. எண்ணற்ற அறிவியலாளர்கள், வர்த்தகர்கள், மற்றும் ஊழியர்கள் போன்ற அனைவரும் ஒருமித்து செயல்பட்டதின்

விளைவுதான் இன்று உங்கள் வரவேற்பறையில் நீங்கள் காணும் தொலைக்காட்சி. நான் பல தொலைக்காட்சி நிகழ்ச்சிகளுக்கு எழுத்து மூலம் வடிவம் கொடுத்துள்ளேன். தொலைக்காட்சி நிகழ்ச்சியின் பின்னணியில், ஆடை வடிவமைப்பாளர், அரங்க வடிவமைப்பாளர், ஒளிப்பதிவாளர், ஒளி அமைப்பாளர், ஒலி அமைப்பாளர், பாடலாசிரியர், திரைக்கதை எழுதுபவர், நிகழ்ச்சி இயக்குனர், தள மேலாளர், நிகழ்ச்சி அமைப்பாளர், நிகழ்ச்சித் தயாரிப்பாளர், கதை ஆசிரியர், வசனகர்த்தா, நடிகர்கள், ஒப்பனை கலைஞர்கள என்று பலபேரின் உழைப்பு அடங்கியிருக்கும். ஒரு புத்தகம் எழுதுவதோ, ஒரு திரைப்படத்தை இயக்குவதோ, அதீத நோக்கம் மற்றும் வேட்கையின் செயல்பாடுதான்.

ஆசையும் நோக்கமும் இன்றி எதையுமே சாதிக்க முடியாது. ஆனால், ஆசை என்பது மரபு சார்ந்த ஞானத் தெளிவுக்கு எதிரான அசுர குணமாகக் கருதப்படுகிறது. ஆசை, அதாவது ஆர்வம் கொள்ளும் மனோபாவத்தை ஏற்பதுதான் அசுரப் பாதையில் எடுத்து வைக்கக்கூடிய முதல் அடி.

பண்டைய பாரதத்தில் சார்வாக முனிவர் மிக முக்கியமான ஒரு சிந்தனையாளராகத் திகழ்ந்தார். நம்மிடையே காணப்படுவது, அதாவது நம்மிடையே நிலவும் பொருட்களும் நம் உடைமைகளும் மட்டுமே உண்மை, மற்றவை யாவும் வெறும் கற்பனை எனும் சிந்தனை கொண்டவர். இது போன்ற சிந்தனைவாதிகள் பலரும் சார்வாகர் என்றே அழைக்கப்பட்டனர். மஹாபாரத காவியத்திலும் ஒரு சார்வாகர் உண்டு. துரியோதனனின் நண்பரும் ஆலோசகருமாக விளங்கிய அவர் ஒரு பிராமணர். ஆயினும், அவர் அசுரகுலத்தைச் சார்ந்த ஒருவராகவே கருதப்பட்டார். மஹாபாரதப் போருக்குப் பின், இந்த சார்வாகர், யுதிஷ்டிரனையும், ஏனைய பாண்டவர்களையும் கடுமையாகச் சாடினார். அதாவது நயவஞ்சகமாக, நீதிக்கும் தர்மத்துக்கும் புறம்பான வழிகளில் அவர்கள் போரில் வெற்றி கண்டதாக அவர்கள் மீது குற்றம் சுமத்தினார். அதனால், யுதிஷ்டிரனின் சபையில், மற்ற

பிராமணர்கள் மந்திர உச்சாடனம் செய்து, அவரை எரித்து பஸ்மமாக்கினர் என்று கூறப்படுகிறது. அவருடைய முடிவு துயரம் நிறைந்ததாக இருந்தாலும், அவருடைய கருத்தும், தத்துவமும் பலரால் ஏற்கப்பட்டு, பல ஆயிரம் ஆண்டுகளாக, இன்றளவும் புகழ் பெற்று விளங்கி வருகிறது. அவருடைய கருத்துகளை ஏற்பவர்கள் ராட்சசர்களாகவும், அசுரர்களாகவும் ஏசப்படுகின்றனர். ஆனால், அப்படிப்பட்டவர்கள் யாவருமே வாழ்க்கையை நேசிப்பவர்கள், நம்மைச் சுற்றியுள்ளவை மட்டுமே நிஜம் என்ற நம்பிக்கையில் வாழ்பவர்கள். வசதிகளையும் அதற்கான வாய்ப்புகளையும் ஏற்பவர்கள். மக்களின் நலனுக்காகவும் நன்மைக்காகவும் முன்மொழிபவர்களாகவே பலரால் இவர்கள் போற்றப்படுகிறார்கள். இவர்களின் புகழையும் செல்வாக்கையும் கண்டு பல்வேறு மதச்சார்பாளர்களும், பிரச்சாரகர்களும் அஞ்சுவது இன்றளவும் தொடர்கிறது.

சார்வாகனின் உரை

சார்வாகன் என்றால் 'இனிமை வார்த்தைகள் பேசுபவர்' என்று அர்த்தம். அதாவது, உலகத்து இன்பங்களை அனைவரும் துய்க்க வேண்டும் என்ற நல்லெண்ணத்தில் மனதுக்கு இதமாகப் பேசுபவர் என்று பொருள் கொள்ளலாம். ராமாயணத்தில், தசரத மஹாராஜாவின் சபையில் ஜாபாலி என்ற முனிவர் இடம் பெற்றிருந்தார். அவர் ராமபிரானை அசுரர் பாதையைப் பின்பற்றுமாறு வலியுறுத்தினார். பிரபோதசந்திரோயா என்ற பெயர் கொண்ட சார்வாக தத்துவஞானியின் செய்யுளை இங்கே காணலாம்:

இது உங்களுடைய வாழ்க்கை, இன்பமாய் வாழுங்கள்;
மரணத்தின் குறியிலிருந்து எவரும் தப்ப முடியாது:
உடல் எனும் இந்த ரூபம் எரிந்து சாம்பலான பிறகு,
அது மீண்டும் உருவெடுத்து வராதல்லவா?

இன்னும் சில சார்வாக தத்துவஞானிகள் அவர்கள் வாழ்ந்த சமூகம் குறித்து மேலும் வலுவான கருத்துகளை முன் வைத்தார்கள்.

உலகின் பெரும்பாலான நாடுகளில் ஜனநாயகம் வேரூன்றி இருக்கும் இன்றைய காலகட்டத்தில் கூட கணிசமானோர் ஏற்க மறுக்கக்கூடிய கருத்துகளை மிக அழுத்தமாக, துணிவுடன், தெளிந்த நம்பிக்கையோடு எடுத்துரைத்த சார்வாகரின் கூற்று:

சொர்க்கம், மோட்சம், ஆத்மா போன்ற வார்த்தைகள் வெறும் கற்பனை.

நான்கு வர்ணங்கள், பல்வேறு ஜாதிகள் போன்ற பிரிவுகளின் செயல்பாடுகளிலும் பயன் தரக்கூடிய நோக்கங்கள் எதுவும் இல்லை.

அக்னிஹோத்ரம், வேதங்கள், துறவறத்தின் மூன்று நிலைகள், புனிதச்சாம்பல், போன்றவை சுயநலம் கொண்ட மூடர்களால் அவர்களுடைய வாழ்வாதாரத்திற்காக போலித்தனமாக உருவாக்கப்பட்டது.

உயிர்ப் பலி கொடுத்து நிறைவு செய்யப்படும் ஜோதி ஸ்தோம யாகம் மற்றும் இன்னபிற யாகங்களில் மிருகங்களை மட்டும்தான் பலிகொடுக்க வேண்டுமா என்ன? ஏன் அந்தந்த மதகுருவாகப்பட்டவர்கள் தங்களுடைய தந்தையை பலி கொடுக்க வேண்டியதுதானே? இது என்ன நியாயம்? இது எப்படிப்பட்ட தர்மம்? ஸ்ரார்த்தம் எனப்படும் இறந்தவர்களுக்காக செய்யப்படும் திவச காரியங்களில் படைக்கப்படும் உணவு, பிராமணர்கள் உண்பதால் இறந்தவர்களின் ஆத்மா நிறைவடைகிறது என்றால், ஊர் விட்டு ஊர் செல்லும் பயணிகள் தங்களுடன் உணவு கட்டி எடுத்துச் செல்லவேண்டிய அவசியம் இல்லையே! பிராமணர்களுக்கு உணவளிப்பதன் மூலம் இறந்தவர்கள் வயிறு நிரம்புகிறது என்றால், பசித்திருக்கும் வேறு பலரின் வயிற்றுக்கும் இதன் மூலம் உணவளிக்கலாமே! பூமியில் ஸ்ரார்த்தம் செய்வதன் மூலம் சொர்க்கத்தில் உள்ள ஆத்மாக்கள் திருப்தியடைகின்றன என்றால், மேல் மாடியில் பசித்திருக்கும் ஒருவனை தரைத்தளத்தில் உணவு உண்பவனால் ஏன் பசியாற்ற முடியவில்லை?

வாழும் கடைசி நொடி வரை, மகிழ்ச்சியுடன் வாழுங்கள், வாழ விடுங்கள்.

கடன் பட்டவனும் நெய் ஊற்றி உணவு உண்ணலாம்.

சாம்பலாகிப் போன உடல், மீண்டும் திரும்ப வராதல்லவா?

உடலைவிட்டு உயிர் பிரிந்து வேறு உலகம் செல்லும் என்றால், தன் பிரிவால் தவித்துருகும் தன் சொந்த பந்தங்களைக் காண்பதற்கு ஏன் திரும்ப வருவதில்லை?

இவையெல்லாம், பிராமணர்களால், தம் வாழ்வாதாரத்தை மேம்படுத்திக் கொள்வதற்காகப் புனையப்பட்டக் கட்டுக்கதைகள்.

இறந்தோருக்கும், இருப்போருக்கும் செய்யப்படும் சம்பிரதாயச் சடங்குகள் அனைத்தும் அவர்களால் புனையப்பட்டவைதான்.

மூன்று வேதங்களைப் படைத்த மூன்று பிரிவினர், முறையே, கோமாளிகள், பிசாசுகள், சாத்தான்கள்.

மதகுருக்கள், துறவிகள், அதிமேதாவிகள் போல் தம்மைக் காட்டிக்கொள்ளும் புரட்டுக்காரர்கள் போன்றோரின் பிதற்றல்கள், மற்றும் அசுவமேத யாகத்தில் பின்பற்றப்படும் சடங்குகள் யாவும் கோமாளித்தனம் நிறைந்தவை.

இது போன்ற சடங்குகளுக்காக, சம்பிரதாயம் என்ற பெயரில் வழங்கப்படும் பொருட்கள் அனைத்தும் மதகுருக்களால் கொள்ளையடிக்கப்படுகின்றன.

பலி கொடுக்கப்பட்ட மிருகங்களின் மாமிசத்தை உண்பவர்கள், ராத்திரிகளில் திரியும் ராட்சசர்களின் ஆணைக்குக் கட்டுப்பட்டவர்கள்.

(சர்வ தர்ம சித்தாந்தத்தை அடிப்படையாகக் கொண்டது. சார்வாகரின் கால கட்டத்தில் அதர்வண வேதம் உருவாகவில்லை. ஆகவே சார்வாகர் தன் கருத்துகளில் மூன்று வேதங்களை மட்டுமே குறிப்பிடுகிறார்)

இது தொடர்பான தர்க்க வாதங்களும், காரணங்களைக் கண்டறியும் முயற்சியும் அதற்கான விளக்கங்களும் பல்லாயிரம் ஆண்டுகளாக நம் செவிகளில் எதிரொலித்துக்கொண்டுதான் இருக்கின்றன. நீங்கள் இமயமலையில் ஏதோ ஒரு குகையில் வாழ்பவராக அல்லாமல், இவ்வுலக வாழ்க்கையில் ஒன்றியிருப்பவர் என்றால், அறம், பொருள், இன்பம் சார்ந்த சார்வாகரின் வழிகாட்டுதலே உகந்தது என்பதைத் தெளிவாகப் புரிந்துகொள்ளுங்கள்.

சார்வாகரின் கருத்துக்கு மாறான கருத்து உடையவர்கள், பிரம்ம வித்யா எனும் ஞானத் தெளிவை நாடி துறவு நிலை அடைய விரும்புபவர்கள். அதிலும் ஏற்கத்தக்கதான நிலைப்பாடுகள் உண்டு. ரிஷிகளும் முனிவர்களும் எடுத்துரைக்கும் பேருண்மை, பரப்பிரம்மம் போன்ற நிலைப்பாடுகளிலும் அதை அடைய முன்னெடுக்கப்படும் பிரயத்தனங்களிலும் ஏதோ அர்த்தமும், உண்மையும் பொதிந்திருக்கலாம். அந்தப் பாதையில் பயணிப்பதற்கான எந்த ஒரு முயற்சியும் இதுவரை நான் எடுத்ததில்லை, ஆதலால், அதைப்பற்றிக் கருத்து சொல்ல எனக்குத் தகுதியில்லை. மேலும், எனக்கு மோட்சத்தை அடைவதற்கான விருப்பமும் இல்லை. இவ்வுலக வாழ்க்கை முடிந்த பிறகு என்ன நடக்கப்போகிறது என்பதை அறிந்து கொள்ள எனக்குச் சிறிதும் அக்கறையில்லை.

அசுரத் தன்மைகள், அசுர குணாதிசயங்கள் மிகவும் தீமையானவை, தவிர்க்கப்படவேண்டியவை என்ற பொதுப்படையான, மிக மேம்போக்கான தகவல்கள் தர்க்க ரீதியாக இன்றைய காலகட்டத்தில் எடுபடாமல் போவதற்கு இதுதான் காரணம். நம்மில் யாராவது வனத்தின் நடுவில், குகையில் வாழ்ந்து தவம் புரிகிறோமா? அவரவர் வாழ்க்கையை செவ்வனே வாழ்ந்திட அன்றாடம் உழைத்து, செய்யும் தொழிலில் முன்னேற்றம் கண்டு, குடும்பத்தைக் காப்பாற்ற வேண்டிய பொறுப்பும் கடமையும் நமக்கு உள்ளது.

கடவுள் என்பதற்கான விளக்கத்தை புத்தரிடம் கேட்ட போது அவர் மௌனத்தையே பதிலாகத் தந்தார். அதே கேள்வி மீண்டும் அவரிடம் கேட்கப்பட்டபோது, அவர் புன்னகைத்தார். சீடர் வற்புறுத்திக் கேட்டவுடன் புத்தர் அதற்குப் பொறுமையாக விளக்கமளித்தார். உண்டா இல்லையா என்று ஆதாரபூர்வமாக நிரூபிக்க தெரியாத ஒன்று குறித்த யூகமோ விவாதமோ தேவையற்றது. அதற்காக நம் நேரத்தை வீணடிப்பது மிகவும் கண்டிக்கத்தக்கது என்றார். கடவுளின் தன்மை பற்றி அறிந்துகொள்வதை விட மனிதனின் தேவை பற்றி அறிந்துகொள்வதையே நான் விரும்புகிறேன், என்றார். இயற்கை வளங்களும் பொருட்களும் நிறைந்த இந்த உலகத்தில் மகிழ்ச்சியுடன் வாழ விரும்பினால் 'ஆசை துன்பத்தை விளைவிக்கும்', ஆசை கொள்வது தீமை பயக்கும்' என்பது போன்ற வாக்கியங்களைத் தவிர்த்திடுங்கள். இன்றைய காலகட்டத்திற்கு சிறிதும் பொருந்தாத வாக்கியங்கள், இவை. தங்களைக் கண்மூடித்தனமாகப் பின்பற்றும் மாணாக்கர்களுக்கு, உள்ளத் தெளிவு பெற்றதாகப் பறைசாற்றிக்கொள்ளும் ஆசான்கள் வழங்கும் போதனைகள் இவை.

ஆசையைக் கட்டுப்படுத்தும் உபதேசம் உங்களுக்கானதல்ல

இத்தருணத்தில், முன்னர் கூறிய ஒரு கருத்தை மீண்டும் வலியுறுத்துகிறேன். ஆசையில்லாமல் வாழ்ந்திட வேண்டும் என்கிற ஆசைதானே எல்லா ஆசைகளைக் காட்டிலும் பேராசை? அதைவிட ஒரு பெரிய ஆசை உண்டோ? அற்ப ஆசைகள் தங்கள் ஆன்மீகத் தேடலை எவ்விதத்திலும் பாதிக்கக்கூடாது என்று குடும்ப வாழ்க்கையைத் தவிர்த்து, ஆன்மீக வழியில் செல்பவர்களுக்காக, ஆன்மீகவாதிகளால் வழங்கப்படுபவை. அதாவது, ஒரு இசை விற்பன்னர், ஐஸ்க்ரீம், குளிர்பானங்கள் போன்றவற்றைத் தவிர்க்கும்படி தன் மாணாக்கர்களுக்கு அறிவுரை வழங்குவதைப் போலத்தான் இதுவும். அது குரல் வளம் உள்ளவர்களுக்கு மட்டுமே பொருந்தும். குரல் வளம்

இல்லாதவர்கள், ஐஸ்க்ரீம் சாப்பிட்டால் என்ன? அதை எந்த வித்வானும் தடுக்கமுடியாதல்லவா?

நமது புராணங்களில் பல ரிஷிகளும், அசுரர்களும், தேவர்களும், மனிதப் பிறவிகளும் காமத்தை வெல்ல முயன்று தோற்றுப்போன கதைகள் ஏராளம் உண்டு. தன் மனைவி சதியின் பிரிவைத் தாங்க முடியாமல் துறவறம் பூண்ட பரமசிவனாலும் காமத்தை வெற்றி கொள்ள முடியவில்லை. இந்தக் கதை மற்றொரு பகுதியில் சொல்லப்பட்டுள்ளது. காமம் என்பது ஒரு நிலைக்கு மேல் கட்டுப்படுத்தமுடியாத ஒரு இயற்கை உந்துதல். இதற்கு தேவர்களும் விதி விலக்கல்ல. சத்திய சோதனை எனும் தன் புத்தகத்தில், மகாத்மா காந்தி, தன் பல வருட பிரம்மச்சரியத்திற்குப் பின்னரும், எழுபத்து மூன்று வயதிலும், தன்னால் காம இச்சையை அடக்க முடியவில்லை என்று குறிப்பிட்டிருந்தார். எத்தனை பேர் காந்திஜியைப்போல் இப்படி அப்பட்டமாக உலகறிந்த உண்மையை ஒப்புக்கொள்வர்? நிச்சயமாக நடக்காது.

ஆகவே, வேட்கையை அடக்கி, வாழ்க்கையை பற்றின்றி வாழ வேண்டும் என்று சொல்பவர்கள் ஏதோ விரக்திக்கு உள்ளாகி, உங்களையும் அதுபோல் மாற்ற முயல்கிறார்கள். கடமையைச் செய், பலன்களை எதிர்பார்க்காதீர்கள் என்று சொல்பவர்கள், எந்த சூழலில் அதைச் சொல்கிறார்கள் என்பதைப் புரிந்துகொள்ள வேண்டும்.

போலி உபதேசம் 4

பலனை எதிர்பாராது கடமையைச் செய்வது

பொருள் ஈட்டும் குறிக்கோளுடன் வாழ்பவன் பலனை எதிர்பாராது கடமையாற்றுவது சாத்தியமா?

பகவத்கீதையின் சாம்ராம்சக் கருத்தாகிய இந்த வாக்கியத்தை, நாம் அன்றாட வாழ்க்கையில் அடிக்கடிக் கேள்விப்பட்டிருப்போம்: "கடமையைச் செய், பலனை எதிர்பாராதே" என்பதுதான் அது. ஆனால், அசுரர் பாதை இதற்கு மாறானது. ஒவ்வொரு செயலும், அது கடமையாய் இருப்பினும், அதற்கான பலாபலனை எதிர்பார்த்தே நிறைவேற்றப்பட வேண்டும், செயலுக்கான பலனை எவ்விதத்திலாவது அடைந்தாக வேண்டும் என்பதே அசுரர்களின் வழி.

அசுர வழியின் கண்ணோட்டத்தில், காமம் என்றால், எந்த ஒரு காரியத்திலும், அதன் மூலம் அடையக்கூடிய பலனை எதிர்பார்த்து செயல்படுவதுதான். அந்த குறிக்கோளை நோக்கிய முனைப்பு தெளிவாக இருத்தல் வேண்டும்.

அடைய வேண்டிய, அடையத் தகுந்த பலனைப் பற்றி பொருட்படுத்தாத எந்த ஒரு செயலும் முட்டாள் தனமானது. அதை ஒரு மிருகத்தால் கூட செய்ய முடியும். நினைத்ததை அடைந்தே தீரவேண்டும் என்கிற குறிக்கோளுடன் தெள்ளத் தெளிவாக திட்டமிட்டுச் செயல்பட்டால் அதற்கான பலன் நிச்சயம் கிடைக்கும்.

'ஏதோ என் கடமை, செய்கிறேன், நடப்பது நடக்கட்டும்' என்று நம்மில் சிலர் விட்டேத்தியாகப் பேசுவதைக் கேட்டிருப்பீர்கள். இது தோல்வி மனப்பான்மையின் வெளிபாடு. குறிக்கோளும், நினைத்ததை அடைய எடுக்கப்படும் முயற்சியும் வரையறையற்று இருத்தல் வேண்டும்.

ராவணனாகப்பட்டவன் இறவாமை வரம் பெற விரும்பினான். அதற்காக எந்த ஒரு தியாகத்தையும் செய்யத் தயாராக இருந்தான். தன் உபரி தலைகளையும் இழக்கத் தயங்கவில்லை. பத்துத் தலை கொண்ட ராவணன் தன் ஒன்பது தலைகளையும் சீவித்தள்ளி, பத்தாவது தலையைச் சீவ முற்படும் தருணத்தில் தடுக்கப்பட்டான். தான் நினைத்ததை அடைவதற்காக எந்த ஒரு எல்லைக்கோட்டையும் தாண்ட முற்படுகிற மனநிலையைதான் இந்த சம்பவம் எடுத்துச் சொல்கிறது. நிலையான வாழ்க்கை வரம் பெற்றுத் திகழ்வதற்கான அவனுடைய தளராத விருப்பம் அவனைச் செலுத்தியது. அதை அவன் அடைய முடியாவிட்டாலும், கிட்டத்தட்ட அதைப் பெறும் நிலையை நெருங்கியிருந்தான். பல்லாயிரம் ஆண்டுகள் அசைக்கமுடியாத ஒரு மாபெரும் சக்கரவர்த்தியாகத் திகழ்ந்து, கடைசியில் போர்க்களத்தில், மாபெரும் வீரனாக நின்று, ஒரு அவதார புருஷனால் கொல்லப்பட்டு இறந்தான். இது எவருக்கும் கனவில் கூட சாத்தியமற்ற ஒரு மாபெரும் சாதனை.

யதார்த்தமான அறிவுரை: பலனை எதிர்பாராத கடமை எனும் பொறிக்குள் சிக்குவதைத் தவிர்ப்பது

பலன்களை எதிர்பாராத செயல் அல்லது கடமை என்பது எதற்கும், எந்த நிலையிலும் ஒவ்வாத ஒரு கூற்று. பலன் எதிர்பாராமல் கடமையைச் செய்திட வேண்டும் என்ற அறிவுரை நம்மில் பலரின் மனதையும், அறிவையும், செயலையும் கட்டிப்போட்டு, அவர்கள் தங்கள் மனதுக்கும், கருத்துக்கும், ரசனைக்கும் ஒவ்வாத செயல்களை, கடனே, விதியே என்று செய்ய வேண்டிய நிர்ப்பந்தத்திற்கு உள்ளாக்கி விடுகிறது. தம்முடைய சொந்த

விருப்பு, வெறுப்புகளையும் அடக்கி, சிதைத்து, வேறு வழியின்றி, வாழ்வாதாரத்திற்காக எதையோ செய்தாக வேண்டிய, ஒரு தவிர்க்க முடியாத நிலையில், அடிமைகள் போல் வாழ வேண்டிய நிலைக்கு அவர்களை ஆளாக்கி விடுகிறது இது போன்ற அறிவுரைகளின் தாக்கம். சித்தாந்தம், லட்சியம் என்ற பெயரில், இளம் தலைமுறையினரின் உணர்வுகளைத் தூண்டிவிட்டு, போராட்டங்கள் நடத்தவும், உயிர்த் தியாகம் செய்யவும் அவர்களைப் பயன் படுத்துவர், பல்வேறு அரசியல்வாதிகள். ஆகவே, பலனை எதிர்பாராது கடமையைச் செய் என்று கூறப்படும் அறிவுரை, தாம் செல்வாக்கு பெறுவதற்காக, மற்றவர்களின் உழைப்பைப் பயன் படுத்துவதற்கான உத்தி. அதில் ஒருபோதும் மதிமயங்கி விழுந்து விடாதீர்கள்.

எதைச் செய்தாலும், அதில் கிடைக்கும் ஆதாயத்தை மனதில் கொண்டு செயல்படுங்கள். உங்களுக்குப் பிரியமானவர்கள் மகிழ்ச்சியடைய வேண்டும் என்ற விருப்பத்துடனோ, அல்லது எவருக்காவது உதவி செய்து, அதன் மூலம் நீங்கள் அடையும் மகிழ்ச்சியோ, எதுவானாலும், அதற்கான ஆதாயம் என்னவென்று பாருங்கள். சில செயல்கள் மூலம் உங்களுக்கு, பொருள் வரவு போன்ற ஆதாயம் கிட்டாமல் இருக்கலாம். அது ஒரு பொருட்டல்ல. எல்லாவிதமான மகிழ்ச்சிக்கும் ஒரு காரணம் உண்டு. ஆனால், ஆதாய நோக்கின்றி செய்யப்படும் எந்த செயலுக்கும் அர்த்தமே இல்லை. எதைச் செய்தாலும், அதன் மூலம் ஒரு மன நிறைவோ, மகிழ்ச்சியோ அடைவது மட்டுமே ஏற்கத்தக்கதொரு மனோபாவம்.

மஹாபாரதப் போர் நிகழ்ந்து கொண்டிருந்த சமயத்தில், வெற்றி பெற்றால் கிடைக்கக்கூடிய நன்மைகளையும் ஆதாயங்களையும் பட்டியலிட்டு, அர்ஜுனனை ஊக்குவிக்க ஆவன செய்கிறார், கிருஷ்ண பரமாத்மா. போரிடுவது ஒரு வீரனுக்கான கடமை என்று மட்டுமே சொல்லாமல், போரில் வெற்றி கொள்வதன் மூலம் கிடைக்கக்கூடிய ஆட்சி, செல்வம், புகழ் போன்ற ஆதாயங்களை சிலாகித்து அர்ஜுனனிடம் அவர் கூற வேண்டிய அவசியம் என்ன?

எதையும் இலவசமாகச் செய்ய வேண்டிய அவசியம் இல்லை. உங்கள் குறிக்கோளுக்கான பலாபலன் என்ன என்பதைப் புரிந்துகொண்டு செயல்படுங்கள். கடமை என்ற பெயரில், சலிப்பும், தொல்லையும் நிறைந்த விருப்பமற்ற செயல்களைச் செய்யுமாறு உங்களைத் தூண்ட எவரையும் அனுமதிக்காதீர்கள். ஆர்வமின்றி எதையும் செய்யாதீர்கள்.

வெற்றிகரமாகத் திகழ்பவர் ஒவ்வொருவரும் அதற்கான வழிமுறைகளை மனதில் கொண்டு, அது குறித்த ஏராளமான கனவுகளுடன், தன் செயல்கள் மூலம் கிடைக்கக்கூடிய ஆதாயங்களை இலக்காக வைத்தே செயல்பட்டிருப்பார்கள் என்பது தெளிவு. தான் பெற விரும்பும் ஆதாயங்கள் குறித்த உறுதியான மனநிலை இன்றி எவரும் வெற்றி பெற வாய்ப்பில்லை.

அசுரப்பாதையில் பயணிப்பதற்கான முக்கியத் தேவை, ஆசை. உறுதியான, நிச்சயமான மனநிலையுடன் கூடிய ஆசை. உடலின்பத்திற்கான ஆசை, காமம் என்று குறிப்பிடப்படுகிறது. அதேதான். அந்த ஒரு வேகம்தான், வேட்கைதான், உங்கள் இலக்கை நோக்கிய செயல்களிலும் தேவை. அதுதான் அசுரப்பாதையின் அடிப்படைச் சிந்தனை. உங்கள் ஆசையின் வழியில் பயணித்து, உங்கள் இலக்கை அடையுங்கள்.

உங்கள் விருப்பத்தைக் கண்டறிவது எப்படி

அது சரி, உங்கள் லட்சிய வேட்கை என்ன என்பதைக் கண்டறிவது எப்படி? நீங்கள் எதற்காக ஆசைப்படுகிறீர்கள்? தம் விருப்பம் சார்ந்த விஷயம் எது என்பதை அறிந்து, தம் உள்மனதின் குரலைக் கேட்டு, தம் தனித்தன்மை என்ன என்பதை இனம் காணும் வரை, எவராலும் இதை உணர முடியாது. இது, உள்ளுணர்வின் மூலம் உங்களுடைய தனித்திறனை நீங்களே கண்டறிய உதவும் ஒரு சுகமான பயணம்.

எனக்கான பாதை எது என்பதைக் கண்டறிவதில் என் அனுபவம் குறித்து நான் குறிப்பிட்டிருந்தேனல்லவா? இது போன்று,

பலனை எதிர்பாராது கடமையைச் செய்வது

ஒருவரின் தனித்தன்மையைக் கண்டறியும் முயற்சியில் ஏற்றத் தாழ்வுகள் ஏற்பட வாய்ப்புகள் உள்ளன. குழந்தைப் பருவத்தில் உங்கள் மனதில் தோன்றிய எண்ணங்களை நினைவுபடுத்திப் பாருங்கள். உங்கள் பள்ளிப் பருவத்து எண்ணங்களோடு அதை ஒப்பிட்டுப் பாருங்கள். கல்லூரி நாட்களில் எந்தவிதமான கனவுகளில் லயித்திருந்தீர்கள் என்பதையும் நினைவு கூர்ந்து பாருங்கள். நீங்கள், எனக்கிணையாகக் கனவுகள் கொண்டிருந்தவராக இருந்தால், நம் அன்றைய குறிக்கோளுக்கும், இன்றைய குறிக்கோளுக்கும் இடையே கணிசமான மாற்றங்கள் இருப்பதை அறியலாம். நாம் ஆர்வம் கொண்ட விஷயங்கள் பரிமணித்திருக்கலாம். உங்கள் தாயின் அலமாரியை ஒரு முறை திறந்து பாருங்கள். உங்கள் பள்ளிப்பருவத்தில் நீங்கள் பெற்ற பரிசுகளையோ, சான்றிதழ்களையோ பத்திரப்படுத்தி வைத்திருக்கலாம். அல்லது, உங்கள் குடும்பத்தின் மூத்த உறவினர்களைக் கேட்டுப்பாருங்கள். நீங்கள் எதில் சமர்த்தராய் இருந்தீர்கள் என்பதைக் கண்டறியலாம்.

ஒவ்வொருவரிடமும் ஒரு தனித்திறன் உள்ளது. அதைக் கண்டறிந்த பிறகு, அதை மேம்படுத்திக்கொண்டு, அசாத்தியத் துணிவுடன், அசுர வழிக் கனவுகளுடன் முன்னேற வேண்டும். இதில் பெரும்பாலோரின் பிரச்சினை என்னவென்றால், 'கிடைத்தமட்டும் போதும்' என்கிற சலிப்பான மனோபாவம்தான். நாம் பயணிக்கும் பாதையில் விடாப்பிடியாக, தீவிர சிந்தனையுடன் பயணிப்பது மிக மிக அவசியம். ஒழுக்கமும் கட்டுப்பாடும்தான் வெற்றிக்கான ஒரு திறவுகோல்.

வெற்றியடைந்தவர்கள் அனைவருமே ஒரு தனியொழுக்கமும், கட்டுப்பாடும் கொண்ட சில வழிமுறைகள் வகுத்து, அதன்படியே செயல்படுவார்கள். அவர்கள் நினைத்த வெற்றிகளை அடைந்த பின்னரும் அவர்கள் தம்மை ஆசுவாசப் படுத்திக்கொள்ள மாட்டார்கள். நம்மில் பலருக்கு, சில வெற்றிகளை அடைந்த பிறகு, அவர்கள் உள்மனதிலுள்ள வேட்கையின் தாக்கம் குறைந்துவிடும்.

அடுத்தபடியாக, தம்மையும் அறியாமல், 'கிடைத்ததைக் கொண்டு திருப்தியுடன் இரு' என்ற அந்தப் புராதனமான உபதேசத்தைப் பின்பற்றும் அவலநிலைக்கு ஆளாகிவிடுவதுண்டு. கிடைத்ததைக் கொண்டு திருப்தி அடையாதே என்பதே அசுர நம்பிக்கை. ஆம், உங்கள் சாதனைகளைக் கொண்டாடலாம், ஆனால், சுயதிருப்தி என்பது கூடவே கூடாது. நீங்கள் நிறைவாக உணர்ந்தால், அதில் ஏதோ தவறு உள்ளது என்று அர்த்தம். உங்கள் வாழ்க்கையின் குறிக்கோளுக்கான உங்கள் கனவுகள் தடைப்பட்டன என்பதற்கான சமிக்ஞை அது.

சிறு பிராயத்தில் உங்கள் பெற்றோரையும் உடன் பிறந்தோரையும் எரிச்சலூட்டிய, சங்கடப்படுத்திய உங்கள் நவீன இசையும், பாடல்களும் உங்களுக்கு நினைவிருக்கலாம். ஒரு இசை வல்லுனராகவோ, நடனத்தில் சிறந்தவராகவோ திகழ விரும்பிய நீங்கள் இன்று ஒரு இல்லத்தரசியாக இருக்கலாம். அதிலேயே நீங்கள் நிறைவடைந்தால், அதுவும் சரிதான். ஆனால், உங்கள் மனதில் ஒரு உட்குரல், உங்கள் தனித்திறனை வெளிக்கொண்டு வரவேண்டும் என்று ஒலிக்குமானால், உங்கள் கனவுகளைப் புதுப்பித்து அவற்றைத் தொடர வேண்டிய தருணம் வந்துவிட்டது என்று அர்த்தம். உங்கள் அன்றாட வாழ்க்கை நடைமுறைகளில் உங்களுக்குச் சலிப்புத் தட்ட ஆரம்பித்தால், உங்கள் லட்சியக் கனவுகள் மெல்ல மெல்லத் தேய்கின்றன என்று அர்த்தம்.

ஒருவேளை, உங்களுக்கு நடிப்பதில் ஆர்வமா? அதற்கான வகுப்புக்குச் செல்லுங்கள். ஒரு சில நாட்களில் அது உங்களுக்குச் சரிப்பட்டு வராது என்பதைப் புரிந்து கொள்ள நேர்ந்தால், அதை விடுத்து, உங்கள் விருப்பத்துக்கேற்ற வேறு ஒரு புதிய விஷயத்தில் உங்கள் ஆர்வத்தைச் செலுத்துங்கள். வழக்கமான, சலிப்பு தரும் அன்றாடச் செயல்கள் அசுர முயற்சிக்கு உகந்ததல்ல. உங்கள் வேட்கைக்கு வடிவம் கொடுக்கும் நேரம் வந்துவிட்டது.

பல்வேறு தடங்கல்கள், தவறுகளுக்குப் பிறகே நான் எழுத்தின் மேல் உள்ள என் ஆர்வத்தைப் பரிசீலிக்க ஆரம்பித்தேன். அதை

என் தொழிலாகக் கொண்டேன். தவறுகள் ஏற்படலாம், ஆனால் அவை எல்லாம் நன்மைக்கே. முயற்சிகள் அனைத்தும் வீண் என்று நீங்கள் கருத நேரலாம். ஆனால், எதுவும் வீணாகப் போவதில்லை. அந்த அனுபவங்கள் உங்கள் நினைவலைகளில் பதிந்து, புன்னகை, சங்கடம், மகிழ்ச்சி, வருத்தம் ஆகிய உணர்வுகளை ஏற்படுத்தலாம். அவ்வளவுதான்.

அசுரர்கள் பலவருட தவம் புரிவதைப் பற்றி நீங்கள் கதைகளில் படித்திருப்பீர்கள். தங்கள் குறிக்கோளைத் தவிர வேறு எதுவும் அவர்கள் மனதில் இருக்காது. அந்தக் காலகட்டங்களில் அவர்கள் எந்தவிதமான தியாகமும் செய்யத் தயாராகவே இருப்பார்கள். படைப்புக்கடவுளான பிரம்ம தேவன் அவர்கள் முன் தோன்றும்போது, தங்களின் சிறந்த ஆற்றல் வெளிப்படவேண்டும் என்றே அவர்கள் விரும்பி வேண்டிக் கேட்டுக்கொள்வார்கள். சாகாவரம் வேண்டுவார்கள். யார்தான் சாக விரும்புவார்கள், சொல்லுங்கள் பார்க்கலாம். வரங்களில் சிறந்த வரம் சாகாவரம்தானே? இறவாமை என்பது கிட்டாத வரம், ஏனெனில் அது இயற்கை விதிகளுக்கு முரணானது. சரி, சாகாவரம் கிட்டாது என்றால், அதற்கடுத்த சிறந்த வரத்தை அடைய வேண்டுவார்கள். அது உலகத்தை ஆள்வது. அதை வெகு சுலபமாக அடைந்துவிடுவார்கள். அளப்பரிய தியாகங்கள் செய்த பிறகு, அவர்கள் விரும்பிய வரத்தை பிரம்மதேவன் அருளியே ஆகவேண்டும் என்பது நியதி.

அசுரர்கள் பல்லாயிரக்கணக்கான ஆண்டுகள் உலகை ஆண்டனர். உதாரணமாக, ராவணன் பன்னிரண்டு லட்சம் ஆண்டுகள் ஆட்சி புரிந்தான். ஆர்வமும், அதற்கான முனைப்பும் எள்ளளவும் குறையாமல் ஆட்சிபுரிந்த அசுரர்கள், வாழ்க்கையை அணு அணுவாக அனுபவித்தார்கள். ஒவ்வொரு அசுர ஆட்சியின் முடிவிலும், ஒரு அவதாரம் தோன்றி அவர்களின் ஆட்சிக்கு முடிவு கட்டும் நேரமும் வரும். அசுரர்கள் இறுதிவரை போராடுவார்கள். போராட்டத்தின் முடிவில், அவதாரங்கள் அவர்களுக்கு மோட்சத்தை அருளுவார்கள். இது ஒரு சிறந்த வாழ்க்கை முறையல்லவா? சிறப்பாக வாழ்ந்து,

ஆர்வங்களுக்கு வடிவம் கொடுத்து, உலகை வென்று ஆட்சி புரிந்து, கடைசியில் மோட்சத்தை அடைவது என்பது ஒரு வரம்தானே? கோவில்களில் பிரசங்கிகள் புராணக்கதைகள் சொல்லும்போது என் உதட்டில் தோன்றும் புன்னகை என் பெற்றோரைக் கவலைக்குள்ளாக்கியது என்பதை உணர்ந்தேன். எல்லாவிதமான அட்டூழியங்களும் புரிந்து உலகை ஆண்ட அசுரர்கள் மோட்சத்தை அடைவதென்பது, கடவுள் மீது அபார நம்பிக்கை கொண்டு, வாழ்க்கை முழுவதும் ஏதோ வேதனைகளுக்கும், துன்பங்களுக்கும் ஆட்பட்ட பக்திமான்களை வெற்று ஏமாளிகள் என்று சித்தரிப்பது போலல்லவா உள்ளது! கோவிலில் பிரசங்கங்கள் கேட்ட காலகட்டத்தில் என் மனதில் தோன்றிய இந்தக் கருத்தை நான் வெளிப்படுத்தியதில்லை. ஆனால், அசுரவழியைப் பற்றி மேலும் மேலும் தெரிந்து கொள்ள ஆசைப்பட்டேன். நான் புரிந்துகொண்ட வகையில் காமம் எனப்படும் அதீத ஆர்வமே உலகளாவிய வெற்றிக்கான ரகசியம். காமம் என்பது ஆசையின் வடிவம் என்பதுபோல் ஆர்வத்தின் வடிவம். வாழ்க்கையை முழுவதும் அனுபவித்து வாழ்வது போன்ற பேறு வேறு எதுவும் இல்லை. என் தாய் எனக்குச் சொன்ன இரண்டு கதைகளை உங்களுடன் இங்கே பகிர்கிறேன்.

'அப்படியே ஆகட்டும்' என்பதற்கானதொரு கதை

மத்ஸய புராணத்தில், படைப்பு, ஞானத் தெளிவு, காமம் என்பதைப் பற்றிய அற்புதமான கதையொன்று உண்டு. வானுலகில் முப்பத்து முக்கோடி தேவர்கள் இருப்பதாக புராணம் கூறுகிறது. மும்மூர்த்திகளான, பிரம்மா, விஷ்ணு, சிவன், மற்றும் ஆகாயம், காற்று, நீர், நிலம், நெருப்பு போன்ற இயற்கையை இயக்கும் கடவுள்களைத் தவிர ஏனைய தேவர்கள் அனைவரும் சொர்க்கலோகத்தின் இன்பங்களை அனுபவிப்பதைத் தவிர வேறு எதுவும் செய்வதில்லை. இவர்களில் பெரும்பாலானோர், அசுரர்களைப் பற்றி வம்பு பேசுவதிலும், அப்சரஸ்களுடன் நடனமாடுவதிலும், சோமபானம் அருந்துவதிலும் உல்லாசமாகப்

பலனை எதிர்பாராது கடமையைச் செய்வது

பொழுதுபோக்கிக்கொண்டிருப்பதை ஒரு நாள் சிவபெருமான் கவனித்தார். உடனடியாகக் கோபம் கொண்டார்.

தேவையே இல்லாமல், இத்தனை தேவர்கள் எதற்கு என்று எண்ணிய சிவபெருமான், சூலாயுதத்துடன் அவர்களைத் துரத்தினார். தங்கள் பதவிகள் பறிபோவதை சகிக்க முடியாத தேவர்கள், அஞ்சி நடுங்கி, மஹாவிஷ்ணுவிடம் தஞ்சம் அடைந்தார்கள். காப்பாற்றும்படி கதறினார்கள்.

பரமசிவனை சாந்தப்படுத்த முயற்சித்தார், விஷ்ணு. சிவன் அவரிடம் கூறலானார்: "இந்த தேவர்கள் வெறும் சோம்பேறிகள். மனிதர்கள் உழைப்பில் விளையும் பழங்களைத் தின்றுவிட்டு இங்கே வெட்டிப் பொழுது போக்குகிறார்கள். இவர்களை பூமிக்கு அனுப்பிவிடலாம். அங்கு உழைத்து, உண்டு வாழட்டும்."

திகிலடைந்த தேவர்கள் கதறிக் கதறி அழுதார்கள். உழைத்து வாழ்வதென்பது அவர்கள் கனவிலும் நினைக்காத ஒன்று. தான் தேவகுலத்தைச் சேர்ந்தவர் என்று நினைக்கும் எந்த ஒரு தேவனுக்கும் இது பொருந்தாதே! அவர்கள் மஹாவிஷ்ணுவிடம் இறைஞ்சினார்கள். மஹாவிஷ்ணு, பரமசிவனிடம் அவர்கள் சார்பாக இறைஞ்சினார்.

"இவர்களுக்கு நீங்கள் சலுகை வழங்குகிறீர்கள். அசுரர்களிடம் பாரபட்சமாக நடந்து கொள்கிறீர்கள்" என்று கூறினார், பரமசிவன்.

"தங்களை நோக்கித் தவம் புரியும் அசுரர்களுக்கு தாங்கள் அபரிமிதமாக வரங்களை வழங்கி விடுகிறீர்கள். தங்கள் கருணையினால் தாங்கள் வழங்கும் வரங்களினால் உருவாகும் பிரச்சினைகளைத் தீர்ப்பதற்காக நான் ஒவ்வொரு முறையும் பூலோகத்தில் அவதாரம் எடுக்க வேண்டிய கட்டாயம் ஏற்படுகிறது. இவ்வளவு வெகுளித்தனமாகத் தாங்கள் அருள் வழங்குவது நியாயமல்ல, ஈஸ்வரா," என்று புன்னகையுடன் கூறினார், மஹாவிஷ்ணு.

"ஆஹா, தாங்கள் இனிமையாகப் பேசுவதில் வல்லவர்தான். என்னை ஏய்க்க முயற்சிக்காதீர்கள். தேவர்கள் என்று கூறிக்கொள்ளும் இவர்கள் இங்கு சோம்பித் திரிவதில் எனக்கு உடன்பாடில்லை. என் பொறுமைக்கும் ஓர் எல்லை உண்டு," என்று படபடத்தார், பரமசிவன்.

"சரி, தங்கள் விருப்பப்படியே ஆகட்டும், அவர்கள் உழைக்க வேண்டும், அவ்வளவுதானே? நான் அவர்களுக்கு வேலை தருகிறேன்," என்று பரமசிவனை சமாதானப்படுத்தினார், மஹாவிஷ்ணு.

"ஐயகோ, எங்களுக்கு எந்த வேலையும் செய்யத் தெரியாதே, நாங்கள் இப்படியே வாழ்ந்து பழகிவிட்டோமே," என்று தேவர்கள் அழுது புலம்ப ஆரம்பித்ததும் பரமசிவன், தன் சூலாயுதத்தை அவர்களை நோக்கி உயர்த்தினார். தேவர்கள் அரண்டு போய் மஹாவிஷ்ணுவின் பின் ஒளிந்து கொண்டார்கள்.

"என்னைத் தடுக்காதிர்கள், விஷ்ணு. இவர்கள் திருந்த மாட்டார்கள். இவர்களுக்கு ஒரு பாடம் கற்பிக்கிறேன்," என்று ஆவேசத்துடன் கூறினார், பரமசிவன்.

"சரி, சரி, பொறுமை, பொறுமை. இவர்கள் வேலை செய்ய வேண்டும், அவ்வளவுதானே? இவர்கள் செய்யக்கூடிய வேலையை இவர்களுக்குக் கொடுக்கிறேன்," என்று நயந்து கூறினார், மஹாவிஷ்ணு.

"என்ன வேலை செய்து கிழிப்பார்கள், இவர்கள்? தம் பெயரைத் தவிர வேறு ஒன்றும் தெரியாது, இவர்களுக்கு. மொத்தம் முப்பத்து மூன்று கோடி பேர் உள்ளார்கள். இவர்களில், உலக இயக்கத்திற்கு அக்னி, வாயு, வருணன் போன்ற சிலரே போதுமானது. மற்றவர் அனைவரும் இயற்கை வளங்களைத் தின்று, குடித்து, கும்மாளம் போடுவதிலேயே வெட்டிப் பொழுது போக்குகிறார்கள்," என்று பொருமினார், பரமசிவன்.

பலனை எதிர்பாராது கடமையைச் செய்வது

"இதோ, இவர்களுக்கான வேலையை உடனேயே தருகிறேன். இவர்கள் அனைவரும் சொர்க்கத்தில் அமர்ந்தபடி, 'அப்படியே ஆகட்டும்' என்று சதாகாலமும் உச்சரித்துக் கொண்டிருக்க வேண்டும்," என்று புன்னகை மாறாமல் கூறினார், மஹாவிஷ்ணு.

"இது எந்தவிதமான வேலை, இதில் என்ன உழைப்பு இருக்கிறது? தங்கள் குறும்புத்தனமான யுக்தியைப் பயன்படுத்தி என்னைச் சமாதானப்படுத்த முயல்கிறீர்களோ?" என்று வினவினார், பரமசிவன்.

"அப்படி அல்ல. உலக மாந்தர்களுக்குத் தாங்கள் ஒரு படிப்பினை புகட்ட விரும்பினீர்களல்லவா? இதுதான் அந்தப் படிப்பினை. மாந்தர்கள் தம் மனதில் என்ன நினைக்கிறார்களோ, அது நிறைவேறும் வண்ணம், இந்தத் தேவர்கள் கூறும், 'ததாஸ்து' என்ற உச்சாடனம், அதாவது 'அப்படியே ஆகட்டும்' என்ற வாக்கு அவர்களைச் சென்றடையட்டும். இப்படியாக, அவர்கள் நினைத்தது நிறைவேறும் பாக்கியம் அவர்களுக்குக் கிட்டுமல்லவா?" என்று புன்னகை மாறாமல் பகன்றார், மஹாவிஷ்ணு.

இப்போது, பரமசிவனையும் மஹாவிஷ்ணுவின் புன்னகை தொற்றிக்கொண்டது. "சரிதான், அப்படியானால், பூவுலக மாந்தர்கள், எதிர்மறையாக, தீமை எண்ணங்களையோ, அச்சம் தரும் எண்ணங்களையோ நினைக்க முற்பட்டால்?" என்று கேட்டார்.

"அதுவும் அப்படியே நடக்கும். இந்தத் தேவர்களுக்கு உச்சாடனத்தைத் தவிர வேறெதுவும் தெரியாது. நன்மையோ, தீமையோ, 'ததாஸ்து, அப்படியே ஆகட்டும்' என்பதுதான் இவர்களின் தேவவாக்கு," என்று பதிலளித்தார், மஹாவிஷ்ணு.

உடனே அந்த தேவர்கள் அனைவரும் 'ததாஸ்து, அப்படியே ஆகட்டும்' என்ற உச்சாடனத்தை ஒருமித்த குரலில் கோஷத்துடன் ஆரம்பித்தார்கள். மஹாவிஷ்ணு வாய்விட்டுச் சிரித்தார். பரமசிவனும் அவருடைய சிரிப்பில் கலந்து கொண்டார்.

அதன்படி, அந்த முப்பத்து முக்கோடி தேவர்களும் தேவலோகத்தில் அமர்ந்தபடி, 'ததாஸ்து' என்று தொடர்ந்து உச்சாடனம் செய்து கொண்டிருக்கிறார்கள்.

நீங்கள் பெரிதாக சிந்தியுங்கள். தேவர்கள் 'அப்படியே ஆகட்டும்' என்று வாழ்த்துவார்கள். நினைப்பது நிறைவேறும். தீயதை நினைத்தால் 'அப்படியே ஆகட்டும்' என்ற தேவர்களின் உச்சாடனத்திற்கேற்ப தீமையே உங்களை வந்தடையும். எதை நினைக்கிறீர்களோ, அதுவே நடக்கும்.

ஆகவே, ஆசைப்படுவது தீமையை விளைவிக்கும் என்று நீங்கள் நினைக்கத்தலைப்பட்டால், தீமையே விளையும். அவ்வகையான 'ததாஸ்து'வுக்கு ஆளாகாதீர்கள். நன்மையும் வெற்றியும் கிடைக்கவேண்டும் என்று ஆசைப்படுங்கள். அவ்வகையான 'ததாஸ்து' உங்களை வந்தடையட்டும்.

எதற்காக ஆசைப்படுவது என்பதில் கவனம் தேவை

ஒரு ஏழை பிராமணன் தனக்கான வாழ்வாதாரத்தைத் தேடி பல நாட்களாக அலைந்து திரிந்தும், எந்தப் பலனும் கிட்டியபாடில்லை. நீரின்றி, ஆகாரமின்றி நெடுந்தூரம் அலைந்த களைப்பில், தாகமும் பசியும் அவனை வாட்டியது. கோடை வெயில் அவன் சக்தியை உறிஞ்சி எடுத்துக் கொண்டிருந்தது. மிகவும் இக்கட்டானதொரு சூழ்நிலையில் கையறு நிலையில் அவன் தவித்துக்கொண்டிருந்தான். ஒரு பொட்டல் பாதையில் அவன் நடந்து கொண்டிருக்கையில், இன்னும் ஒரு நாள் கூட இப்படிப்பட்ட நிலையில் வாழ முடியாது என்பதை அறிந்து மிகவும் வேதனையுற்றான். பாதையில் எவரும் இல்லை. அந்தப் பாதையிலிருந்து, ஏதேனும் ஒரு கிராமத்தை நோக்கிப் பிரிந்து செல்லும் கிளைச்சாலை ஏதாவது தென்படுகிறதா என்று பார்த்தான். அப்படி எதுவும் தெரியவில்லை. எந்த இலக்குமின்றி கால்போன போக்கில் நடந்து கொண்டிருந்தபோது அவன் பார்வையில், சற்று தூரத்திலுள்ள குன்றின் மீதுள்ள மரம் தென்பட்டது. எப்படியோ,

பலனை எதிர்பாராது கடமையைச் செய்வது

தன் சக்தியைத் திரட்டி சமாளித்து, ஒருவழியாக அந்தக் குன்றின் மீதுள்ள மரத்தை அடைந்து, அதன் நிழலில் அமர்ந்தான். பசி மயக்கத்தில், உணவு கிடைத்தால் பசியாறுவேனே, என்று ஏக்கத்துடன் நினைத்தான். ஏதோ அற்புதம் நிகழ்வது போல், அடுத்த கணம், ஒரு தலைவாழை இலை அவன் முன் படர்ந்து விரிந்தது. நம்ப முடியாமல் தன் கண்களைக் கசக்கிவிட்டுக் கொண்டான், அந்தப் பிராமணன், அடுத்த வினாடியில், கண்ணுக்குப் புலப்படாத கரங்கள், அந்த இலை முழுவதும் அறுசுவை உணவைப் பரிமாறின. தனக்கிருந்த பசியில், இலையிலிருந்த உணவைச் சாப்பிட்டுவிட்டு, திருப்தியுடன் ஏப்பம் விட்ட பிராமணன். 'பாயாசம் கிடைத்தால் நன்றாக இருக்கும்' என்று நினைத்த நொடியில் ஒரு கிண்ணம் நிறையப் பாயாசம் அவன் முன் தோன்றியது.

உண்ட களைப்பில், 'ஒரு கட்டிலும் மெத்தையும் கிடைத்தால் சுகமாகத் தூங்கலாமே' என்று நினைத்தான். அவையும் தோன்றின. நெடுந்தூரம் நடந்த களைப்பினால் கால்கள் வலித்தன. 'யாராவது இதமாகக் காலைப் பிடித்துவிட்டால் சுகமாக இருக்குமே' என்று அவன் எண்ணிய மாத்திரத்தில் அழகான ஒரு பணிப்பெண் வந்து அவன் காலைப் பிடித்துவிட்டாள். மரத்தின் நிழலில், பள்ளத்தாக்கிலிருந்து வரும் காற்றின் வருடலில், அழகான பணிப்பெண்ணின் இதமான பணிவிடையில் சொக்கிய அந்தப் பிராமணன், 'இதுவல்லவோ வாழ்க்கை' என்று புன்னகையுடன் நினைத்து மகிழ்ந்தான். இதெல்லாம் நிஜம்தானா என்ற சந்தேகம் வந்தது. எல்லாம் ஒரு மந்திரம் போல் நடக்கிறதே! இந்த மரம் கல்ப விருக்ஷம் எனப்படும், வேண்டிய வரம் கொடுக்கும் தேவலோக மரமோ, என்று எண்ணியபடி எழுந்து உட்கார்ந்தான். அந்த மரம் மிகவும் அகலமாக, பெரிதாக, பரந்து விரிந்து, திடமான இலைகளுடனும், நறுமணம் கமழும் புஷ்பங்களுடனும் காட்சியளித்தது. ஆனால், பறவைகள் எதுவும் தென்படவில்லை. பட்டாம் பூச்சிகளோ, வண்டு போன்ற பூச்சிகளோ கூடத் தென்படவில்லை. தன் காலை வருடிக்கொண்டிருக்கும் அழகான பணிப்பெண்ணை நோக்கினான், பிராமணன்.

இந்த மரம் கேட்டதைக் கொடுக்கும் கல்ப விருக்ஷம்தான் என்ற நம்பிக்கையில் அகமகிழ்ந்தான். எந்த முயற்சியும் இன்றி வாழ்க்கையில் எல்லாம் கிடைக்கிறதே என்று ஆனந்தம் அடைந்தான். விரும்பியது கிடைக்கும் என்ற நம்பிக்கையுடன் வர்ண வைடூரியங்கள் கிடைத்தால் நல்லது என்று நினைத்தான். விலைமதிப்பற்ற வர்ண வைடூரியக் கற்கள் மழை போல் பொழிந்தன. மகிழ்ச்சி தலைக்கேறி, வாய்விட்டுச் சிரித்தான், பிராமணன். தங்கம் வேண்டும் என்று நினைத்தான். ஒரு பெட்டி நிறையத் தங்கம் அவன் முன் வந்து விழுந்தது. ஒரு அரண்மனை வேண்டும் என்று நினைக்க, சற்று தூரத்தில் ஒரு அரண்மனை உருவாகி மின்னியது. பசுக்கள் வேண்டும் என்று நினைக்க, பசுக்கள் மந்தையாக அந்த மலைப்பாதையில் மேய்ந்து கொண்டிருந்தன. அவனுக்குள் குதூகலம் பொங்கியது. பணிப்பெண்ணைப் பார்த்தான். இவள் என்னைத் திருமணம் செய்து கொண்டால் நன்றாக இருக்குமே, என்று நினைத்த மாத்திரத்தில் அந்த மங்கை, தன்னைத் திருமணம் செய்து கொள்ளுமாறு அவனிடம் கேட்டுக்கொண்டாள். உன்மத்தம் தலைக்கேறிய நிலையில் அந்தப் பிராமணன், 'எனக்கு இனி எந்தத் தடையும் இல்லை, நான நினைத்ததை அடைவேன்' என்ற நினைப்புடன், ரம்பை, திலோத்தமை, மேனகை போன்ற அப்சரஸ் கன்னிகைகளைத் திருமணம் செய்துகொள்ள வேண்டும் என்று விரும்பினான். அடுத்த கணம், அந்த அப்சரஸ்கள் அவன் முன் தோன்றி, தங்களை அவன் திருமணம் செய்துகொள்ள வேண்டும் என்று அவன் முன் மண்டியிட்டுக் கேட்டுக்கொண்டார்கள். தான் இன்னும் முடிவு எடுக்கவில்லை என்று அவன் எகத்தாளமாகக் கூறியதும், தங்கள் மனதை அவன் புண்படுத்திவிட்டதாக அவர்கள் கண்ணீர் விட்டார்கள்.

தனக்குக் கிடைத்த அதிர்ஷ்டத்தை அவனால் நம்ப முடியவில்லை. சில மணி நேரத்திற்கு முன் அவன் ஒரு பிச்சைக்காரனாக, அடுத்த வேளை உணவுக்காகத் தவித்துக் கொண்டிருந்தான். இப்போது தேவலோக மங்கைகள் அவன் கரம் பற்றத் துடிக்கிறார்கள்.

இந்த நிலையில், வெளிர் வானத்தில் திடீரென்று கருமேகங்கள் சூழ்வது போல் அவன் மனதில் ஒரு எண்ணம் தோன்றியது. 'என்னெதிரில் நிற்கும் இந்த மங்கையர் திடீரென்று புலிகளாக உருவெடுத்து என்னைத் தாக்கினால் என்ன ஆவது?' என்ற அந்த நினைப்பை உதறித்தள்ள எவ்வளவோ முயன்றும், அந்த நினைப்பு அவனுள் வலுப்பெற்றது.

கண்ணிமைக்கும் நேரத்தில் அந்த மங்கைகள் புலியாக உருமாறி அவனைக் கடித்துக் குதறினார்கள்.

நாம் என்ன நினைக்கிறோம், எதை விரும்புகிறோம் என்ற தெளிவுடன் நம் சிந்திக்கும் திறனைக் கையாள வேண்டும் என்பதையே இந்தக் கதை நமக்கு வலியுறுத்துகிறது.

எப்போதும் நேர்மறைச் சிந்தனைகளைக் கொண்டிருப்பது அவசியமா?

வாழ்க்கையில் மகிழ்ச்சியாக இருக்க வேண்டுமானால் எப்போதும் நேர்மறையாகவே சிந்திக்க வேண்டும் என்று சொல்வதை நான் ஏற்கமாட்டேன். நோய்வாய்ப்பட்ட ஒருவரிடம் ஆரோக்கியத்துடன் இருந்தால்தான் நோய் குணமாகும் என்று சொல்வதுபோலத்தான் இதுவும். எதிர்மறை சிந்தனைகளும், நேர்மறை சிந்தனைகளைப்போலவே வாழ்க்கையின் ஒரு அம்சம்தான். சுற்றுசூழல், இயற்கையின் சீற்றம், போன்ற வெளிப்புறத் தாக்கங்களால், சில நேரங்களில் நாம் எதிர்மறை அனுபவங்களைக் கடக்க நேரிடலாம். நம்மில் ஒவ்வொருவரும் ஏதோ சில சமயங்களில் எதிர்மறை அனுபவங்களைக் கடந்து கொண்டுதான் இருக்கிறோம்.

எதிர்மறை எண்ணங்களும் இயற்கையின் ஒரு அம்சம்தான். அவற்றை அடக்க முயன்றால், இன்னும் வலுவாக உருவாகும். எதை அடக்க நினைக்கிறோமோ, அதையே அடைய நினைப்பதும் சகஜம்தான். நேர்மறை சிந்தனைகளை வலியுறுத்தும் பல புத்தகங்கள், நம் அலமாரிகளில் இடம் பெற்றிருக்கும். ஆயினும்,

எப்போதும் நேர்மறை எண்ணங்களே நம் மனதில் தோன்ற வேண்டும், எதிர்மறை எண்ணங்கள் தோன்றவே கூடாது என்று நினைத்தால், அது சாத்தியமே இல்லை. நாடோடிக் கதைகளில் பச்சை யானை மற்றும் பெருத்த ராஜா என்னும் கதையிலிருந்து இதை அறியலாம்.

பச்சை யானை மற்றும் பெருத்த ராஜா கதை

உண்பதில் அதிக ஆர்வம் கொண்ட மன்னன் தன் முப்பது வயதிலேயே உடல் எடை அதிகரித்து நடப்பதற்கே சிரமப்படும் நிலைக்கு ஆளானான். அப்படிப்பட்ட நிலையிலும் அவனுக்குத் தீனிகளின் மீதுள்ள ஆசை குறையவில்லை. தன் உடல் பருமனைக் குறைப்பதற்கு உடனடியாக ஏதாவது அபூர்வசக்தி வாய்ந்த மருந்தைக் கண்டுபிடித்துத் தரும்படி தன் நாட்டில் உள்ள மருத்துவர்களை வலியுறுத்தினான். அவர்கள் தயாரித்துத் தந்த மருந்துகளினால் எந்தப் பலனும் ஏற்படவில்லை என்பதால், ஆத்திரம் கொண்டு, ஒவ்வொரு மருத்துவரின் தலையையும் துண்டிக்க உத்தரவிட்டான். இதன் விளைவாக, நாட்டில் உள்ள மருத்துவர்கள் அனைவரும் நாட்டைவிட்டு ஓடிப்போனார்கள். மற்ற மருத்துவர்கள் தலைமறைவானார்கள்.

இறுதியில், ஒரு மருத்துவர் அந்த மன்னனின் பிரச்சினையைத் தீர்த்து வைக்க முன்வந்தார். தான் கண்டுபிடித்த மருந்து, ஒரு அபூர்வ மந்திரசக்தி வாய்ந்தது என்று மன்னனிடம் கூறினார். அவர் சொன்னது போல் அது மந்திரசக்தி வாய்ந்தது அல்ல. துளசி இலைகள் போட்டுக் கொதிக்க வைத்த வெந்நீர்தான் அவர் கொண்டு வந்த மருந்து. இந்தக் கஷாயம் மன்னனின் உடல் பருமனைக் குறைத்துவிடும் என்று அவர் உறுதியளித்தார். அத்துடன் ஒரு நிபந்தனையும் விதித்தார்.

"அரசே, இந்தக் கஷாயம் உங்கள் உடல் பருமனை நிச்சயமாகக் குறைத்து விடும். ஆனால் ஒரே ஒரு நிபந்தனையை மட்டும் நீங்கள் கண்டிப்பாகக் கடைபிடிக்க வேண்டியது அவசியம்," என்றார், மருத்துவர்.

"அது என்னவானாலும் சரி, செய்கிறேன். என் உடற்கட்டு சீராக இருக்கும்படி செய்துவிடுங்கள்," என்று கண்ணில் நீர் பெருகிட அவர் கையைப் பிடித்துக்கொண்டு கெஞ்சினான், மன்னன்.

"இந்தக் கஷாயத்தைப் பருகும்போது பச்சை யானையைப் பற்றி மட்டும் நினைக்காதீர்கள்," என்றார் மருத்துவர்.

"என்னது?! பச்சை யானையா? உலகத்தில் பச்சை யானைகள் இருக்கின்றதா, என்ன?" என்று ஆச்சரியத்துடன் கேட்டான், மன்னன்.

"உஷ்ஷ்ஷ்! வேண்டாம்! பச்சை யானையைப் பற்றி நினைக்காதீர்கள்," என்று சொல்லிவிட்டு, அவனிடம் மருந்தைக் கொடுத்துவிட்டு, அங்கிருந்து அகன்றார், மருத்துவர்.

இப்பூவுலகில் பச்சை யானை என்று ஒன்று இல்லவே இல்லை. ஆனாலும், மனம் விசித்திரமானது அல்லவா? அந்த மன்னன் எப்போதெல்லாம், அந்தக் கஷாயத்தைக் கையில் எடுத்து ஒரு மிடறு விழுங்க முற்படுகிறானோ, அப்போதெல்லாம், ஒரு பச்சை யானையின் உருவம் அவன் மனதில் காட்சியளித்தது. பச்சை யானையை நினைக்கவே கூடாது என்று மன்னன் விடாப்பிடியாக எவ்வளவு முயன்றாலும், அதன் உருவம் அவன் முன் தோன்றி நர்த்தனமாடி, சிரித்து, அழுது, இன்னும் என்னவெல்லாமோ செய்தது. போகப் போக எப்போது பார்த்தாலும் பச்சை யானை அவன் நினைவுகளிலும், எண்ணங்களிலும் நிரந்தரமாகக் குடி கொண்டது. நாளடைவில், அவன் பசி குறைந்தது. பச்சை யானையைப் பற்றி நினைக்காமல் ஒரு தடவையாவது அந்தக் கஷாயத்தை குடித்து, தான் குணமடைய மாட்டோமா என்று அவன் ஏங்கினான், தவித்தான். சில மாதங்களுக்குப் பிறகு அவன் உடல் எடை குறைந்தது. ஆனால், பச்சை யானையைப் பற்றிய நினைவுகளுடனேயே அவன் உயிர் நீத்தான்.

எதிர்மறை எண்ணங்களை ஒதுக்க நினைப்பதும், அசுரத் தன்மைகளைத் தவிர்க்க நினைப்பதும், பச்சை யானையைப் பற்றி நினைக்காமல் இருப்பதற்கு ஒப்பானதுதான்.

எதிர்மறை எண்ணங்கள் வந்தால் வந்துவிட்டுப் போகட்டும், விட்டு விடுங்கள். அது போன்ற எண்ணங்கள் மறைந்தவுடன் புதிய எண்ணங்களுக்கு இடம் அளியுங்கள்.

வாழ்க்கையில் வெற்றி கண்டவர்களில் பலர் எதிர்மறை எண்ணங்களையும் அதனால் உருவாகும் சூழ்நிலைகளையும் சற்றும் மனம் தளராமல் மிகச்சாதுரியமாகக் கையாளுவதைக் கண்கூடாகக் காணலாம். தம் குறிக்கோளுக்குத் தொடர்பில்லாத விஷயங்களை அவர்கள் சற்றும் பொருட்படுத்த மாட்டார்கள். இன்னும் சிலர், எதிர்மறையான அனுபவங்களையே தம் சுய முன்னேற்றத்திற்கான வாய்ப்பாகப் பயன்படுத்தி வெற்றி கண்ட சம்பவங்களும் உண்டு. அடுத்து என்ன என்பதைப்பற்றியே அவர்களின் சிந்தனையும் செயலும் இருக்கும். தம் செயல்களுக்குச் சாதகமற்ற எந்த சூழ்நிலையையும் மிகச் சாதுரியமாகத் தவிர்த்துக் கடந்து செல்வதில் அவர்கள் வல்லவர்கள்.

ரயிலில் பயணிக்கும்போது தாம் இழிவாக நடத்தப்பட்டதைச் சகியாத காந்திஜி அந்த அனுபவத்தை மையமாகக் கொண்டு, நம் நாட்டின் விடுதலைக்கான ஒரு முழக்கமாக அதை மாற்றியமைத்து, ஒரு புதிய உலக சரித்திரத்தையே படைத்து சாதனை புரிந்தார். தன் கோபத்தையும் பழிவாங்கும் உணர்வையும் ஒரு உயரிய நோக்கமாக மாற்றி, தகுதியுள்ள ஒருவரை அரியணை ஏற்றி சாதனை புரிந்தான், சாணக்கியன்.

எதிர்மறை எண்ணங்கள் நம்மில் பலரை நிலைகுலைய வைப்பது சகஜம்தான். அந்த அனுபவம் உலகெங்கும் பலருக்கும் ஏற்பட்டிருக்க வாய்ப்புகள் உண்டு. எதிர்மறை எண்ணங்களை எதிர்த்துப் போரிட்டு உங்கள் பொன்னான நேரத்தை வீணடிக்காதீர்கள். அதற்குப் பதிலாக, நேர்மறை எண்ணங்களைப் படையெடுக்க வைத்து, எதிர்மறை எண்ணங்களை அழித்தொழியுங்கள்.

மனதில் அலை அலையாய் எண்ணங்கள் தோன்றுவது இயல்பு, எனபது ஒரு அசுரனுக்கு நன்றாகவே தெரியும். அவன்

அதை எதிர்த்துப் போரிட்டுக்கொண்டிருக்க மாட்டான். அதை தன் ஆர்வத்துக்குத் விதையாக்கி, அதன் மூலம் வெற்றிகளை அறுவடை செய்வான். அந்த விதை, கனிகளைக் கொடுக்கும் விருக்ஷமாய் உருவெடுக்கும் என்பதை அவன் அறிவான். எண்ணங்களை அடக்கவும், மறைக்கவும் முயலவேண்டாம். இதில் குற்றவுணர்வுக்கு சிறிதும் இடமில்லை. உங்கள் ஆர்வம் தற்போது விதையாக இருக்கலாம். அதற்கு வேண்டிய இடம் அளித்து, வெளிச்சம் அளித்து, நீரூற்றி, பராமரித்து, அது தழைப்பதற்குச் சற்று கால அவகாசம் கொடுங்கள். உங்கள் ஆர்வம் பெரிதாக இருப்பின், இதற்கான கால அவகாசம் சற்றே கூடுதலாக இருக்கலாம். உங்கள் நேர்மறை எண்ணங்கள் வலுவாக இருக்க வேண்டியது அவசியம். சற்றும் தளராமல் அவற்றை மனதில் இருத்துங்கள். எண்ணங்களை அதன் போக்கில் விடுங்கள். ஆசை என்பது படைப்புக்கான விசை. மனதில் தோன்றும் எந்த ஒரு ஆசைக்கும் படைப்பாற்றலாக உருவெடுக்கும் சக்தி உண்டு. ஆர்வம் வலுப்பெற்றால், வாழ்க்கையில் எதையும் சாதிக்கலாம். ஆர்வம்தான் அண்ட சராசரத்தைப் படைக்கும் ஆற்றலை பிரம்மாவுக்கே வழங்கியது. அதனால்தான், உலகமே ஆசையில் அமிழ்ந்துள்ளதாக புராணங்கள் கூறுகின்றன. ஆசை எனப்படுவது இயற்கையின் வலிமைமிக்கதொரு ஆற்றல். ஆசையினால் வெற்றியுடன் திகழ்ந்தவர்களும் உண்டு, அழிந்தவர்களும் உண்டு. "நீங்கள் அசைப்படுவதின் நோக்கம் என்ன என்பதைத் தெளிவாகப் புரிந்து கொண்டு ஆசைப்படுங்கள்" என்ற சீனப் பழமொழியை மனதில் கொண்டு செயல்படுங்கள்.

உங்கள் கனவுகளையும் லட்சியங்களையும் உருவகப் படுத்துங்கள்

உங்களை மேம்படுத்திக்கொள்வதற்கான வழியொன்று உண்டு. உங்கள் கற்பனைகளை வார்த்தைகளாகப் பார்க்காமல், வடிவங்களாகவும், காட்சிகளாகவும் காணுங்கள். 'இந்தப் பரீட்சையில் நான் தேறிவிடுவேன்' என்ற நினைப்பு மட்டுமல்லாமல்,

உங்கள் வெற்றியை உருவகப்படுத்தி, அதைக் கொண்டாடுவதாகக் கற்பனை செய்துபாருங்கள். ஒலிம்பிக் விளையாட்டில் பதக்கங்களை வென்ற வீரர்கள் பலர், போட்டிகளில் கலந்து கொள்வதற்கு முன், மக்கள் முன்னிலையில், பின்னணியில் தேசியகீதம் ஒலித்திட, பலர் புடை சூழ, மேடையில் கம்பீரமாய் நின்று பதக்கத்தைப் பெருமையுடன் பெறுவதாய் உருவகப்படுத்திக் கொள்வதாய்ச் சொன்னதுண்டு. உங்கள் ஆர்வத்தை உருவகப்படுத்திப்பார்ப்பது, உங்கள் வெற்றிக்கு அடிகோலும் என்பதில் ஐயமில்லை.

சொந்தமாக ஒரு வீடு வாங்க வேண்டும் என்று முடிவெடுத்தால், உங்கள் கற்பனை இல்லத்தின் மாதிரியை முப்பரிமாண வடிவத்தில் (3D) அமைத்து உங்கள் வரவேற்பறையில் அனைவரின் பார்வையில் படும்படி பொருத்துங்கள். உங்கள் வங்கிக் கணக்கில் இருப்பு எதுவும் இல்லை என்றாலும் சரி, கடன் அட்டை (credit card) நிறுவனங்கள் கட்டண பாக்கிக்காக உங்களைத் துரத்துவதாக இருந்தாலும் சரி, வீட்டை வாங்குவதற்கான பணத்தை எங்கிருந்து பெறுவது என்பதைப் பற்றி நீங்கள் சிந்திக்கவில்லை என்றாலும் சரி. உங்கள் கனவு இல்லத்தை திட வடிவத்தில் உங்கள் பார்வைக்குத் தென்படுகிறதல்லவா, அதுதான் முக்கியம்.

அசுர புத்திரனான விரோசனனிடம் பிரம்மதேவன் சொன்னது என்ன? எந்த சூழலில் வாழ விரும்புகிறாயோ, அந்த சூழலில் உன்னை இருத்திப்பார், என்பதுதான். போலீஸ் அதிகாரி பதவிக்கான தேர்வுக்குத் தயாராகிறீர்கள் என்றால், போலீஸ் அதிகாரி அணியும் உடையை வாடகைக்கு எடுத்து, அதை அணிந்துகொண்டு ஒரு புகைப்படம் எடுத்துக்கொள்ளுங்கள். அந்தப் பதவியை அடைவதற்கான முன்னெடுப்பில் அதுதான் உங்கள் முதல் செயலாக இருக்க வேண்டும். நீங்கள் போலீஸ் உடையில் இருக்கும் புகைப்படத்தை உங்கள் பார்வையில் படும்படி பொருத்துங்கள். நீங்கள் நினைத்தது நிறைவேறுவதற்கான சாத்தியங்கள் அதிகரிக்கும். முயற்சி செய்து பாருங்கள்.

உங்கள் விருப்பத்தைப் பிரகடனப்படுத்துங்கள்

நம் இயலாமையால், அவமானமும் தர்மசங்கடமும் ஏற்பட்டுவிடுமோ என்ற பயம்தான் நம்மை துரிதமாக செயல்படத் தூண்டும். ஆம். அத்தகையதொரு பயம் உங்களை வெற்றிப் பாதைக்கு அழைத்துச் செல்லும். ஆகவே, உங்கள் குறிக்கோளை வெளியுலகுக்கு எடுத்துச் சொல்லுங்கள். 'நான் எழுதும் இந்தப் புத்தகம் அதிரடியாக விற்பனையாகி, உலகம் முழுவதும் பெரும் புகழ் பெற்று விளங்கும்' என்று அசுரப்பாதையின் முதல் வரிகள் சிலவற்றை எழுதுவதற்கு முன் ஒரு காகிதத்தில் எழுதி, அதை என் எழுத்து மேஜைக்கு முன் ஒட்டி வைத்தேன். இந்தச் செய்கைக்காக நான் பலவிதமான கேலிகளுக்குள்ளானேன். ஏனென்றால், அந்த சில வரிகள் தவிர, ஆறு மாதங்கள் வரை அடியேன் ஒரு வார்த்தை கூட எழுதவில்லை. என் மனைவி, குழந்தைகள், என் தாய், என் நண்பர்கள் என்று அனைவரும் என்னிடம், 'அந்த உலகப் புகழ் பெறும் புத்தகம் எப்போது வெளிவரும் என்று என்னைப் பார்க்கும் போதெல்லாம் கேட்கத் துவங்கினர். நானும் 'அதை நான் எழுதி முடித்தவுடன் வெளியாகும்' என்று விட்டேத்தியாக பதில் சொல்வது வழக்கமாயிற்று. அசுரப் பாதையை எழுதி முடிக்க எனக்கு பத்து வருடங்கள் ஆயிற்று. அதன் பிறகு மூன்று வருடங்களில் என் புத்தகம், பதினெட்டு தடவைகள், பல பதிப்பாளர்களால் நிராகரிக்கப்பட்டது. அதன் பிறகு ஒருவழியாக, அசாத்தியத் துணிச்சலுடன் நான் பிரகடனப்படுத்திய என் புத்தகம் வெளியிடப்பட்டது. ஆனால் ஒன்று. மிக இனிதாக, அமர்க்களமாக என் ஆர்வத்திற்குத் தீனி கிடைத்தது. என்னை நம்புங்கள். உங்கள் அசுரத்தனமான குறிக்கோளை, மிகத் துணிச்சலுடன், அடாவடித்தனமாக, வெளிப்படையாகப் பிரகடனப்படுத்துங்கள். மனசுக்குள் ஒரு குதூகலம் பிறக்கும். பிதாமகனாகிய பீஷ்மர், தன் வாழ்க்கை முழுவதும் பிரம்மச்சாரியாக இருக்கபோவதாக அகண்ட பிரதிக்ஞை எடுத்தது போல், நீங்கள், ஒரு சவாலுடன், உங்கள் செயலில் இறங்கி அதை ஒரு கை பார்த்துவிடும்

தீவிரத்துடன் ஒரு தீபத்தை ஏற்றி, அதன் ஜோதியில் உங்கள் உள்ளங்கைகள் இரண்டையும் கவிழ்த்து விரித்து பிரதிக்ஞை எடுத்துக்கொள்ளுங்கள். அதை உணர்ச்சிகரமாக, என்றென்றும் உங்கள் நினைவில் தங்கும்படி செய்யுங்கள். குதூகலம் பொங்கும்.

உங்கள் உண்மையான விருப்பத்தை அடையாளம் காண்பது எப்படி

தம்முடைய ஆர்வத்தையும் அதற்கான நோக்கத்தையும் சிலர் தற்செயலாகக் கண்டறிந்து உணர்வதும் உண்டு. தம் தனித்திறனையும் அதன் மேலுள்ள ஆர்வத்தையும் இனம் கண்டு கொள்ளும் மற்றும் சிலர், அதில் வெற்றி பெறுவதற்கான முயற்சிகளில் ஈடுபட்டும் கூட, தம் ஆசைகளுக்கு வடிவம் கொடுக்கும் முன்னரே, தம் செயல்களை நிறுத்திப் பின்வாங்கியதும் உண்டு. அதற்குக் காரணம் தங்கள் பாதை சரியானதுதான் என்பதை அவர்கள் மனப்பூர்வமாக உணராமல் போவதுதான். நமக்கான பாதை இதுதான் என்பதை இனம் காண்பது எப்படி? அதற்கு ஒரு சுலபமான வழி உண்டு. உங்கள் மனதுக்குப் பிடித்த ஒரு செயலில் நீங்கள் தோராயமாக எத்தனை மணி நேரம் ஆர்வத்துடன் ஈடுபடுகிறீர்கள் என்பதைப் பரீட்சித்துப் பாருங்கள். உங்களுக்கு மகிழ்ச்சி தரும் விஷயம் எது? பணம், புகழ், சமூக அங்கீகாரம் போன்றவற்றை விரும்புபவரா நீங்கள்? மேலும், நீங்கள் ஆர்வம் கொண்டுள்ள விஷயங்களை மட்டுமே தேர்ந்தெடுத்து, அதில் தீவிரமாக ஈடுபடுங்கள். நீங்கள் ஆர்வம் கொண்டுள்ளதாக இதுகாறும் நினைத்திருந்த சில விஷயங்களில் உங்களுக்கு உண்மையான ஆர்வம் இல்லை என்பதை அனுபவபூர்வமாக உணர்வீர்கள். ஆச்சரியமாக உள்ளதல்லவா? நான் ஒரு முழுநேர கார்ட்டூனிஸ்டாகத் திகழ வேண்டும் என்று என் இளம் பிராயத்தில் ஆசைப்பட்டு, அதில் அதீத ஆர்வம் கொண்டு, அதற்கான செயல்களில் ஈடுபட்டேன். நாட்கள் செல்லச் செல்ல, எழுதுவதில்தான் என் உண்மையான ஈடுபாடும், ஆர்வமும் உள்ளது, கேலிச்சித்திரம் வரைவதில் அல்ல, என்பதைக் கண்டு கொண்டேன். என்னுள் ஆர்வம் கிளர்ந்த பல

விஷயங்களை முயற்சித்தேன். அந்த அனுபவங்களின் வாயிலாக, நான் எவ்விதமாக உருப்பெறத் தகுதி படைத்தவன் என்பதையும் கண்டு கொண்டேன். இந்த வழியில் முயற்சித்துப் பாருங்கள். உங்களுக்கு ஆச்சரியங்கள் காத்திருக்கின்றன.

தங்கள் தனித்திறனைக் கண்டறிந்து, அதில் ஆர்வத்துடன் ஈடுபடுவதற்கான நேரம் சரியாக அமைவதில்லை என்ற ரீதியிலான முறையீடுகளை, நான் விரிவுரைகள் நிகழ்த்தும்போது கேட்டதுண்டு. தவிர, பொருளாதாரத் தேவைகள், குடும்பச் சூழல்கள் போன்றவையும் உங்கள் ஆர்வத்துக்குத் தடையாக இருக்கலாம். இவையெல்லாம் வெறும் காரணங்கள் மட்டுமே. நீங்கள் ஆர்வம் கொண்டுள்ள விஷயங்களில் செயல்பட்டு அதில் முன்னேற்றம் காண, தினமும் கொஞ்ச நேரமாவது ஒதுக்க உங்களால் முடியும். இது போன்ற தனிச்சையான ஈடுபாடு, உங்களையறியாமலேயே உங்களை வெற்றிப்பாதையில் அழைத்துச்செல்வதை உணர்வீர்கள். உங்கள் ஆர்வத்துக்கு ஒரு வாய்ப்பு கொடுங்கள். அது உங்கள் வாழ்க்கையின் உந்துசக்தி. நீங்கள் விரும்புவதை முழு ஈடுபாட்டுடன் செய்யுங்கள். உங்கள் மேலதிகாரி, குடும்ப உறுப்பினர்கள், சமூகம் போன்ற உங்களைச் சுற்றியுள்ளவர்கள் விரும்புவதை அல்ல. இந்த விஷயத்தில் சுயநலம் கொள்ளுங்கள். சுயநலம் எனப்படும் தன்னார்வத்தின் பண்புகளையும், தன்மைகளையும் பின்னொரு அத்தியாயத்தில் காண்போம்.

பிரம்மதேவன், விரோசனனுக்கு அளித்த உபதேசத்தை ஒரு முன்மாதிரியாக எடுத்துக்கொள்வோம். "ஆசைப்படு, முடிவெடு, செயல்படு. உன்னுடைய மிகச்சிறப்பான செயல்பாடுகளை உருவகப்படுத்திக்கொள். அதுதான் உன் உண்மை ஸ்வரூபம். நீ ஆசைப்படும் நிலையை அடைய உனக்கு அனைத்துத் தகுதிகளும் உண்டு."

நம்மில் பலர் வெறும் கனவுகளிலேயே வாழ்வதுண்டு. கனவை நனவாக மாற்றி வாழ்வது என்பது ஒரு நிலை. அதைத் தவிர்த்து,

கனவிலேயே வாழ்ந்து, கனவிலேயே வெற்றி பெற்றதாக நினைப்பது தகுமா? இரண்டுக்கும் உள்ள வேறுபாட்டை இனம் காணுங்கள்.

நீங்கள் எதற்காக ஏங்குகிறீர்களோ, எதை அடைய வேண்டும் என்று நினைக்கிறீர்களோ, அதை நோக்கி முழு ஆர்வத்துடன் செயல்படுங்கள். அதில் அதீத வேட்கை கொள்ளுங்கள். அதுதான் அசுரப்பாதை. நீங்கள் விரும்பியதை அடையுங்கள்.

உங்கள் விருப்பத்தை சீர்ப்படுத்துவது எப்படி

ஆர்வம் என்பது ஒரு சக்திமிக்க உணர்வு என்பது தெளிவு. அது நம்மை உயரங்களைத் தொடுவதற்கும், மென்மேலும் சாதனைகள் புரிவதற்கும் ஊக்குவிக்கும். சில சந்தர்ப்பங்களில், தவறான முடிகளை எடுக்கவும், ஆபத்தான முயற்சிகளில் ஈடுபடுவதற்குமான வாய்ப்புகளும் உருவாகலாம். அதனால், நம் விருப்பங்களைச் சீர்ப்படுத்துவது மிகவும் அவசியம். அப்படிச் சீர்ப்படுத்திச் செப்பனிடுவதன் மூலம் நாம் அடைய வேண்டிய இலக்கை லகுவாக அடைவதற்கான வாய்ப்புகள் உருவாகும். ஆம், நம் ஆர்வம் என்பது ஆர்வக்கோளாறாக மாறிவிடாமல் பார்த்துக்கொள்வது மிக மிக அவசியம்.

1. நீங்கள் அடைய விரும்பும் இலக்குகளை, கால அளவுகளுடன் தெளிவாக ஒரு டைரியில் எழுதிக்கொள்ளுங்கள்

    உங்கள் டைரியில் உங்கள் ஆர்வங்களை ஒரு தனிப்பக்கத்தில் குறித்துக்கொள்ளுங்கள். மொபைல் ஃபோன் அல்லது ஐபேட் போன்ற எலக்ட்ரானிக் சாதனங்களை விட அது சாலச் சிறந்தது.

    உங்களுக்கு என்ன வேண்டும், உங்கள் விருப்பம் என்ன, அந்த ஆர்வம் உங்களுக்குள் ஏன் எழுந்தது, அதற்கான

காரணம் என்ன என்பதைக் கொஞ்சம் அவகாசம் எடுத்து யோசியுங்கள். ஏன் என்ற கேள்விக்கான பதிலை தர்க்க ரீதியாக யோசிக்க வேண்டிய அவசியம் இல்லை. அது ஒரு கண்மூடித்தனமான இலக்காகவும் இருக்கலாம். அது உங்கள் ஆர்வத்தைக் கிளறும் அளவுக்கும், உங்கள் வேட்கையைத் தூண்டிவிடும் அளவுக்கும் இருந்தால் போதுமானது. ஏதோ அற்புதம் நிகழ்ந்துவிடும் என்றோ, இயற்கை உங்களுக்கு வேண்டியதை வழங்க சித்தமாக இருக்கிறது என்றோ நான் நவீன வேதாந்தம் பேச வரவில்லை. நீங்கள் நினைத்ததை அடைவதற்கு, உங்கள் நாடி, நரம்புகள் அதிரும் வகையில் நீங்கள் உழைத்தாக வேண்டும். இயற்கையின் ஆற்றலுக்கு வேறு பல வேலைகள் இருக்கின்றன. நீங்கள் நினைத்ததை அடைய நீங்கள்தான் உழைத்தாக வேண்டும்.

2. இலக்கை நோக்கிய தெளிவு தேவை – ஆசைகள் குறித்த மேலோட்டமான சிந்தனைகள் பயன் தராது

உங்கள் ஆசைகள் குறித்த மேலோட்டமான சிந்தனைகளும் செயல்களும் பலன் தராது. ஆசைகள் ஆசைகளாகவே மடிந்து போகும். உங்கள் ஆசை இதுதான் என்கிற தெளிவும் அதை நோக்கிய முயற்சிகளில் உத்வேகமும் இருந்தால்தான் நீங்கள் நினைத்ததை அடைய முடியும். உங்கள் குறிக்கோளை அடைவதற்கான வழிமுறைகளையும் அவற்றைப் படிப்படியாக செயல்படுத்துவதற்கான சீரான திட்டமிடுதலையும் நடைமுறையாக்கினால், அது உங்களுக்குள் ஒரு ஆக்கபூர்வமான உத்வேகத்தை உயிர்பெறச்செய்து, வாழ்க்கையில் நீங்கள் சாதிக்க நினைத்ததை அடைவதற்கான ஆற்றலையும் வழங்கி உங்களை வெற்றிப்பாதையில் நிச்சயமாக அழைத்துச் செல்லும்.

3. காட்சிப்படுத்திப் பாருங்கள்

வரைவது உங்களுக்கு சாத்தியம் என்றால் வரைந்து பார்க்கலாம். அல்லது இணையதளத்திலிருந்து பதிவிறக்கம் (டவுன்லோட்) செய்து உங்கள் டைரியிலோ, நோட்டுப்புத்தகத்திலோ ஒட்டிவைத்துக்கொள்ளுங்கள். ஆஸ்கார் விருது பெறுவதுதான் உங்கள் நோக்கம் என்றால், அதில் தீவிர ஆர்வம் காட்டிச் செயல்படுங்கள். அது நடக்க வாய்ப்புண்டு. சும்மா ஏதோ ஒப்புக்காகச் சொல்லவில்லை. இதற்கு முன் ஆஸ்கார் விருது பெற்றவர்களின் பட்டியலை அச்சிட்டு (ப்ரிண்ட் அவுட்) எடுத்து, போன வருடன் ஆஸ்கார் விருது வாங்கியவரின் புகைப்படத்தின் மேல் உங்கள் புகைப்படத்தை ஒட்டி வையுங்கள். இது பித்துக்குளித்தனமாகத் தெரிகிறதா? இருக்கட்டும், பரவாயில்லை. அடையமுடியாத கனவுகளை நனவாக்குபவர்களுக்காகத்தான் இந்த உலகம் இயங்குகிறது. நாம் அசுரர்கள். ராவணனைப்போல் கைலாச பர்வதத்தையே தூக்கிக்காட்டுவோம்.

4. சில தியாகங்கள் செய்யவும், உங்கள் அனுபவங்களுக்கான விலையைக் கொடுக்கவும் தயாராக இருங்கள்

தபஸ்யா எனப்படும் கடுந்தவம் தொடர்பாக புராணக் கதைகள் போதிப்பது என்னவென்று தெரியுமா? இத்தகைய கதைகள் யாவுமே ஒரே கருத்தைத்தான் வெவ்வேறு விதமாகச் சித்தரிக்கின்றன. ராவணன், ஹிரண்யாக்ஷா போன்ற அசுரர்களின் ஆசைகளும் விருப்பங்களும் அசாதாரணமாக, எவரும் அடைவதற்குச் சாத்தியமில்லாத வகையில் இருக்கும். அவர்கள் இறவா வரத்தை அடைய வேண்டி தவமிருந்தார்கள். பல ஆண்டுகள் தவமிருந்தும் அவர்கள் வேண்டியது கிட்டாத நிலையில், தியாகங்கள் புரியவும் தயாரானார்கள். தம் கரங்களையும், கால்களையும், தலைகளையும் கூட

காணிக்கையாக்கி, தாம் விரும்பியதை அடையச் சித்தமாக இருந்தார்கள். உதாரணமாக, ராவணனாகப்பட்டவன், கைலாச பர்வதத்திற்கு அடியில் அழுந்தித் தியாகம் புரியவும் சித்தமானான். அது போன்றது அவர்களின் கடுந்தவமும், வைராக்கியமும்.

இதன்மூலம் நாம் புரிந்துகொள்ள வேண்டியது என்னவென்றால், தியாகங்கள் செய்வதற்கும் நாம் சித்தமாக இருக்க வேண்டும் என்பதுதான். நமது நேரம், சக்தி, உடல்நலம், மற்றும் அன்றாட வாழ்க்கையில் கிடைக்கக்கூடிய இன்பங்கள் போன்ற அனைத்தையுமே, நமது குறிக்கோளுக்காகவும், லட்சியத்துக்காகவும், மற்றும் நாம் அடைய வேண்டிய இலக்குக்காகவும், பலி கொடுக்கவேண்டிய கட்டம் வரலாம். எதற்கும் சித்தமாக இருப்பது அவசியம். அது ஒன்றுதான் நம் வெற்றிக்கான பாதை.

5. அவ்வப்போது அவதானித்து ஆசுவாசப்படுத்திக் கொள்ளுங்கள்

விளையாட்டுப் பயிற்சிகள் (ஸ்போர்ட்ஸ்) அல்லது உடற்பயிற்சிக் கூடம் (ஜிம்) போன்றவைகளில் ஈடுபடுபவர்களை, பயிற்சியாளர் சிறிது நேரம் ஓய்வு எடுத்துக்கொள்ளச் சொல்வார். அதற்குக் காரணம், அளவுக்கதிகமாக உடலை வருத்திக்கொள்வதால் அயற்சி ஏற்பட்டு, அதன் விளைவாக ஏற்படும் உடல் தடுமாற்றத்தில் ஏதேனும் காயம் ஏற்பட வாய்ப்பு உண்டு என்பதுதான். உங்கள் லட்சியத்தை அடைவதற்காக தீவிரமாக செயல்படும்போது, அவ்வப்போது அவதானித்து ஆசுவாசப்படுத்திக் கொள்வதால், அசதி ஏற்படுவதையும், சக்திக்குறைவையும் தவிர்க்கலாம். இது போன்ற ஓய்வு நேரங்களில் புதுப்புது சிந்தனைகள் தோன்றி, உங்கள் செயல்பாடுகள் மென்மேலும் மெருகேறி, நீங்கள் எதிர்பார்த்ததை விட சிறப்பாக அமைந்து, அதிக

பலன்களை வழங்கலாம். தேவையான புத்துணர்ச்சியைப் பெறுவதற்கும், அதன் மூலம் சிறந்த அணுகுமுறைகளுக்கான உத்திகள் தோன்றி, வெற்றியின் பரிமாணத்தை மேலும் அதிகமாக்கலாம். இவை அனைத்தும் சாத்தியமே. நீங்கள் நினைத்தால் நடத்திக்காட்டலாம்.

6. தவறுகளும், அதன் காரணமாகப் பின்னடைவுகளும் ஏற்படலாம். தளராதீர்கள்.

நினைப்பது ஒன்று நடப்பது ஒன்று என்ற ரீதியில் உங்களை அறியாமல் சில தவறுகளும், உங்கள் கவனத்தைச் சிதறடிக்கும் சம்பவங்களும் நடக்கலாம். ஆனால் இவை எதுவும் உங்கள் செயல்பாடுகளைத் தடுக்க அனுமதிக்காதீர்கள். அசுரர்கள் தவத்தில் ஈடுபட்டிருக்கும் ஒவ்வொரு முறையும் தேவர்களில் யாராவது ஒருவர், பொறாமையில், அவர்களின் தவத்தைக் கலைக்கும் நோக்கத்துடன், ஏதோ ஒரு வடிவத்தில் தொல்லை கொடுக்க முயற்சிப்பார்கள். சொர்க்கத்தைச் சார்ந்த நாட்டிய மங்கை உருவிலோ, பெருங்காற்று, அல்லது வெள்ளப் பெருக்கை ஏற்படுத்தியோ அவர்கள் கவனத்தை சிதறடிக்கும் செயல்களைச் செய்வார்கள். ஆனால், அசுரர்களோ, தாங்கள் நினைத்ததை அடையும் வரை, விடாப்பிடியாக, தங்கள் தவத்தில் மட்டுமே ஆழ்ந்திருப்பார்கள்.

7. பின்னடைவுகள் யாவும் படிக்கற்களே

உங்கள் ஆசையும் லட்சியமும் நிறைவேறுவதற்கான வெற்றிப்பாதையில் நீங்கள் பயணிக்கும்போது, உங்கள் மனோபாவம், அதாவது ஒவ்வொரு விஷயத்திலும் நீங்கள் காட்டும் அணுகுமுறை, மிக முக்கியப் பங்கு வகிக்கிறது. நீங்கள் திட்டமிட்டபடி சில விஷயங்கள் நடக்காமல் போனால், உங்கள் நம்பிக்கையும் உறுதியும் ஆட்டம்

காணலாம். ஆனால், நீங்கள் அசாத்திய மன உறுதியுடன், நேர்மறை எண்ணங்களுடன், நெளிவு சுளிவுகளைக் கடந்து செல்லும் பட்சத்தில், பின்னடைவுகள் யாவும் படிக்கற்களாகவும், வளர்ச்சிக்கான நல்வாய்ப்புகளாகவும் மாறும் என்பதில் ஐயமில்லை. சின்னச்சின்ன இடையூறுகள் உங்கள் கவனத்தையும் உயரிய நோக்கத்தையும் சிறிதளவும் பாதிக்காத வகையில் ஒரு உத்வேகத்துடன் உங்கள் பாதையில் முன்னேறுங்கள். உங்கள் தன்முனைப்பாற்றல் பெருகும். வெற்றி நிலைக்கும்.

நீங்கள் சாதிக்க நினைக்கும் விஷயங்களைச் சிறிதும் தயக்கமின்றி, தைரியத்துடன் பட்டியலிடுங்கள். எந்த ஒரு சாதாரண தேவனும் உங்கள் செயல்களைத் தடுத்து நிறுத்த முடியாது. உங்கள் விடாமுயற்சியையும் செயலையும் கண்டு, உங்களை எதிர்க்க வரும் அவதாரம் எப்போது வேண்டுமானாலும் பிரத்தியக்ஷமாகட்டும். அதுவரை ஒரு அசுரனாக, உலகை ஆளுங்கள்.

போலி உபதேசம் 5

பொறாமை தவிர்த்தல்

பெரியோர்கள், ஆசான்கள், மதகுருமார்கள், ஆசிரியர்கள் போன்றோரிடமிருந்து கீழே குறிப்பிட்டுள்ள இந்த உபதேசத்தை எத்தனை முறை கேட்டிருப்போம்?

"பொறாமை கொள்ளாதே, ஆற்றாமையைக் கட்டுப்படுத்து, மற்றவரிடம் என்ன உள்ளது என்பதைப் பாராதே, உன்னிடம் உள்ளதைக் கொண்டு திருப்தி கொள்."

இத்தகைய உபதேசங்களுக்குக் குறைவில்லை. அதெல்லாம் சரிதான், ஆனால் போட்டி, பொறாமை எனும் எண்ணங்கள் இயற்கையிலேயே நம் ஒவ்வொருவரிலும் ஊறிப்போய் உள்ளதல்லவா? அது மனிதனுக்குத் தேவையில்லை என்றால், தீயது என்றால், நம் பிறப்பிலேயே அது நம்முள் விதைக்கப்படுகிறதே! விந்தையாக உள்ளது அல்லவா?

போட்டியும் பொறாமையும்தான் பிரதான எதிர்மறை சிந்தனைகளாகக் கருதப்படுகின்றன. பொறாமைதான் உள்ளபடியே தீய குணம் என்று தேவி பாகவதம் கூறுகிறது. இது போன்ற தகவல்களை சூழ்நிலைக்கு ஏற்பப் படித்துப் புரிந்துகொள்ளுதல் அவசியம்.

நாம் குழந்தைகளாக இருக்கும்போது, குடும்பத்திலுள்ள பெரியவர்கள், பொறாமை என்பது கூடவே கூடாது என்று வலியுறுத்துவர். அதே சமயத்தில், போட்டி மனப்பான்மையுடன்

இருக்கவேண்டும் என்று பெற்றோர் குழந்தைகளிடம் வலியுறுத்துவர். பாடங்களில் மற்றவர்களை விட அதிக மதிப்பெண்கள் பெறவேண்டும், பாடுவது, வரைவது, விளையாடுவது என்று அனைத்திலும் மற்றவர்களை முந்திக்கொண்டு சிறந்து விளங்க வேண்டும் என்று வலியுறுத்துவர். ஒரு பக்கம், பொறாமை கூடாது என்றும் மறு பக்கம், போட்டிபோட்டு ஜெயிக்க வேண்டும் என்றும் வலியுறுத்துதல் விந்தை!

இது குழந்தைகளுக்கு மட்டுமல்ல, பெரியவர்களுக்கும் இதில் குழப்பம்தான். நாம் வளர, வளர, நமக்குப் போதிக்கப்பட்டதற்கும், உலக இயல்புகளுக்கும் நிறைய வித்தியாசங்கள் இருப்பதைக் காண்கின்றோம். போட்டியும் பொறாமையும் வாழ்க்கையின் இன்றியமையாத அம்சங்களாய் விஸ்வரூபம் எடுத்து நிற்கையில், அது கூடாது என்ற போதனைகளுக்கு அர்த்தமில்லாமல் போகிறது.

அது, அடிப்படையான ஒரு மனித இயல்பாக உள்ளதால், அதைக் கட்டுப்படுத்துவதோ, அந்த அனுபவத்தைப் பெறாமல் போவதோ இயற்கையின் நியதியை மீறிய செயலாகுமல்லவா?

நம் பிறப்பைப் பற்றி சற்று ஆராய்வோம். அறிவியலின் கூற்றுப்படி, மனித விந்து இருநூறு மில்லியன் அணுக்களுடன் பாய்கிறது. அதில் ஒன்றே ஒன்றுதான் கருப்பையில், கருவாக உருவாகிறது. தாம்பத்திய சேர்க்கையின் வீரியத்திலேயே போட்டி உருவாகிறது என்பது புரிகிறதல்லவா? நாம் கருவில் உருவாவதே, கடும் போட்டியில்தான் ஆரம்பிக்கிறது. இருநூறு மில்லியன் அணுக்களை முந்திக்கொண்டு நாம் கருவில் உருப்பெறுகிறோம். ஆகவே, பிறப்பிலேயே நாம் வெற்றியாளர்கள்தான். இயற்கையாகவே, போட்டியும் அதற்கான முனைப்பும் சிறந்ததைத் தேர்ந்தெடுக்க உதவுகிறது. அதனால், நம்முடைய சிறப்பும், தனித்தன்மையும் நமக்கு விளங்குகிறது.

ஆனால், போட்டி அத்துடன் முடிவுக்கு வரவில்லை. எந்த ஒரு படைப்பும் இயற்கை வளங்களைச் சார்ந்தே உள்ளன. அதில்

இயற்கையின் பங்களிப்பும் உண்டு. ஆனாலும் போட்டியும் பொறாமையும் எப்போதும் நிலைத்திருக்கும். புற்கள் செழிப்பாக இருப்பதற்கு மரங்களும், செடிகளுமே ஆதாரம். பறவைகளும் மிருகங்களும் உணவு, இருப்பிடம் மற்றும் தம் இணைக்காகப் போட்டியிடுகின்றன. மான்கள் ஒரு கூட்டமாகச் செல்லும்போது ஒன்றை ஒன்று ஓட்டத்தில் முந்தப் பார்க்கின்றன. பின் தங்கிய மான் புலியிடம் சிக்கிக்கொள்கிறது. ஜீவராசிகள் அனைத்துக்கிடையிலும் ஏதோ ஒரு வகையில் போட்டியும் அதைத் தொடர்ந்த சண்டையும் சச்சரவும் தொடர்ந்து நடந்துகொண்டுதான் இருக்கிறது. இதைத் தவிர, நுண்ணிய நோய்க்கிருமிகள், தொற்றுக்கிருமிகள் போன்றவை நம் உடலைத் தாக்குவதில் போட்டியிடுகின்றன. அவற்றை எதிர்த்து நம் உடலில் உள்ள உயிரணுக்கள் (செல்கள்) போட்டியிடுகின்றன. பரிணாம வளர்ச்சி என்பதே போட்டிக்கும் பொறாமைக்குமான ஒரு உதாரணம்தான்.

ஜீவராசிகளில் முதன்மை வகிப்பதிலான போட்டியில் மனித இனம் வெற்றியுடன் திகழ்கிறது. போட்டியில் வெற்றி பெற்றவர்களே வாழத் தகுதியுடையவர்களாகிறார்கள். தோல்வியுற்றவர்கள் ஒதுக்கப்படுகிறார்கள். ஆயினும், இந்த அடிப்படை உண்மைக்குப் புறம்பாகத்தான் எல்லா மதங்களும் போதிக்கின்றன.

இயற்கையின் நியதியில், இயல்புக்கு உட்பட்ட விஷயங்களை, தகாதவை போல் சித்தரிப்பதை எல்லா மதங்களிலும் பொதுவாகக் காணலாம். உடலுறவை ஏதோ பாவச் செயலாகவும், பிரம்மச்சரியத்தை ஒரு புனிதச் செயலாகவும் இச்சமூகம் சித்தரிப்பதைக் காணலாம். மனித இனத்தைத் தவிர வேறு எந்த உயிரினமாவது பிரம்மச்சரியத்தைக் கடைப்பிடிக்கிறதா? இந்த உபதேசத்தை நம்மில் பலரும் ஏற்றிருந்தால், இன்று மனித இனமே அழிந்து போகும் நிலை ஏற்பட்டிருக்கும். நல்ல வேளை, இது போன்ற உபதேசங்களைப் புறந்தள்ளி, இயற்கையின் உந்துதலுக்கும், நம் அன்றாட வாழ்வுக்கான தேவைக்கேற்ப பொது அறிவையும் பின்பற்றுவதால்தான் மனித இனம் இன்னும் நிலைத்திருக்கிறது.

அசுர குணங்கள் அனைத்தையுமே, எல்லா மதங்களும் மறுதளித்துள்ளன. இதில் போட்டியும் பொறாமையும் பிரதான தீய குணங்களாக முதன்மை வகிக்கின்றன. சரி, போட்டியும் பொறாமையும் பாவச் செயலாக இருப்பின், மதங்களிடையே உயர்வு தாழ்வு என்கிற பேதம் ஏன்? நாடுகளுக்கிடையே பகைமை, ஒரு மதத்திலேயே சைவர்கள்–வைஷ்ணவர்கள், ஷியா–சுன்னி, கேத்தலிக்–ப்ரொடஸ்டண்ட் என்கிற பிரிவுகள் உள்ளதைக் காணலாம். இதுபோன்று ஒவ்வொரு மதத்திலும், ஒவ்வொரு பிரிவிலும், இறை நம்பிக்கை சார்ந்த விஷயத்திலேயே ஒருவரை ஒருவர் எதிர்த்துப் போரிடும் இழிவான நிலை. நமது புராணங்களிலேயே மஹாபுருஷர்களாகக் கருதப்பட்டவர்களிடையே போட்டியும் பொறாமையும் நிலவியதாகக் கதைகள் உள்ளன. அவற்றில், இங்கே, எடுத்துக்காட்டாக, மஹா முனிவர்களாகப் போற்றப்பட்ட விஸ்வாமித்திரருக்கும், வசிஷ்டருக்கும் இடையே பொறாமையினால் ஏற்பட்ட மோதலைப் பார்ப்போம்.

துறவிகளிடமிருந்து கற்றுக்கொள்ள வேண்டும் என்று பெரியவர்கள் சொல்லக்கேட்டிருப்போம். அவர்கள் நமக்கான எடுத்துக்காட்டாக விளங்கினார்களா என்று பார்ப்போம்.

இக்கதை பலரால், பலவகையில் சொல்லப்பட்டிருந்தாலும், வால்மீகி ராமாயணத்தின் பால காண்டம் மற்றும் மஹாபாரதத்தின் ஆதி பர்வம் போன்ற புராணங்களின் மூலம் இந்தக்கதை இன்றளவும் புகழ் பெற்றுத் திகழ்கிறது.

வசிஷ்டருக்கும் விஸ்வாமித்திரருக்கும் இடையே உருவான பொறாமை

கௌசிகன் எனும் மன்னன் அயோத்தி நகரத்தை ஆண்டு வந்தான். ஒருநாள், தன் படைகளுடன் காட்டில் வேட்டையாடச் சென்றான். அன்றைய தினம் அவர்களுக்குத் தோதாக அமையவில்லை. ஒரு விலங்கும் சிக்கவில்லை. படையினர் சோர்வும் எரிச்சலும்

அடைந்தனர். அது ஒரு கோடைக்காலம். காட்டில் காய்ந்த புதர்களும் முட்களும் மண்டிக்கிடந்தன. மன்னனும், அவனது படையும், வேகாத வெயிலில், வழி தவறி அலைந்து கொண்டிருந்தனர். மூன்று தினங்கள் கடந்தும், அவர்களால் காட்டை விட்டு வெளியேறுவதற்கான பாதையைக் கண்டறிய முடியவில்லை. படை வீரர்கள் அனைவரும் செய்வதறியாது திகைத்து, அரை மயக்க நிலையில் தவித்துக்கொண்டிருந்தனர். திடீரென்று, ஒரு ஆசிரமம், அவர்கள் பார்வையில் தென்பட்டது. மகிழ்ச்சிக்கூக்குரலுடன், அனைவரும் அந்த ஆசிரமத்தை அணுகினர். கௌசிகனுக்கு இது எந்த நம்பிக்கையும் அளிக்கவில்லை. ஒரு ஆசிரமத்தில், சில முனிவர்களுக்குப் போதுமானதாக, உணவும், இருப்பிடமும் கிடைக்கலாம். ஆனால் இத்தனை பேரின் பசியையும் தாகத்தையும் தணிக்கும் அளவுக்கு அங்கு என்ன இருந்துவிடப்போகிறது என்று நினைத்தான்.

ஆனால், அவன் அந்த ஆசிரமத்தை அடைந்தபோது அவனுள் வியப்பு மேலிட்டது. என்ன ஆச்சரியம்! அவனுக்கு முன் அங்கு வந்த அவனுடைய படையினர் ஆனந்தமாக அறுசுவை உணவை உண்டு மகிழ்ந்து கொண்டிருந்தனர். வசிஷ்ட மஹரிஷியின் புத்திரர்களாகிய இரண்டு சந்நியாசிகள், கௌசிகனை வரவேற்றனர். அதே நேரத்தில், வசிஷ்ட மஹரிஷியும் அங்கு வந்து, கௌசிகனை வரவேற்றார். அவனுக்கு அங்கு அளிக்கப்பட்ட உணவை அவன் இதுவரை தன் அரண்மனையில் கூட ருசித்ததில்லை. உண்டமயக்கம் தீர சற்று இளைப்பாற நினைத்த கௌசிகனுக்கு, பட்டு மெத்தை வழங்கப்பட்டது. அந்த அத்வானக்காட்டில் இதுபோன்ற அறுசுவை உணவும், இத்தனை வசதிகளும் எப்படிக் கிடைக்கலாயிற்று, என்று அவன் யோசிக்கத் தலைப்பட்டான். வனாந்திரம் முழுவதும் புதராய், முட்களாய் மண்டிக்கிடக்கும்போது, இந்த இடம் மட்டும், பசுமையாய், செழிப்பாய்த் திகழக் காரணம் என்னவாயிருக்கும் என்று அவன் யோசித்து, பதில் கிடைக்காமல், வசிஷ்ட மஹரிஷியிடமே தன் சந்தேகத்தை வெளிப்படுத்தினான்.

சற்றே நிதானித்த வசிஷ்டர், தனது உன்னதமான ஆசிரமத்தின் அற்புதமான நிலைக்கான காரணத்தை – அந்த ரகசியத்தை, அவனிடம் பகிர்ந்து கொண்டார். வேண்டியதை வழங்கும் காமதேனுப் பசுவின் வழித்தோன்றலான நந்தினிப் பசு, தன்னிடம் இருப்பதால் இது சாத்தியமாயிற்று என்ற உண்மையை அவனிடம் எடுத்துக்கூறினார். எது கேட்டாலும் வழங்கக்கூடிய அருள் பெற்ற அந்தப் பசுவைக் கண்டு கௌசிகன் பொறாமை கொண்டான். அந்தப் பசுவை எப்படியாவது தன் வசமாக்கிக்கொள்ள வேண்டும் என்ற பேராசை அவனை ஆட்கொண்டது. "மஹா முனிவரே! இந்தப்பசுவை எனக்குக் கொடுத்துவிடுங்கள். உங்களுக்கு என்ன வேண்டுமோ அதை என் அரண்மனைப் பொக்கிஷத்திலிருந்து அனுப்பி வைக்கிறேன். உங்கள் தேவைகள் அளவுக்குட்பட்டதுதான். இந்தப் பசு என்னிடம் இருந்தால், என் நாட்டு மக்களுக்குத் தேவையானவற்றை நான் வழங்கி, அவர்கள் நலம் காக்க முடியும்," என்று இறைஞ்சினான்.

"பேராசை உன்னை உன்மத்தனாக்கி விட்டது, கௌசிகா. இந்தப் பசுவை சொந்தமாக்கிக் கொள்வதற்கான தகுதி உன்னிடத்தில் இல்லை," என்று பதிலுரைத்தார், வசிஷ்டர்.

"முனிவர் என்ற நிலையை அடைந்த தாங்கள் பற்று கொள்வது தகுமா? உங்களுக்குச் சொந்தமான இந்தப்பசுவை எல்லோருக்கும் பயன் தரும் வகையில் மற்றொருவருக்கு தானமளிப்பதுதானே முறை?" என்று வாதாடினான், கௌசிகன். அவன் சொல்வதில் ஓரளவு உண்மையில்லாமலில்லை. உலக விஷயங்களில் பற்றில்லாத முனிவராகிய வசிஷ்டர், அந்தப் பசு யாரிடம் இருந்தால் என்ன, என்கிற மனநிலை கொண்டிருப்பதுதான் நியாயமல்லவா!

ஆனாலும், அவனுடைய சொற்கள் வசிஷ்டரைக் கோபப்படுத்தியது. மஹரிஷி என்ற நிலையில், அவர் கோபத்தைக் கட்டுப்படுத்துவதுதான் முறை. ஆனால், அவரோ, கோபத்துடன், ஆசிரமத்தை விட்டு அவனை வெளியேறச் சொன்னார். உடனே

கௌசிகன், அந்தப் பசுவைக் கைப்பற்றும்படி தன் படையினருக்கு உத்தரவிட்டான். பசுவை நோக்கிய வசிஷ்டர், "உன்னைக் காப்பாற்றிக்கொள்ளும் முறைகளை நீ அறிவாய், ஆதலால், ஆவன செய்," என்று கூறினார். ஏதோ மாயம் நிகழ்வது போல் பசுவின் உடலிலிருந்து பல்வேறு படைவீரர்கள் ஆயுதங்களுடன் தோன்றி, கௌசிகனின் படையை முறியடித்தனர். கௌசிகனின் படைவீரர்கள் பலர், அவனுடைய மகன்கள் உட்பட, மடிந்து போயினர். வசிஷ்டரின் மகன்கள் இருவரும் கௌசிகனை அவமானப்படுத்தித் துரத்தியடித்தனர்.

தன் நாட்டுக்குத் திரும்பிய கௌசிகன், எப்படியாவது அந்தப் பசுவைத் தனக்குச் சொந்தமாக்கிக் கொள்ள வேண்டும் என்ற ஆசையில் தீவிரமாகத் திட்டமிடத் தொடங்கினான். வசிஷ்டர் ஒரு பிரம்மரிஷி, அவரை எதிர்க்க முடியாது என்பதை அவன் அறிந்திருந்தான். பரமசிவனை நோக்கி தவமிருந்து, தெய்வசக்தி நிறைந்த ஆயுதங்களுடன் மீண்டும் வசிஷ்டருடன் போரிட வந்தான், கௌசிகன். ஆயுதங்கள் அனைத்தையும் முறியடித்து, தன் அபூர்வ சக்தியின் மூலம் அவனை வென்றார், வசிஷ்டர். பின்னாட்களில், இது இரண்டு ரிஷிகளுக்கும் இடையிலான போட்டியாகவும் பகையாகவும் மாறியது. கௌசிகன் கடுந்தவம் புரிந்து, விஸ்வாமித்திர மஹரிஷி எனும் பிரம்மரிஷி நிலையை அடைந்தான். அந்த நிலையை அவன் அடைந்த பின்னரும் வசிஷ்டருக்கும் அவனுக்கும் இடையிலான பகை தீரவில்லை.

வசிஷ்டருக்கும் விஸ்வாமித்திரருக்கும் இடையே உருவான போட்டியில் பாதிப்புக்குள்ளான திரிசங்கு

இந்த இரண்டு ரிஷிகளின் போட்டி–பொறாமையில் அதிகம் பாதிக்கப்பட்டது, அயோத்தியை ஆண்ட மன்னன் திரிசங்கு. வசிஷ்டர் சர்வ வல்லமை கொண்ட மஹரிஷியாய் இருப்பினும், திரிசங்கு, விஸ்வாமித்திரரைப் போற்றித் துதிபாடுபவனாக இருந்தான். இது வசிஷ்டருக்குப் பிடிக்கவில்லை. திரிசங்குவின் மகன் ராஜா ஹரிச்சந்திரன்தான் வாக்கு தவறாமைக்காகப்

பிற்காலத்தில் போற்றப்பட்டவன். இந்த திரிசங்குவாகப்பட்டவன் ஒரு இரவில், விசித்திரக் கனவொன்று கண்டான்.

சொர்க்கத்தில் கிடைக்கும் இன்பங்களையும், சுகங்களையும் பற்றிக் கேள்விப்பட்ட திரிசங்கு, தான் இறவாமலேயே சொர்க்கத்துக்குச் செல்ல வேண்டும் என்று ஆசைப்பட்டான். அவனது ஆசை கொழுந்துவிட்டு எரியத்துவங்கியது. அதற்காக என்ன வேண்டுமானாலும் செய்வதற்குச் சித்தமாய் இருந்தான். தன் ஆசை ஒரு எல்லையைக் கடந்த நிலையில், வசிஷ்டரிடம் இதற்கான வழியைக் கூறுமாறு வேண்டினான். அவர் இதற்கு உடன்பட மாட்டார் என்று தெரிந்தும் அவரை அணுகி தனக்கு உதவுமாறு வேண்டினான். வசிஷ்டருக்கு வந்ததே, கோபம். "இப்படிப் பேராசை கொண்டு அலைகிறாயே, முட்டாளே, இது எந்தவிதத்திலும் சாத்தியமில்லை," என்று அதட்டினார். வசிஷ்டரின் மகன்களும் அவனைப் பார்த்து எள்ளி நகைத்தனர். திரிசங்கு, மன வருத்தத்துடன் அங்கிருந்து அகன்றான்.

ஒரு சமயம், திரிசங்குவைச் சண்டாளனாகும்படி சபித்தார், வசிஷ்டர். ஒதுக்கப்பட்ட இனம் என்ற பாகுபாட்டில் ஒரு சண்டாளனாகப் பட்டவன் சமூகத்திலிருந்து ஒதுங்கி, சுடுகாட்டில் உள்ள குடிலில்தான் வாழவேண்டும். அந்தக் காலக்கட்டத்தில் சத்திரியர்கள் மட்டும்தான் ஆள்வதற்குத் தகுதியானவர்கள் என்ற நிலை இருந்தது. திரிசங்கு சண்டாளனானதால் அரசுரிமையை இழந்தான்.

இந்நிலையில் விசுவாமித்திரர் தலையிட்டு, சிபாரிசு செய்து அவன் மீண்டும் சத்திரியனாகவும் அரச பதவியைத் திரும்பப்பெறவும் உதவினார். இதனால் திரிசங்கு அவரைப் போற்றி வணங்கினான். அவருக்கு என்றென்றும் நன்றிக்கடன் பட்டவனாக இருந்தான். வசிஷ்டருடைய மகன்கள், தங்கள் தந்தை இட்ட சாபத்துக்கு விமோசனம் அளித்த விசுவாமித்திரர் மீது வஞ்சம் கொண்டனர்.

இறவாமலேயே சொர்க்கத்துக்குச் செல்ல வேண்டும் எனும் தன் தீராத ஆசையைத் தீர்த்துக்கொள்ள, விசுவாமித்திரரை

அணுகினான், திரிசங்கு. "நான் சொர்க்கத்துக்குச் செல்ல தாங்கள் அருள் புரிய வேண்டும்," என்று அவரை வேண்டினான். "நன்மை செய்த ஆத்மாக்கள் சொர்க்கத்துக்குச் செல்லும். நீ உன் வாழ்வில் பல நன்மைகள் செய்திருக்கிறாய். உன் ஆத்மா சொர்க்கத்துக்குச் சென்று அதற்கான நற்பலன்களை அனுபவிக்கும். ஏதேனும் தீமைகள் செய்திருந்தாயானால், அதற்கேற்றபடி உன் ஆத்மா நரகத்தில் சிறிது காலம் உழலும். பிறகு மீண்டும் பிறப்பெடுத்து வருவாய்," என்றார், விசுவாமித்திரர்.

"இறப்புக்குப் பிறகு, என் ஆத்மா எங்கு செல்கிறது என்பதைப்பற்றி எனக்கு அக்கறை இல்லை. நான் இறவாமலேயே, இந்த உடலுடனேயே சொர்க்கத்துக்குச் செல்ல வேண்டும், இதுவே என் கோரிக்கை. நான் வசிஷ்டரிடம் இது குறித்து மன்றாடினேன். அவர் என்னை கடிந்து கொண்டார். அவமானப்படுத்தி அனுப்பினார்," என்று கண்ணீர் விட்டான், திரிசங்கு.

வசிஷ்டர் இவனுக்கு உதவி செய்ய மறுத்துவிட்டார் என்பதைத் தெரிந்துகொண்டதும், விசுவாமித்திரர், சாத்தியமே இல்லாத அந்தச் செயலை நடத்திக்காட்டுவதாகச் சொல்லி, அதை ஒரு சவாலாக ஏற்றுக்கொண்டார். இதில் அவர் வெற்றி பெறும் பட்சத்தில் தன்னை வசிஷ்டரைக்காட்டிலும் உயர்ந்தவர் என்று நிரூபணம் செய்து கொள்ளலாம் என்ற முடிவுக்கு வந்தார். சாஸ்திரங்களின் மீது அசைக்கமுடியாத நம்பிக்கை கொண்டிருந்த வசிஷ்டரை மட்டம் தட்ட இதுவே நல்ல தருணம் என்று விசுவாமித்திரர் கருவினார்.

திரிசங்குவை நோக்கிச் சொன்னார், விசுவாமித்திரர். "நீ கவலைப்படாதே, திரிசங்கு. வசிஷ்டரால் முடியாததை நான் செய்து காட்டுகிறேன். உன் உடலுடன் உன்னை சொர்க்கத்துக்கு அனுப்புகிறேன். நீ யாகத்துக்கு வேண்டிய ஏற்பாடுகளைச் செய்."

இதைக்கேள்விப்பட்ட வசிஷ்டர் எள்ளி நகைத்தார். "உயிரோடிருக்கும் எவரும் சொர்க்கத்தை அடைய முடியாது. விசுவாமித்திரர் ஏதோ முட்டாள்தனமாக உளறுகிறார்," என்று

விசுவாமித்திரரின் சவாலைப் பற்றி அறிந்து, திகைத்து நின்ற தன் சிஷ்யர்களிடம் கூறினார்.

இந்நிலையில், மஹாயக்ஞத்துக்கான ஏற்பாடுகளைத் தடபுடலாகச் செய்து கொண்டிருந்தான், திரிசங்கு. இதைப் பற்றிக் கேள்விப்பட்ட வசிஷ்டரின் சிஷ்யர்களை சந்தேகம் தொற்றிக்கொண்டது. ஒருவேளை இத்தகையதொரு அற்புதத்தை, செயற்கரிய ஒரு செயலை விசுவாமித்திரர் நடத்திக் காட்டிவிட்டாரென்றால், அவர் வசிஷ்டரைக்காட்டிலும் அதிக ஆற்றல் பெற்ற பிரம்மரிஷியாகிவிடுவாரே என்று சம்சயித்தனர்.

விசுவாமித்திரரும் அவருடைய ஆயிரம் சிஷ்யர்களும் யக்ஞத்தில் அமர்ந்து மந்திர உச்சாடனங்களை ஆரம்பித்தனர். தன் கரங்கள் இரண்டையும் கூப்பிய நிலையில் சொர்க்கத்தை நோக்கி மனமார வேண்டிக்கொண்டான், திரிசங்கு. "சொர்க்கமே, என்னை இப்படியே என் உடலுடன் ஏற்றுக்கொள். எனக்கு இறவாவரம் வேண்டும்," என்று பிரார்த்தனை செய்தான். அவன் பிரார்த்தனையுடன் ஆயிரம் உச்சாடனங்கள் இணைந்து, உலகத்தை கிடுகிடுக்க வைத்தன. அந்த யாகக்குண்டத்தில் ஜுவாலையுடன் எரிந்து கொண்டிருந்த நெருப்பிலிருந்து ஒரு அடர்த்தியான புகை மண்டலம் சொர்க்கத்தை நோக்கி எழும்பிச் சென்றது.

ஆகாயத்திலிருந்து ஒரு பேரொலி கேட்டது. திரிசங்கு, தன் உடலுடன் சொர்க்கத்தை நோக்கி எழும்ப ஆரம்பித்தான். இயற்கையின் நியதிக்குட்பட்ட புவி ஈர்ப்பு சக்தி அவனைத் தடுக்கவில்லை. மந்திர உச்சாடனம் செய்து கொண்டிருந்த விசுவாமித்திரரின் சிஷ்யர்கள், உச்சாடனத்தை நிறுத்தி, ஸ்தம்பித்துப் போய், திரிசங்குவாகப்பட்டவன் ஆகாயத்தை நோக்கிப் பறப்பதைக் கண்டு பிரமித்தனர். இதைக்கண்ணுற்ற வசிஷ்டர், தான் ஏதாவது செய்தாக வேண்டும் என்ற முடிவுக்கு வந்தார். யாகத்தை நிறுத்துவது முறையல்ல என்பதை உணர்ந்தார். தனக்கு எந்தவிதத்திலும் குறைந்தவரல்ல என்று உலகுக்கு நிரூபிக்கவே விசுவாமித்திரர் இந்த அடாத செயலில் ஈடுபடுகிறார் என்பதையும் உணர்ந்தார்.

அந்தச் சமயம் பார்த்து, தேவர்களின் தலைவனாகிய இந்திரன் வசிஷ்டரைக் காண வந்தான். "குருவே, எவனோ ஒருவன் ஜீவித்திருக்கும்போதே, உடலுடன் சொர்க்கத்துக்குள் நுழைய எத்தனிக்கிறான். அவனைத் தடுக்க முயற்சித்தேன். ஆனால் என் வஜ்ராயுதம் விசுவாமித்திரரின் சக்திக்கு முன் பலனற்றுப் போகிறது. தாங்கள்தான் ஏதாவது செய்து இதை நிறுத்த வேண்டும்," என்று வேண்டிக் கேட்டுக்கொண்டான்.

இதைத்தானே எதிர்பார்த்தார், வசிஷ்டர்! தன் மந்திர உச்சாடனத்தை ஆரம்பித்தார். "திரிசங்கு பூமியில் விழவேண்டும்," என்று இடைவிடாது உச்சாடனம் செய்தார். திரிசங்கு சற்று பூமியை நோக்கி விழ ஆரம்பித்தான். வசிஷ்டரின் சிஷ்யர்கள் ஆர்ப்பரித்தனர்.

விசுவாமித்திரரின் சிஷ்யர்கள் திகைத்தனர். திரிசங்கு, தலைகீழாக பூமியை நோக்கி விழுந்து கொண்டிருந்தான். "குருவே, விடாதீர்கள், வசிஷ்டரின் முயற்சி பலனளிக்கக்கூடாது," என்று கூவினர். "என் தவத்துக்கு மகிமை இருப்பின், திரிசங்கு விழமாட்டான்," என்றார், விசுவாமித்திரர் திரிசங்கு மீண்டும் எரிநட்சத்திரம் போல் மேலெழும்பினான்.

இப்படியாக மேலும் கீழுமாக ஊசலாடும் நிலையில் தத்தளிக்கத் தொடங்கினான், திரிசங்கு. ஒருவர் மீது ஒருவர் பொறாமை கொண்டு இரண்டு பிரம்மரிஷிகளும் திரிசங்குவைத் தவிக்கவிட்டனர். அவன் அலறினான், துடித்தான், அழுதான். பயனில்லை. கடைசியில் இரண்டு ரிஷிகளையும் நோக்கி கைகூப்பி வேண்டினான். "பூமியில் விழுந்து என் தலை சிதறி, நான் சொர்க்கத்துக்குச் செல்ல அனுமதியுங்கள், அல்லது, என் உடலுடன் செல்ல அனுமதியுங்கள்," என்று கதறினான்.

அவன் வேண்டுதலுக்கு இருவரும் செவிசாய்க்கவில்லை. அவனைக் கண்டு பரிதாபப்பட்ட இந்திரன், "அவன் தன் உடலுடன் சொர்க்கத்துக்கு வரட்டும். இந்த ஒரு முறை இந்த

விதிமீறலுக்கு அனுமதியளிக்கிறேன்," என்று கூறினான். வசிஷ்டர் அவனைப் பார்த்து உறுமினார். "விசுவாமித்திரன் வெல்வதற்கு வழிவகுக்கிறாயா, இந்திரா? முடியாது, என் சக்தி என்னவென்பதைக் காட்டுகிறேன்," என்று கொக்கரித்தார்.

மரண தேவனாகிய யமன், தன் ஆலோசனையை வழங்கினான்: "திரிசங்கு மீண்டும் பூமியை நோக்கி வரும்போது அவன் உயிரைப் பறித்து விடுகிறேன்." இதைக்கேட்ட விசுவாமித்திரர், "என்னது? வசிஷ்டர் வெல்ல வழி வகுக்கிறாயா, யமதர்மராஜனே? அது நடக்காது," என்று முழங்கினார். இப்படியாக வானுக்கும் பூமிக்குமாக ஒரு அம்பைப்போலவும், ஒரு கல்லைப்போலவும் எழுவதும் விழுவதுமாகத் தவித்தான், திரிசங்கு. ஆற்றொணா வேதனையும் இனம் புரியாத அச்சமும் அவனை ஆட்கொண்டது. இனி அவ்வளவுதான் என்ற நிலையில் மும்மூர்த்திகளான பிரம்மா, விஷ்ணு, சிவன் ஆகியோரைத் தொழுது வேண்டினான். மும்மூர்த்திகளும், இரண்டு மகரிஷிகளின் முன் தோன்றினர்.

இருவரையும் ஒரு உடன்படிக்கைக்கு வருமாறு பணித்தனர். இருவருக்கும் இடையேயான போட்டி, வெற்றி தோல்வியின்றி சமரசத்தில் முடிந்தது. திரிசங்கு ஆகாய வெளியில் தலைகீழாகத் தவித்துக்கொண்டிருந்தான். அவனை அந்த நிலையிலேயே இருக்கச் செய்து, அந்த நிலைக்கு திரிசங்கு சொர்க்கம் என்று பெயரிடப்பட்டது. இன்னும் அவன் அந்நிலையிலேயே இருப்பதாக ஐதீகம். என்றேனும் ஒரு காலகட்டத்தில், அறிவியல் பல முன்னேற்றங்களைக் கண்ட நிலையில், ஆகாய வெளியில் தலைகீழாக மிதந்து கொண்டிருக்கும் ஒரு மனிதனை, விண்வெளி அறிஞர்கள் காண நேரிடலாம்! யாராவது ஒருவர் உங்களிடம், போட்டியும் பொறாமையும் உகந்தது அல்ல என்று போதித்தால், 'நான் வசிஷ்டரையும் விசுவாமித்திரரையும் பின்பற்றுவதில் பெருமிதம் கொள்கிறேன்' என்று புன்னகையுடன் கூறுங்கள்.

நம் புராணங்களில், கடவுளர்களுக்கு இடையே நிலவிய போட்டிகளைப் பற்றிய கதைகளும் ஏராளமாக உள்ளன. போட்டியும்

சச்சரவும் இன்றி வாழ்க்கை இல்லை என்ற யதார்த்தமான உண்மை நம் புராணங்களில் நிரூபிக்கப்பட்டிருக்கிறது. பரமசிவனுக்கும் மஹாவிஷ்ணுவுக்கும் இடையே உருவான சவால்களைப் பற்றிய கதைகளும் அவற்றில் அடங்கும். தேவர்களுக்கும் அசுரர்களுக்கும் இடையிலான பலப்பரீட்சைகளும் முடிவில்லாதவை. தன் சக்தி குறித்தும் வல்லமை குறித்தும் இரு தரப்பினரில் யார் எடுத்துரைத்தாலும் இந்திரனுக்கு முதுகுத் தண்டு சில்லிடும். மஹாபலி என்கிற, சர்வ வல்லமை கொண்ட அசுரனை வஞ்சகத்தாலும், யுக்தியாலும்தான் வீழ்த்த முடிந்தது. தேவர்களுக்கும் அசுரர்களுக்குமான போட்டியும், பொறாமையும், பலப்பரீட்சையும், மற்றும் இவை சார்ந்த சூழ்ச்சிகளும் வஞ்சகமும் இல்லாது போனால் நம் இந்திய தேசத்தின் புராணங்கள் அர்த்தமற்றுப் போகும்.

பிரம்மாவுக்கும் விஷ்ணுவுக்கும் இடையே உருவான பொறாமை குறித்த கதை

இந்து தர்மத்தின் வழிபாட்டு முறையில் மும்மூர்த்திகளாக வணங்கப்படும் கடவுள்கள், பிரம்மா, விஷ்ணு, சிவன் ஆகியோர். இப்போது, பிரம்மாவுக்கும் விஷ்ணுவுக்கும் இடையில் போட்டி, பொறாமை காரணமாக நிலவிய பனிப்போர் என்னவென்று பார்ப்போம். ஒரு நாள், பிரம்மதேவன் பூமிக்கு இறங்கி வந்து தன் படைப்புகளைப் பெருமிதத்துடன் பார்வையிட்டுக் கொண்டிருந்தார். தன் சாதனைகளைப் பற்றிய பெருமிதத்தைப் பொதுவாக 'கர்வம்', 'அகங்காரம்', 'தற்பெருமை', 'ஆணவம்', என்றெல்லாம் குறிப்பிடுவதுண்டு. பிரம்மதேவன் பூமியில் வளைய வந்துகொண்டிருந்தபோது, உலகைக் காக்கும் கடவுளான விஷ்ணு எதிர்ப்பட்டார். தான் காத்தருளும் விஷயங்களைப் பற்றிய பெருமிதத்தில் அவர் மூழ்கித் திளைத்துத் தன்னை மறந்து ஒரு குறுகிய பாதையைக் கடந்தபோதுதான் எதிரில் பிரம்மாவைக் கண்டார். அந்தப் பாதையில் ஒருவர் மட்டுமே செல்வதற்கான இடம் இருந்தபடியால் ஒருவர் வழிவிட்டால்தான் மற்றொருவர் செல்ல

முடியும். பிரம்மதேவன் மஹாவிஷ்ணுவை ஒரு பார்வை பார்த்தார். பிறகு மெதுவாகக் கூறினார்: "நான் படைத்தவன். நான்தான் மேலானவன். வழியை விடுங்கள்.

விஷ்ணுவாகப்பட்டவர் ஒரு கள்ளச்சிரிப்புடன் சொன்னார்: "நான் காப்பவன். பல அவதாரங்கள் எடுத்து பூமிக்கு வந்து உங்கள் படைப்புகளை அசுரர்களிடமிருந்து காத்து ரட்சித்திருக்கிறேன். ஆகவே, உங்களை விட நானே மேலானவன். வழியை விடுங்கள்."

பிரம்மா உடனே பதிலிறுத்தார்: "ஆணவத்தில் உங்களை நீங்களே புகழ்ந்து கொள்கிறீர்களே."

"நீங்கள் மட்டும் என்னவாம்?" என்று விஷ்ணு எதிர்வாதம் புரிய, வாக்குவாதம் முற்றிற்று.

இருவரும் கோபாவேசத்தில் தத்தம் அருமை பெருமைகளை பறைசாற்றிக்கொண்டிருந்த சமயத்தில் ஒரு அக்னிஜ்வாலை அவர்கள் இருவருக்கும் இடையில் எழும்பி, வானளாவி நின்றது. விஷ்ணுவும் பிரம்மாவும் திகைத்துப் பின்வாங்கினார்கள். அந்த அக்னிஜ்வாலை பேசியது: "நீங்கள் இருவரும் வீண் வாதம் புரிகிறீர்கள். என்னைவிட நீங்கள் மேலானவர்கள் அல்ல. நான் பரமசிவன். ஆதியும் அந்தமும் அற்றவன்."

அந்த அக்னிஜ்வாலை மேலும் மேலும் ஆகாயவெளியில் பரந்து விரிந்து கொண்டே போனது. இதைக்கண்ட பிரம்மா, விஷ்ணு இருவரும் பொறாமை கொண்டார்கள்.

"இந்த ஜோதிர்லிங்கத்தின் முடியைக் கண்டு வருகிறேன்," என்று புறப்பட்டார், பிரம்மா.

ஏட்டிக்குப்போட்டியாக விஷ்ணு சொன்னார்: "நான் இந்த அக்னிப்பிழம்பின் பாதத்தைக் கண்டு வருகிறேன்."

பிரம்மா தன் வாகனமாகிய அன்னப்பறவையை வரவழைத்து அதன் மீது ஏறி அமர்ந்து உயரப்பறந்தார். விஷ்ணுவோ, வராக

உருவம் எடுத்து பூமியைத் தோண்டிக்கொண்டு, பாதாளத்தை நோக்கிச் சென்றார்.

பல ஆண்டுகள், பிரம்மா உயர உயரப் பறந்து கொண்டே இருந்தார். ஆயினும் அந்த அக்னிப்பிழம்பின் தலையைக் காண முடியவில்லை. அதேபோல் பல ஆண்டுகள் பூமியைக் குடைந்து கொண்டு பாதாளத்தை நோக்கி ஊடுருவிச் சென்றாலும், அக்னிஜ்வாலையின் பாதத்தைக் காண முடியவில்லை.

பிரம்மா களைப்படைந்தார். திரும்பியே ஆகவேண்டும் என்ற முடிவுக்கு வந்தார். ஆனால் சுயகௌரவம் தடுத்தது. ஒரு வேளை விஷ்ணு இந்தப் போட்டியில் வெற்றியடைந்துவிடுவாரோ என்று சம்சயித்தார். இன்னும் சற்று உயரப் பறந்தபோது, தாழம்பூ ஒன்று வட்டமடித்துக் கீழ் நோக்கி விழுந்து கொண்டிருந்தது. அதைத் தன் உள்ளங்கையில் தாங்கிப்பிடித்தார், பிரம்மா. சுற்றிலும் வெறும் கும்மிருட்டு மட்டுமே தென்படும் இந்த ஆகாயவெளியில் தாழம்பூ எப்படி வந்தது, என்று அதிசயித்தார்.

"எங்கிருந்து வருகிறாய்," என்று வினவினார், பிரம்மா.

"பரமசிவனின் தலையிலிருந்து," என்றது தாழம்பூ. "சில பக்தர்கள் சிவபெருமான் தலையில் பூக்களை சமர்ப்பித்தார்கள். அவற்றிலிருந்து நான் நழுவி விழுந்ததால், கீழே செல்கிறேன்."

"மிக நல்லது. நான் உன்னைக் கீழே கொண்டு செல்கிறேன். இன்னும் மேலே செல்ல எனக்கு விருப்பமில்லை. விஷ்ணுவிடம், நான் உன்னை சிவனின் தலையிலிருந்து எடுத்து வந்ததாகச் சொல்," என்றார், பிரம்மா.

"நான் பொய் சொல்வதா?" என்று மறுத்தது, தாழம்பூ.

"நான் சொல்வதைச் செய்யாவிட்டால் உன்னை நசுக்கி விடுவேன்," என்று மிரட்டினார், பிரம்மா.

சரி என்று ஒப்புக்கொண்டது, தாழம்பூ.

பிரம்மா பூமிக்கு விரந்தார்.எங்கோ ஆழத்தில் ஓரிடத்தில், சோர்வாக அக்னிப்பிழம்பருகே விஷ்ணு ஓய்வெடுப்பதைக் கண்டார்.

"சிவனின் தலையைக் கண்டேன்," என்று கூக்குரலிட்டார்.

"ஓ! அப்படியா? அது எப்படி சாத்தியமாயிற்று? நான் இன்னும் சிவனின் அடியைக் காணவில்லையே," என்று வியப்புடன் கேட்டார், விஷ்ணு. "நான் சோர்வடைந்து விட்டேன். நீங்கள் முடியைக் கண்டுவிட்டீர்கள் என்பதை என்னால் நம்பவே முடியவில்லை," என்று அவர் மேலும் கூற, தாழம்பூவைச் சுட்டிக்காட்டினார், பிரம்மா. "இந்த மலரைக் கேளுங்கள். இதை நான் சிவனின் தலையிலிருந்து எடுத்து வந்தேன்," என்றார், பிரம்மா.

தாழம்பூவும் ஒப்புக்கு ஆமோதித்தது.

"போட்டியில் நீங்கள் வென்றுவிட்டீர்கள், பிரம்மதேவரே," என்று சலிப்புடன் விஷ்ணு கூறும்போது அங்கு மின்னலும் இடியும் ஒருசேரத் தோன்றின. சிவன் பிரத்தியக்ஷமானார்.

"பொய்யுரைத்தீர், பிரம்மதேவரே. ஏமாற்றிவிட்டீர்," என்று சிவன் கர்ஜித்தார். நடுநடுங்கிப்போனார், பிரம்மா. "இனி எந்த ஆலயத்திலும் உங்களுக்கான வழிபாடு கிடையாது," என்ற சிவன், தாழம்பூவை நோக்கினார். "பொய் சாட்சி சொன்னாய். இனி எந்தப்பூஜையிலும், எவரும் உன்னை பயன் படுத்த மாட்டார்கள்," என்றதும், பரமசிவனை வணங்கிய விஷ்ணு, "தாங்கள்தான் சர்வ வல்லமை கொண்டவர்," என்றார்.

இதே கதை விஷ்ணு புராணத்தில் மாறுதலாக, அதாவது சிவனையும் விஷ்ணுவையும் ஸ்திதி மாற்றிச் சொல்லப்பட்டுள்ளது. இது அந்தந்தக் கடவுளின் பக்தர்கள், தங்கள் பக்தியையும் மீறி, அல்லது பக்தி மிகுதியினால், அப்படிச் சித்தரித்திருக்கலாம். இதற்கு மூல காரணம், போட்டியும் பொறாமையும்தான் என்பது தெளிவாகப் புரிகிறதல்லவா? கடவுள்களும் போட்டிக்கும் பொறாமைக்கும் உட்பட்டனர் என்றால், பக்தர்களும் அதையே பின்பற்றினர், என்பது தெளிவு.

பொறாமை ஒரு நேர்மைறை சக்தி: ஏன்?

எதிலும் போட்டிதான். வியாபாரம், விளையாட்டு, பொழுதுபோக்கு, ஏன், உலக நாடுகள் இடையிலும் அதே நிலைதான். போட்டியும் பொறாமையும் அங்கிங்கெனாதபடி எங்கெங்கும் வியாபித்துள்ளது அப்பட்டமான உண்மை. பொறாமை இல்லயென்றால் வளர்ச்சிக்கான உத்வேகம் இல்லை என்றாகிவிட்டது. ஒரு விஷயத்தைக் கண்டுபிடிப்பது, உருவாக்குவது அல்லது முன்னேற்றத்தைக் கொண்டுவருவது என்று எதிலும் போட்டிதான், பொறாமைதான். எல்லாம் கிடைத்துவிட்டது என்ற நிலை வந்தாலும் இன்னும் வேண்டும் என்ற மனநிலை மட்டும் சாஸ்வதமாகிவிட்டது. சென்ற நூற்றாண்டில் ஏற்பட்ட அறிவியல் முன்னேற்றத்திற்கான முக்கிய காரணம், அமெரிக்காவுக்கும் ரஷ்யாவுக்கும் இடையே உருவான போட்டியும் பொறாமையும்தான். இந்தியாவுக்கும் சீனாவுக்கும் இடையே நிலவும் போட்டியும் பொறாமையும் மேலும் சில அறிவியல் முன்னேற்றங்களை இந்த நூற்றாண்டில் காண வழி வகுக்கலாம். இதன்மூலம் புரிவது என்ன? பொறாமை என்பது நம்முள் ஊறிக்கிடக்கும் குணாதிசயம். இயற்கை ஏன் நம்மில் அதை விதைத்தது? கொஞ்சம் ஆழ்ந்து யோசித்தால், அது நம்மைக் காப்பதற்காகவே என்பது புரியும்.

போட்டி மனப்பான்மை அன்பையும் அக்கறையையும் பிரதிபலிக்கிறது. நாம் விரும்புபவர் மீது, நம்மை விரும்புபவர் மீது, வாழ்க்கை மீது, வாழ்க்கைத் தேவைகள் மீது நாம் கொண்ட அன்பும் அக்கறையும்தான் போட்டி மனப்பான்மையாக உருவெடுக்கிறது என்பது நிஜம். நிறைவாக உணரும் ஒருவர் வெறும் ஜடம்தான். போட்டி மனப்பான்மை இல்லாத ஒருவர் எதிலும் அக்கறையில்லாதவர். போட்டி மனப்பான்மையை மறுப்பது, புவி ஈர்ப்பு சக்தியை மறுப்பதற்குச் சமம். புவி ஈர்ப்பு சக்தியை நீங்கள் விரும்பினாலும், வெறுத்தாலும், பொருட்படுத்தாவிட்டாலும் அதற்கு ஒன்றும் ஆகப்போவதில்லை. அது இயற்கையின் நியதிகளில் ஒன்று. அதன் இயக்கம் என்றும் ஓயாது. போட்டி மனப்பான்மையும் அதேபோல்தான். அது நம் வாழ்க்கையில் ஒரு அங்கம்.

பொறாமையும் அதேபோலத்தான். அதுவும் ஒரு ஒட்டிப்பிறந்த மனோபாவம். யாரும் விரும்பினாலும், விரும்பாவிட்டாலும், ஏற்றுக்கொண்டாலும், மறுத்தாலும், அசுர குணங்கள் யாவுமே, அழியாதது. அசைக்க முடியாதது, நம்முள் உறைந்தது. அந்த மனோபாவத்தை எப்படிப் பயன்படுத்தவேண்டும், எப்படி அடக்கி ஆளவேண்டும் என்பது சாதுரியமும், சமயோசித புத்தியும் உள்ளவர்களுக்குத் தெளிவாகத் தெரியும். பொறாமை ஒரு வலுவான, பயனுள்ள கருவி என்பது அதைக்கொண்டு வெற்றியை அடைபவருக்குத் தெரியும்.

நாம் பொறாமை கொள்வது ஏன்?

நாம் அக்கறை கொண்டுள்ள விஷயங்களைச் சுற்றியே, நமது பொறாமை உணர்வும் சுழல்கிறது என்பதை கவனித்திருக்கிறீர்களா? உங்கள் பதவி உயர்வுக்காக நீங்கள் இரவுபகல் பாராமல் உழைத்திருக்கும்போது, உங்களுடன் பணியாற்றுபவர் ஒருவருக்கு அந்தப்பதவி கொடுக்கப்பட்டால் பொறாமை எழத்தானே செய்யும்? அந்த உயர்வுக்காக நீங்கள் ஆர்வத்துடன் உழைத்திருக்கிறீர்கள் என்றால், பொறாமை கொள்வது இயல்பு. அந்த உணர்வு இல்லை என்றால், எங்கும் எதிலும் பின்தங்க நேரிடும். தற்செயலாக ஏதாவது கிடைத்தாலும், அதை அனுபவிக்கும் மனநிலை இருக்காது. ஏனெனில் அதை அடைய நீங்கள் எந்த முயற்சியும் எடுக்கவில்லை. உங்களுக்கு அக்கறை இல்லாத ஒரு விஷயத்தில் உங்களுக்கு பொறாமை எழுந்ததுண்டா? நான் ஒரு எழுத்தாளன். என்னை விட அதிகமாக எழுத்துலகில் சாதனை புரிந்தவர் மீது நான் பொறாமை கொள்வது இயல்பு. ஆனால் விராட் கோலி ஒரு சதம் அடித்தாலோ, ஐஸ்வர்யா ராய் ஒரு வெற்றிப்படத்தில் இடம் பெற்றாலோ, எனக்கு எந்தச் சலனமும் ஏற்படப்போவதில்லை. அக்கறையுள்ள விஷயங்களில் மட்டுமே பொறாமை எழும். அதுதான் தர்மம். இயற்கை விதித்திருக்கும் தர்மம். பொறாமை உணர்வு நம்மை ஊக்குவித்து இயக்கும் ஆற்றல் கொண்டது. அதுதான் எந்த ஒரு

செயலிலும், எந்த ஒருவரையும் வெற்றிப்பாதையில் செல்லத் தூண்டுகிறது.

நான் சலிப்பு தரும் ஒரு அரசுப்பணியில் இருந்தேன். வாழ்க்கையில் எந்த முன்னேற்றத்தையும் காணவில்லை. எதிலும் அதிருப்தி. மெல்ல மெல்ல, என் பேராசைக்குத் தீனி போட ஆரம்பித்தேன். என் தனித்தன்மையைக் கண்டறியும் வரை, பல ஆண்டுகள் விடாப்பிடியாக முயன்றேன். என் ஆர்வத்தைக் கட்டுப்படுத்தாமல் அதன் போக்கில் விட்டதால், அது என்னை ஒரு பாதையில் பயணிக்க வைத்தது. ஒரு கட்டத்தில், பாத்திரங்கள் விற்பனையாளராகப் பணிபுரிந்தேன். மிகக்குறைந்த வருமானம். தளரவில்லையே, நான்! இந்தக் கடினமான சூழலிலிருந்து விடுபட்டு, ஒரு வெற்றிகரமான எழுத்தாளராகத் திகழ வேண்டும் என்ற ஆசை என்னை உந்தித் தள்ளியது.

பொதுவாக நம்மில் பலர், திரிசங்கு நிலையில்தான் சிக்கியுள்ளனர். ஆன்மீக வழியில் சென்று ஞானம் பெறுவதா, அல்லது அசுர வழியில் சென்று நாம் நினைத்ததை அடைவதா என்ற குழப்பத்தில் ஆழ்ந்துள்ளனர். இப்போது நாம், போட்டி மனப்பான்மை மற்றும் பொறாமை உணர்வைக் கையிலெடுத்து, பொருள் சார்ந்த இந்த உலகத்தில் வாழத் தகுதி படைத்தவர்களாக வாழ முயற்சிகள் எடுப்போம். அப்போதுதான், வயது முதிர்ந்த காலத்தில், தேவைப்படும் நேரம் கிடைக்கும்போது, குறிப்பாக தேவையான பொருளாதார வசதியுடன், நிம்மதியாக, ஆத்ம ஞானம், பிரம்மம், மோட்சம் போன்ற விஷயங்களில் நிச்சலனமாக ஈடுபடுவதற்கான சூழல் உருவாகும்.

பொறாமை மற்றும் போட்டி மனப்பான்மையை வழிமுறைப் படுத்துவதற்கு யதார்த்த ரீதியிலானதொரு அறிவுரை.

மும்பையில் ஒற்றைப் படுக்கையறை கொண்ட ஒரு ஃப்ளாட்டில் நீங்கள் வாழ்கிறீர்கள் என்று வைத்துக்கொள்வோம். உங்கள் நண்பரோ, சுற்றமோ, அல்லது உடன் பணியாற்றுபவரோ தாம்

வாங்கிய மூன்று படுக்கையறை கொண்ட ஃப்ளாட்டின் கிரகப்பிரவேச நிகழ்ச்சிக்கு உங்களை வரவேற்கிறார் என்று வைத்துக்கொள்வோம். உங்களை அழைத்தவருடைய மகிழ்ச்சியில் நீங்கள் பங்கு பெறலாம். அவரைப் பாராட்டலாம். ஆனால், உங்கள் மனதின் ஓரத்தில் ஒருவிதமான பொறாமை உணர்வு இழையோடிக்கொண்டிருப்பதை உங்களால் கட்டுப்படுத்த முடியாது. போதுமென்ற மனமே பொன் செய்யும் மருந்து என்ற மூதுரைக்கேற்ப உங்கள் மனநிலையை நீங்கள் கட்டுக்குக்குள் வைத்திருந்தால், வாழ்க்கை முழுவதிலும் உங்கள் ஒற்றைப் படுக்கையறை ஃப்ளாட்டிலேயே நீங்கள் வாழ நேரிடும். கிரகப்பிரவேசத்துக்கு உங்களை அழைத்தவரின் மூன்று படுக்கையறை ஃப்ளாட்டை நினைத்து உங்கள் பொறாமை உணர்வு பொங்கி எழுமானால், அதை அடைவதற்கான செயல்களில் தொடர்ந்து ஈடுபடுவீர்கள். உங்களிடம் உத்வேகம் காணப்படும். ஒரு அசாத்திய ஆற்றல் உங்களை வழி நடத்தும். ஏனெனில் பொறாமைக்கு நிகராக, உங்கள் ஆக்கபூர்வ சிந்தனையைத் தூண்டிவிடக்கூடிய சக்தி வேறு எந்த உணர்வுக்கும் கிடையாது. நீங்கள் இதற்காக கடுமையான முயற்சிகளில் ஈடுபடவேண்டி வரும். ஆனால், அதுதான் உங்கள் தவம். ராவணன், தன் ஒன்பது தலைகளை இழந்தான் என்பதை நினைவுபடுத்திப் பாருங்கள். அந்த மூன்று படுக்கையறை கொண்ட அபார்ட்மென்ட்டை அடைவது உங்களுக்குள் ஜ்வாலையாகப் பற்றி எரியும் குறிக்கோள் என்றால், அதற்காக சேமிக்கத் தொடங்குவீர்கள். அதற்காகக் கடன் வாங்கவும் முற்படுவீர்கள். இதுவும் ஒரு பொருளதார முன்னேற்றத்துக்கான செயல்பாடுதான்.

மூன்று படுக்கையறை ஃப்ளாட்டுக்கான தேவை, அதைச் சொந்தமாக்கிக்கொள்ளும் முயற்சிகளில் உங்களை ஈடுபட வைக்கும். அதை உங்களுக்குச் சொந்தமாக்கிக்கொண்ட பிறகு அதற்கான மற்ற உபகரணங்கள் வாங்குவதற்கான தேவை ஏற்படும். அதற்கான் பொருளாதாரத் தேவையும் உடன் உருவாகும். உள் அலங்கார வேலைகள், தச்சு வேலை, குளியலறை மற்றும்

பொறாமை தவிர்த்தல்

பல தேவைகளுக்கு செலவு செய்ய நேரிடும். உங்களுடைய முன்னேற்றத்தில் பொறாமை கொண்டு பலர் பலனடையும் நிலை ஏற்படும். உங்களுடைய ஒரு சிறிய பொறாமைப்பொறி, எத்தனையோ பேருடைய வருமானத்துக்கு வழி வகுத்திடும். அதன்மூலம் ஏற்படும் பொருளாதார முன்னேற்றம் பிரமிப்பூட்டுவதாக இருக்கும். உங்கள் அபார்ட்மென்ட்டை உருவாக்கியவர் அதுபோல் பலருக்கு வேலை வாய்ப்பு வழங்கும் நிலை உருவாகும். உங்கள் பொறாமை உணர்வு பலருக்கு பலவிதங்களில் வாய்ப்புகளை வழங்கி பல குடும்பங்களை வாழ வைத்திருக்கிறது. இதைவிடப் புண்ணியம் வேறென்ன வேண்டும்? உங்கள் குடும்பத்து முதியவர்கள் இதைத்தானே உங்களுக்குச் சொல்லியிருப்பார்கள்?

இதை வேறு ஒரு கோணத்தில் பார்ப்போம். உங்கள் நண்பர் ஒருவர் அவருடைய புதிய ஃப்ளாட்டுக்கு உங்களை அழைக்கிறார் என்று வைத்துக்கொள்வோம். நீங்கள் 'உள்ளது போதும்' என்ற மனநிலை உள்ளவராகவும் பொறாமை, ஆசை போன்ற உணர்வுகள் அற்றவராகவும் வைத்துக்கொள்வோம். நிகழ்ச்சி முடிந்தவுடன் நீங்கள் உங்கள் வீட்டிற்கு வந்து நிம்மதியாகத் தூங்குவீர்கள். பலபேர் வீடே இன்றி வாழ்கிறார்கள். நமக்கு வீடு என்று ஒன்று இருக்கிறதே என்ற மனநிலையில் அமைதி கொள்வீர்கள். மொத்தத்தில், வளமான வாழ்க்கைக்கான எந்த ஒரு நடவடிக்கையும் எடுக்கமாட்டீர்கள். வாழ்க்கை வளமாவதற்காக உடலை வருத்திப் பாடுபட நீங்கள் தயாராக இல்லை. உங்கள் குடும்பத்தினருக்காகவும் இப்போதுள்ள கடமையைத் தவிர வேறு எதுவும் செய்ய நீங்கள் சித்தமாக இல்லை. இப்படியே உள்ளது போதும் என்ற திருப்தியுடன் வாழ்வீர்கள், என்றால், உங்களால் மற்றவர் வளமடைவதற்கான ஒரு சங்கிலி உருவாகவில்லை என்றுதானே பொருள்? யாராவது உங்களால் பயனடைந்தார்களா? உங்களுடைய நிறைவான மனநிலையின் மூலம் பாலங்களுக்கு அடியிலும், நடைபாதைகளிலும் வாழும் மக்களுக்கு ஏதேனும் நன்மை கிடைத்ததா? இல்லை. ஒருவேளை, உள்ளதைக் கொண்டு திருப்தியடையாமல், நானும் ஒரு புதிய அபார்ட்மென்ட்

வாங்க வேண்டும் என்று நீங்கள் நினைத்திருந்தால் அதன்மூலம் அந்த ஏழை எளிய மக்களுக்கு உங்கள் மூலம் ஏதாவது வேலை செய்ய வாய்ப்பு கிடைத்திருக்கும் அல்லவா? உங்களுடைய மனநிறைவால் வெளியில் ஒரு குடும்பமாவது வாழ்வாதாரம் பெற்றிருக்கிறதா? எவருக்காவது வேலை வாய்ப்புகளை உருவாக்கியிருக்கிறதா? உங்களால் அரசாங்கத்துக்கு வரி கட்டுபவர்கள் உருவாகியுள்ளார்களா? ஏதேனும் புதிய தொழில் தொடங்கப்பட்டுள்ளதா? இவை அனைத்துக்கும் பதில் 'இல்லை' என்பதுதான். போதும் என்ற உங்கள் மனநிலை மூலம் மனித முன்னேற்றத்துக்கும், அவர்களின் மகிழ்ச்சிக்கும், வளமான வாழ்வாதாரத்திற்கும், நீங்கள் தடையை உருவாக்கியுள்ளீர்கள். இதைவிட சுயநலம் வேறொன்றுண்டா? இதைவிட பெரிய பாவம் ஏதேனும் உண்டா?

மனித வர்க்கத்தின் முதல் தலைமுறை மனநிறைவுடன் இருந்திருந்தால், அவர்கள் மரங்களிலேயே வாழ்ந்திருப்பார்கள். அடுத்தடுத்த தலைமுறைகள் மனநிறைவு கொண்டிருந்தால், நாம் எல்லோரும் குகைகளில் வாழ்ந்து கொண்டிருப்போம். அதிருப்தி, நிறைவின்மை, போட்டி, பொறாமை ஆகிய மனோபாவங்களே முன்னேற்றத்துக்கான நோக்கத்தையும் அதற்கான முயற்சிகளையும் உருவாக்குகிறது. தன்னிடம் இருப்பதைக் கொண்டு மனநிறைவு கொள்பவர் மனித இனத்தின் எதிரி. உள்ளது போதும் என்றில்லாமல், எதிலும் மனநிறைவடையாமல், முன்னேற்றத்துக்காக ஏதாவது செய்ய வேண்டும் என்ற முனைப்புடன் ஒரு சமூகம், ஐரோப்பாவில், உறைபனியும், கடுங்குளிரும், வறுமையும் நிறைந்த தம் பிரதேசத்திலிருந்து வெளியேறி, பல ஆபத்துகளைக் கடந்து, இடிபாடுகள் கொண்ட கப்பல்களில் பயணித்து உலகைச் சுற்றி வளைய வந்தார்கள். அடுத்த ஐந்நூறு வருடங்கள் வளம், மக்கள் தொகை, மற்றும் அறிவியல் முன்னேற்றங்கள் கொண்ட நாடாக ஐரோப்பா விளங்கி ஒரு புதிய சகாப்தம் படைத்தது. அமெரிக்கா, ஆஸ்திரேலியா போன்ற நாடுகள் கண்டுபிடிக்கப்பட்டன. புதிய கண்டுபிடிப்புகள்

குறித்த சிந்தனை எதுவுமின்றி, ஆயிரம் வருடங்களாக வாழ்ந்த வாழ்கை முறைகளையே தொடரும் சமூகங்கள், முன்னேற்றம் கண்ட நாடுகளின் ஆதிக்கத்துக்கு உள்ளாகி, புதுமைக்கான தேடலும், ஆக்கபூர்வ சிந்தனையும் உள்ளவர்களின் ஆட்சியில் வாழ நேர்ந்தது. மனித வாழ்க்கையில் பலப்பல இன்னல்களும் கொடுமைகளும் அரங்கேறின, என்றாலும் எண்ணற்ற நற்பயன்களும் உருவாயின.

உள்ளது போதும் என்ற மனநிலை இல்லாதவர்களே, தமக்கான நிலப்பரப்புகளைக் கண்டு, வெற்றிகளைக்குவித்து, மற்ற நாடுகளையும், பிரதேசங்களையும், ஆளும் வல்லமை பெற்றுத் திகழ்ந்தனர். மனநிறைவு எனும் போர்வைக்குள் ஒடுங்க விரும்பியவர்கள் தாம் இருந்த இடத்திலேயே, வெற்றி கண்ட சமூகத்தால் ஆளப்பட்டு, அடிமைப்படுத்தப்பட்டு வாழும் நிலைக்கு ஆளாயினர். ஒரு சமூகத்திற்கு நேர்வதுதான் ஒரு தனிமனிதனுக்கும் நேரிடும். போதும் என்ற மனநிறைவின்றி, போட்டியையும் பொறாமை உணர்வையும் சீர்ப்படுத்தி, அதை வழிமுறைப்படுத்தி வாழ்வதே ஒரு தனிமனித முன்னேற்றத்திற்கான மந்திரத் திறவுகோல்.

உங்கள் போட்டி மனப்பான்மையை சீர்ப்படுத்துவது எப்படி

1. உங்களுக்குள் பொறாமை உணர்வு எழும்போது அதை முதலில் இனம் காண்பது அவசியம். ஆண்டாண்டு காலமாக, தலைமுறைகள் கடந்து இதற்கு எதிரான போலி உபதேசத்தைக் கேட்டு வளர்ந்ததால், உங்களுக்குள் எழும் பொறாமை உணர்வு உங்கள் மனதில் ஒரு குற்ற மனப்பான்மையை உருவாக்கலாம். அந்த எண்ணத்தை முளையிலேயே கிள்ளி எறியுங்கள். நீங்கள் பொறாமை கொள்வது ஒரு இயல்பான மனநிலை என்றுஎண்ணுங்கள். பொறாமை கொள்வது இயற்கையின் நியதி.

2. அடுத்த சில மாதங்களில் அல்லது கூடிய சீக்கிரத்தில் நீங்கள் என்ன செய்யவேண்டும் என்பதற்கான குறியீடுதான் உங்கள் பொறாமை உணர்வு. உங்களை

பொறாமை கொள்ள எது தூண்டியதோ, அந்த நிலையை அடைவதற்கான முயற்சிகளில் தீவிரமாக ஈடுபடப் போகிறீர்கள். இதற்கான ஒரு ஆக்கபூர்வமான திட்டத்தை வகுத்துக்கொள்ளுங்கள். அதற்குமுன், உங்கள் பொறாமை உணர்வைத் தூண்டியது எதுவோ, அதை உருவகப்படுத்திக்கொள்ளுங்கள். அது ஒரு புதிய கார் அல்லது உங்கள் முன்னாள் காதலியின் இந்நாள் காதலனாக இருக்கலாம். அதைவிட விலை உயர்ந்த காரை உங்களுக்குச் சொந்தமாக்கிக்கொள்வதுபோல் உருவகப்படுத்திக்கொள்ளுங்கள். கண்களை மூடிக்கொண்டு அதில் ஏறி உட்காருவதுபோல் கற்பனை செய்து கொள்ளுங்கள். ஸ்டியரிங் வீலை உங்கள் கரங்களால் பற்றிக்கொள்வதுபோல் உணருங்கள். கார் இருக்கைகளின் புதிய வாசனையை உணர்ந்து பாருங்கள். காரின் எஞ்சின் இயக்கப்படும் ஓசையை உணருங்கள். ஒரு மலைப்பாதையில் அந்தக் கார் சீறிப்பாய்ந்து ஓடுவதாக நினையுங்கள். (நம் இந்திய சாலைகளில் அப்படியெல்லாம் சீறிப்பாயும் வகையில் ஓட்டிச்செல்வது சாத்தியமா என்று தெரியவில்லை. அதனால் என்ன, கற்பனைதானே, ஜமாயுங்கள்)

3. செயல்படுங்கள். அதே தினத்தில், அந்தக் கார் விற்பனை செய்யப்படும் ஷோரூமுக்கு விஜயம் செய்யுங்கள். காரை ஸ்பரிசித்துப் பாருங்கள். பரீட்சார்த்தமாக ஓட்டிப்பாருங்கள். (டெஸ்ட்ட்ரைவ்). உங்கள் ஆண்டு வருமானம் அந்தக்காரின் ஒரு டயரைவிடக் குறைவாக இருந்தாலும் பரவாயில்லை. உங்கள் மனம் மிகவும் திடமானது. மனதுக்குள் உள்ள சக்கரங்கள் சுழன்று, அந்தக்காரை உங்களுக்குச் சொந்தமாக்கும் வழிமுறைகளை உருவாக்கும் பணியில் ஈடுபட்டிருக்கும். உங்கள் பொறாமையின் வீரியத்தைப் பொறுத்து, உங்கள் வேட்கையின் அளவைப்பொறுத்து, உங்கள் நிறைவின்மையின் தன்மையைப் பொறுத்து, கூடிய சீக்கிரத்தில் அந்தக் கார் உங்களுக்குச் சொந்தமாகும்.

4. துரியோதனனின் தாயாகிய காந்தாரி, பொறாமை உணர்வை எப்படிக் கையாள வேண்டும் என்று தன் மகனுக்கு எடுத்துரைக்கிறாள்: "உன் தகுதிக்குக் குறைந்தவர்கள் மீது எக்காலத்திலும் பொறாமை கொள்ளாதே. உன்னைவிட வல்லமையும் ஆற்றலும் மிகுந்தவர்கள் மீது பொறாமை கொள். இந்த அணுகுமுறை, உன்னை முயற்சிகளைத் தீவிரமாக்கும், உன் ஆர்வத்தைத் தூண்டிவிடும், உன் குறிக்கோளை அடைவதற்கான உற்சாகத்தை வழங்கும்." காந்தாரியின் இந்த அறிவுரை உங்கள் பார்வையில் படுமாறு உங்கள் அறையில் ஒட்டி வையுங்கள். பொறாமை உணர்வு எழும்போதெல்லாம், இது இயல்பு என்று ஏற்றுக்கொள்ளுங்கள். நீங்கள் யாரைக்கண்டு பொறாமை கொண்டீர்களோ, அவரிடம் சில பிரத்தியேக குணாதிசயங்கள் பொதிந்திருக்கும்.

5. எதனால் பொறாமை என்பதைத் தெரிந்துகொள்ளுங்கள். பொறாமை கொள்வதற்கென்று ஒரு காரணம் இருக்கும். அதைத் தெரிந்துகொண்டால் அந்த உணர்ச்சியை நமக்குச் சாதகமாக மாற்றியமைத்துக் கொள்ளலாம். சாணக்கிய நீதியில், இது பற்றிய சாணக்கியனின் சொல்: ஒருவன் பொறாமை கொள்வதற்கான மூல காரணம், மற்றவரிடம் உள்ள நல்ல குணாதிசயம்தான். அதேபோல், தன் வாழ்வில் ஒருவன் முன்னேற்றம் காணவில்லை என்றால், அது மற்றொருவரின் தவறல்ல. மற்றவரிடம் ஏதோ ஒரு நல்ல குணாதிசயம் நம் பொறாமை உணர்வைத் தூண்டிவிட்டதென்றால், அந்த நல்ல குணாதிசயம் என்னவென்பதை இனம் கண்டுகொள்வது அவசியம் என்று சாணக்கியன் வலியுறுத்துகிறான். அது நம் குறைபாடுகளையும் பலவீனத்தையும் எடுத்துக்காட்டும் ஒரு சமிக்ஞை. அதைப்புரிந்து கொண்டால், நம் பலவீனத்திலிருந்து விடுபடலாம். ஒரு அரசனாகப்பட்டவன் தன் எதிரி அரசனின் வெற்றியைக் கண்டு பொறாமை கொள்வானாயின், அவன்

வெற்றியடைவதற்கான தனிப்பட்ட காரணங்களை இனம் கண்டுகொள்ள வேண்டுமே தவிர, தன் எதிரியை வசைபாடுவதோ, வெறுப்பதோ ஏற்கத்தக்கது அல்ல. பொறாமை ஒரு கருவி. அதை முறையாகப் பயன்படுத்த வேண்டும். பொறாமைக்கு உட்படும்போது, அதைக்குறித்துக்கொள்ளுங்கள். பொறாமை எழுந்ததற்கான காரணத்தைக் கண்டறியுங்கள். உங்கள் பலவீனத்தை முறியடிப்பதற்கான வழிமுறைகளைக் கடைபிடியுங்கள்.

பின்குறிப்பு 1: உங்கள் பொறாமைக்குக் காரணமான காரை சொந்தமாக்கிக்கொள்வது உங்களுக்கு நிறைவை தரப்போவதில்லை. அது அசுர வழி அல்ல. இன்னும் ஒரு படி மேலே போய், அதைவிட சிறப்பான காரை வாங்குவதுதான் அசுர சிந்தனை. 'உள்ளது உள்ளபடி' என்பது அசுரவழி அல்ல. தொடர்ந்த முன்னேற்றம் என்பதுதான் அசுரவழி, அந்த எண்ணத்தையே தனக்குள் மெருகேற்றிப் பார்ப்பதுதான் அசுர சிந்தனை.

அமைதியும் மனநிறைவும் வேண்டும் என்று விரும்புபவர்கள் இமயமலைக்குச் சென்று ஆழ்ந்த தியானத்தில் ஈடுபடுங்கள். இது அசுரர்களின் கலியுகம்.

பின்குறிப்பு 2: இயன்ற வரையில், உங்கள் ஆர்வம் சார்ந்த துறையில் அதிருப்தியாகவே இருங்கள். மற்றவற்றில் அல்ல. உங்கள் நிறைவின்மை என்பது உங்கள் ஆசையும் வேட்கையும் எதை நோக்கி உள்ளதோ, அதற்காக மட்டுமே என்பதாக வரையறுத்துக் கொள்ளுங்கள். நீங்கள் எழுத்தாளர் என்றால், உங்கள் போட்டி மனப்பான்மை மற்றவரைவிடச் சிறப்பாக நீங்கள் எழுதத் தூண்டுகோலாக அமையும். நீங்கள் ஒரு பிஸினஸ்மேனாக இருந்தால், உங்கள் வாடிக்கையாளர்களுக்கு மிகச்சிறந்த சேவைகளை

அறிமுகப்படுத்துவதன் மூலம் உங்கள் தொழிலை விருத்தியாக்கிக்கொள்ளலாம். உங்கள் பொறாமை உணர்வு, உங்கள் லட்சிய வேட்கை குறித்ததாக இருக்க வேண்டும். ஏனைய விஷயங்களில் நீங்கள் மனநிறைவு அடைவது உகந்ததுதான். உதாரணமாக, என் பாடும் திறன் குறித்து எனக்கு மனநிறைவு உள்ளது என்றால், அதற்காக நான் அர்ஜித் சிங்கைக் கண்டு பொறாமை கொள்ள மாட்டேன்.

நீங்கள் பொறாமை கொள்வது ஏன் என்பது குறித்து எப்போதும் சிந்தித்துப் பாருங்கள்

ஹனுமான், தன் இளம் பிராயத்தில், வாலி மற்றும் சுக்ரீவனின் வலிமையை எண்ணி பொறாமை கொண்டிருந்தார் என்பதாக ஒரு கதை உண்டு. சுக்ரீவனின் பராக்கிரமம் ஹனுமானுக்குப் பொறாமை ஏற்படுத்தியது. தான் சுக்ரீவனைவிட அதிக பராக்கிரமம் பொருந்தியவராகத் திகழ வேண்டும் என்று உறுதி பூண்டார். இதைத் தொடர்ந்து ஆகாயத்தில் பறப்பது, சூரியனைச் சந்திப்பது போன்ற பயிற்சிகளை மேற்கொண்டார். அவர், இந்தப் பயிற்சிகளை, சுக்ரீவனின் தந்தையாகிய சூரியனின் வழிகாட்டுதலின் பிரகாரமே மேற்கொண்டார். அதேபோல் சுக்ரீவன் மீது அதிக மதிப்பும் மரியாதையும் கொண்டிருந்தார். சுக்ரீவனின் பராக்கிரமத்தை எண்ணி பொறாமை கொண்டபோதும் சரி, அவனை விட அதிக பராக்கிரமம் பெற்றவராக விளங்கியபோதும் சரி.

இங்கே ஒரு விஷயத்தை கவனிக்க வேண்டும். பொறாமை கொள்வதென்பது பகை கொள்வதாகாது. ஒரு நண்பரைப்பார்த்து பொறாமை கொள்ள நேர்ந்தால், அவரைக்காட்டிலும் சிறந்து விளங்குவதற்கான செயல்களில் ஈடுபட்டாலும், அவருடனான நட்பு இனிமையாகத் தொடர்வதுதான் உயர்பண்பின் அடையாளம். அவர்களும் உங்களைப்போலவே எண்ணினால், அது மிகவும் நன்மை பயக்கும். இணைந்து முன்னேற்றமடைவதற்கான வாய்ப்புகள் கூடிவரும். பொறாமை கொள்வது முன்னேற்றம்

தரும், ஆனால் தனிமனிதப் பொறாமை நன்றன்று. பொறாமை என்பது ஒருவரின் செயல்திறன், அவர்களின் விடாமுயற்சி மற்றும் அவர்களின் தனித்திறன் மீதானதாக இருத்தல் வேண்டும்.

மற்றொரு கதை, கிருஷ்ணருக்கு, தன் தமையனான பலராமன் மீது ஏற்பட்ட பொறாமை குறித்தானது. கிருஷ்ணரின் இளம் பிராயத்தில் தன் தமையனான பலராமனின் பேராற்றல் மீது அதீதப் பொறாமை கொண்டிருந்தார். தானும் பல நற்செயல்கள் மற்றும் மற்றவருக்கு உதவிகள் செய்வதன் மூலம் அவரைவிடச் சிறந்தவராகத் திகழவேண்டும் என்ற வைராக்கியத்துடன் செயல்பட்டார். அவருடைய சமயோசிதம் மற்றும் சாதுரியத்தால் ஈர்க்கப்பட்ட எண்ணற்ற மக்கள், அவரைப் பின்பற்றி, தம் தனித்திறனைப் பயன்படுத்தி, பல நன்மைகளையும் மெச்சத்தகுந்த செயல்களையும் செய்து, தம் வாழ்க்கையின் பலனை அடைந்தனர். தன் பக்தனான அர்ஜுனனுக்கு, துரியோதனன் மீதுள்ள பொறாமையை, மஹாபாரத யுத்தத்தின் போது, ஆற்றலாக மாற்றி அவனைப் போரிட வைத்தார், கிருஷ்ணர்.

அடுத்த முறை உங்களுக்குப் பொறாமை உணர்வு எழும்போது, அது எதற்காகவென்று தீவிரமாக யோசியுங்கள். அது உங்கள் முன்னேற்றப்பாதைக்கான ஒரு வழிகாட்டி. பொறாமை உணர்வு உங்கள் ஆற்றால் மிகுந்த் செயல்பாட்டைத் தூண்டுவதாக இருக்கவேண்டும். அதற்கு உங்களிடம் உங்களைப் பற்றிய பெருமிதமும், அகம்பாவமும் உள்ளார்ந்து இருக்க வேண்டும். உங்களைப்பற்றிய உயர்வு மனப்பான்மை இல்லையென்றால், பொறாமையின் உந்துதல் செயலிழந்து, உங்கள் தனித்தன்மை நிலைகுலைந்து போகும் அபாயம் உண்டு. உங்களை விட மற்றவர் சிறந்தவராக இப்போது இருப்பின், தீவிர உழைப்பு மற்றும் உறுதியான தீர்மானத்துடன் அவரை விட நீங்கள் சிறந்து விளங்கலாம். அதற்குத் தேவை தீவிரமான தன்னம்பிக்கை. தன்னைப் பற்றிய பெருமிதம், அதாவது கர்வம் என்றால் என்னவென்பது குறித்து நாம் அடுத்த பகுதியில் பார்ப்போம்.

போலி உபதேசம் 6

கர்வம் தவிர்த்தல்

மிகவும் தவறாகப் புரிந்துகொள்ளபட்ட ஒரு அசுர குணம் கர்வம். அதாவது, ஆணவம், இறுமாப்பு. நம்முடைய கலாச்சாரம் சார்ந்த தகவல்களில், கர்வம் என்பது ஏற்புடையது அல்ல எச்சரிக்கையைக் காணலாம். நம் சாதனைகள் குறித்து அடக்கம் தேவை, அதை யதார்த்தமாக எடுத்துக்கொள்ள வேண்டும், மமதை வெளிப்படுத்துதல் கூடாது என்பது போன்ற அறிவுரைகளைக் காணலாம்.

ஒரு அசுரனாக, இதுபோன்ற பிரசங்கங்கள் மீது எனக்கு நம்பிக்கை இல்லை. நான் புரிந்த சாதனைகளை அடைவதற்காக எவ்வளவு கடினமாக உழைத்திருப்பேன்! அதைப்பற்றிப் பேச எனக்கு உரிமை இல்லையா? இந்திய அரசியல்வாதி ஒருவர் கட்சியில் அவருடைய மகனுக்கு முக்கியத்துவம் கொடுப்பதைப் பற்றிய விமர்சனம் எழுந்தபோது, உடனடியாக அவர் பதில் கூறினார்: "என் மகனுக்கு வேறு எவர் முக்கியத்துவம் கொடுப்பார்? எதிர் கட்சித்தலைவரா கொடுப்பார்? அது என்னுடைய மகன், நான்தான் முக்கியத்துவம் கொடுப்பேன்."

அந்த வெட்கம்கெட்ட அரசியல்வாதி கூறிய அதே தொனியில் நானும் கூறுகிறேன்: என் முரசை நான் கொட்டாமல், வேறு யார் கொட்டுவார்? அதனால், என் முரசை நானே கொட்டுகிறேன்.

அசுரப்பாதை பிரசுரிக்கப்பட்ட இந்த பதினொரு வருடங்களில், என் லட்சியம் சார்ந்த துறையில் நான் புரிந்த சாதனைகள்:

- பதிமூன்று புத்தகங்கள் பிரசுரிக்கப்பட்டன. அவற்றில் பாகுபலி திரைப்படத்தின் அதிகார பூர்வமான முன்கதையும் அடங்கும். இந்தப் பதிமூன்று புத்தகங்களில் குறைந்தது ஐந்து புத்தகங்கள், விற்பனையில் சாதனை புரிந்தன. அனைத்துப் புத்தகங்களும் பல இந்திய மொழிகளிலும் சர்வதேச மொழிகளிலும் மொழியாக்கம் செய்யப்பட்டு வெளியிடப்பட்டன.
- இதையும் சேர்த்து ஆறு புத்தகங்கள், பிரசுரத்துக்குத் தயாராக உள்ளன.
- உலகெங்கும் வெளியாகும் செய்தித்தாள்களிலும், பத்திரிகைகளிலும் முந்நூறுக்கும் மேற்பட்ட கட்டுரைகள் வெளியாகி உள்ளன.
- இரண்டு ஒலி வடிவப் படைப்புகள்
- இந்தியாவின் முன்னணி தொலைக்காட்சி சேனல்களிலும், சர்வதேச ஓடிடி தளங்களிலும் அறுநூறுக்கும் மேற்பட்ட திரைக்கதைகள் (ஆறு நிகழ்ச்சிகளில் என் பெயர் குறிப்பிடப்பட்டுள்ளது)
- என் கதை, திரைக்கதையில், இரண்டு திரைப்படங்கள் தயாரிப்பில் உள்ளன.
- என் கதை, திரைக்கதையில், முன்னணி ஓடிடி தளங்களுக்காக ஆறு நிகழ்ச்சிகள் தயாரிப்பில் உள்ளன.
- இரண்டு விளம்பரப் படங்களிலும், ஒரு தொலைக்காட்சித் தொடரிலும் எதிர்மறை வேடங்களில் நடித்துள்ளேன். நாடகங்களிலும் நடித்துள்ளேன்.
- என் மற்ற விருப்பங்களான ஓவியம், பெயின்ட்டிங், ஸ்கெட்சிங், மற்றும் கார்ட்டூன். உலகெங்கும் பயணித்திருக்கிறேன். பயணக்கட்டுரைகள் எழுதியுள்ளேன். அவையும் பிரசுரிக்கப்படும்.

- இரண்டு புதிய தொழில்கள் துவங்கினேன். ஒன்று மூடப்பட்டது.
- ஏராளமான உரைகள் ஆற்றியிருக்கிறேன். பன்னாட்டு நிறுவனங்களில் உயர் அதிகாரிகளுக்கான பயிற்சிகள் அளித்திருக்கிறேன்.

எந்த ஒரு புத்தகத்திலோ அல்லது நிகழ்வுகளிலோ, மேற்கூறியுள்ள வார்த்தைகள் ஒவ்வொன்றும் சுயதம்பட்டமாகவே தோன்றும். அது சுயதம்பட்டமாகத் தோன்றுவதற்கான காரணம் என்ன? ஏனெனில் அவை சுயதம்பட்டம்தான். ஒரு அசுரனாக, நான் சுயதம்பட்டம் அடித்துக்கொண்டதாக நீங்கள் நினைத்தால், அதைப்பற்றி எனக்குச் சிறிதளவும் அக்கறை இல்லை. கடந்த பதினொரு வருடங்களில் நான் இதைத்தான் செய்தேன். இதை உலகிற்கு எடுத்துச் சொல்வதில் எனக்கு எந்தத் தயக்கமும் இல்லை. நம்மைப் பற்றி நாமே எடுத்துக்கூறுவதை ஏதோ குற்ற உணர்வுக்குட்பட்டது போல் நம் சமூகம் சித்தரித்துள்ளது. போலியான தன்னடக்கத்துடன் நம்மை வெளிப்படுத்திக்கொள்ள வலியுறுத்துகிறது. ஒரு அசுரனுக்கு, உள்ளொன்று வைத்து புறம்பொன்று பேசும் இத்தகைய பாசாங்குத்தனம் தேவையில்லை. உங்கள் வெற்றிக்காக நீங்கள் அல்லும் பகலும் கடுமையாக உழைத்திருந்தீர்கள் என்றால், அதை சத்தமாக, கர்வத்துடன், தன்னம்பிக்கையுடன் சொல்லுங்கள். அதற்காக உங்களை எவரேனும் திமிர் பிடித்தவன் என்று சொன்னால், ஆமாம், நான் திமிர் பிடித்தவன்தான் என்று அதை நேர்மையுடன் ஒப்புக்கொள்ளுங்கள். அதுதான் உங்களுக்கான அசுர வழி.

நம் வெற்றிகளைப் பற்றி போலி தன்னடக்கத்துடன் பேச வேண்டும் என்று இந்த சமூகம் நமக்குச் சொல்லிக்கொடுத்திருக்கிறது. வெற்றி பெற்றவர்கள் பலர், தம்முடைய வெற்றிக்கு ஏதோ ஒரு சக்தி அல்லது விதிப்பயன்தான் காரணம் என்று சொல்வதைக் கேட்டிருப்பீர்கள். தம் சாதனைகளைப்பற்றி மிகவும் தன்னடக்கத்துடன் அது எப்படியோ தானாகவே நடந்தது போல் பேசுவது நம் மனித

சமூகத்துக்கு நாம் செய்யும் பொல்லாப்பு அல்லவா? ஏதோ, எப்படியோ நடந்தது என்கிற தொனியில், இப்படிப்பட்ட பேச்சினால் எத்தனை பேர் ஊக்கம் பெறுவார்கள்? ஒருவருடைய சாதனைக்கு அதிர்ஷ்டமோ, கடவுளோதான் காரணமென்றால் மற்றவர்களுக்கு தன்மேல் எப்படி நம்பிக்கை வரும்? பிரார்த்தனைகள் மட்டும் செய்துவிட்டு, கடவுளோ அல்லது விதிப்பயனோ ஏதோ முடிந்ததை செய்யட்டும் என்று காத்திருப்பதைத் தவிர வேறு எதுவும் நம்மால் செய்ய முடியாது என்றுதானே அர்த்தம்? இது போன்ற உரைகள் யாருக்கும் எந்த ஒரு உத்வேகமும் தராது. ஒரு மூலையில் உட்கார்ந்து பிரார்த்தனை செய்து, அவர்களுக்கான அதிர்ஷ்டமோ, முக்கியத்துவமோ, மடியில் வந்து விழும் என்று காத்திருப்பதைத் தவிர வேறு எதுவும் செய்யத் தூண்டாது. வெற்றி அடைந்தவர்கள், தம் சாதனைகள் குறித்து உரக்கச் சொன்னால்தான் அது ஏனையோருக்கு ஒரு எழுச்சியைக் கொடுக்கும். ஒரு போட்டி மனப்பான்மையை உருவாக்கும். பொறாமை உணர்வைத் தூண்டிவிடும். வெற்றிப்பாதையில் பயணிப்பதற்கான உத்வேகம் பிறக்கும். அவர்களுடைய எண்ணங்கள் வலுப்பெறும். தம் சாதனைகளைப் பறைசாற்றும் வெற்றியாளர்களை துச்சமாகப் பார்க்கும் மனோபாவம், நம் சமூகத்தின் வளர்ச்சிக்கு உதவாது.

மேற்கத்திய நாடுகளின் கலாச்சார நடைமுறைகளப் பாருங்கள். தம் நாட்டின் வளர்ச்சிக்கான திட்டங்களைச் செயல்படுத்தும்போது பொருளாதார வளர்ச்சிக்கும் முன்னேற்றத்திற்கான லட்சியக் கோட்பாடுகளுக்கும் சிறிதும் தயக்கமின்றி முன்னுரிமை கொடுத்தார்கள். அவர்கள் ஆரம்பத்திலிருந்தே அசுரப்பாதையைத் தேர்ந்தெடுத்து முன்னேறினார்கள். அந்த சமூகத்தைச் சார்ந்தவர்கள் போலித் தன்னடக்கம் இன்றிப் பேசுவார்கள். தங்கள் விருப்பங்களைச் சிறிதும் தயக்கமின்றி வெளிப்படுத்துவார்கள். அவர்களுக்குச் சொந்தமான கார்கள் பற்றி மிகவும் பெருமையாகப் பேசுவார்க்ள். பெரிய பெரிய கட்டிடங்களில் வாழ்வதை விரும்புவார்கள். ஏதாவது சறுக்கல்கள் ஏற்பட்டால், பொருளாதார ரீதியில் நொடித்துப்போய்விட்டதாக ஒப்புக்கொண்டு மஞ்சள்

கடுதாசு கொடுத்துவிடுவார்கள். மீண்டும் விட்ட இடத்திலிருந்து ஆரம்பித்துவிடுவார்கள். தம் பொருளாதார நிலையை வெளிப்படையாகச் சொல்வதில் எந்தக் குற்ற உணர்வும் கிடையாது. தமக்கான இணையைத் தேர்ந்தெடுப்பதில் தயக்கம் கிடையாது. தம் அசுரத்தன்மைகளை வெளிப்படுத்துவதில் எந்தவிதக் கூச்சமும் கிடையாது. அதேபோல் தோல்வியை ஒப்புக்கொள்வதிலும் சிறிதளவும் பின்வாங்க மாட்டார்கள். மேற்கத்திய நாட்டுப் பிரஜைகள், அசுரப்பாதையின் சித்தாந்தங்களை வெளிப்படையாகப் பின்பற்றுகிறார்கள்.

ஒருமுறை, இந்தியாவின் ஆன்மீக குரு ஒருவருடன் உரையாடும் வாய்ப்பு கிடைத்தது. மேற்கத்திய நாகரிகத்தை சரமாரியாக வசை பாடிக்கொண்டிருந்தார்,அவர்.பேசுவதற்கான என் முறை வந்தபோது நான் அவரிடம், அவருடைய அறையில் உள்ள பொருட்களில், நவீன அறிவியல் சாராத ஐந்து பொருட்களை வரிசைப்படுத்துமாறு கேட்டேன். அவர் உபயோகிக்கும் மைக்ரோஃபோன், ஏர்கண்டிஷன், ஸ்பீக்கர்கள், ஃபேன், பார்வையாளர்களுக்கான ப்ளாஸ்டிக் நாற்காலிகள், தரைவிரிப்புகள், மின்விளக்குகள், வீடியோ கேமராக்கள், மொபைல் ஃபோன்கள் என்று இன்னும் பட்டியல் நீளும். இவையெல்லாமே கடந்த இரண்டு நூற்றாண்டு காலத்தில், மேற்கத்திய அறிவியல் தொழில் நுட்பத்தில் உருவானவை. இப்படியிருந்தும், நம் ஆன்மீக சொற்பொழிவாளர்கள், அறிவியல் வளர்ச்சியால் கிடைத்தவற்றின் மூலம் அதன் பயன்பாடுகளை அனுபவித்துக்கொண்டு அதைப்பற்றித் தயக்கமின்றி முறைகேடாகப் பேசுவது வழக்கம்.

இதற்கு மாறாக, இந்திய தேசத்தின் பொற்காலகட்டத்தில், நம் மூதாதையர்கள் பொருளாதார வளர்ச்சியில் ஈடுபாடு கொண்டிருந்தார்கள். நம் கலாச்சாரத்தில் செல்வ செழிப்புக்கான கடவுளாக லக்ஷ்மி தேவியையும், அறிவு மற்றும் ஞானத்தெளிவுக்கான கடவுளாக சரஸ்வதி தேவியையும், வல்லமை மற்றும் ஆற்றலுக்கான கடவுளாக பார்வதி தேவியையும் வழிபடுவது தொன்றுதொட்டு பின்பற்றப்பட்டு வருகிறது.

முந்நூறு ஆண்டுகளுக்கு முன், இந்திய தேசம் பொருளாதாரத்தில் சிறந்து விளங்கியது. இயற்கை வளங்களும், ஆடை ஆபரணங்களும், நவரத்தின வைடூரியங்களும், புராதனப் பொருட்களும், இத்யாதிகளும் நிறைந்த தேசமாய், செல்வ செழிப்பில் தலைசிறந்து விளங்கியது, நம் தேசம். அது அந்நிய நாட்டினர் பலருக்குப் பொறாமையை விதைத்தது. அந்நியப் படையெடுப்புக்கு வழி வகுத்தது. பல்லாயிரம் ஆண்டுகளாக நாம் அந்நியப் படையெடுப்புக்கு ஆளாகி எண்ணற்ற பாதிப்புகளுக்கு உள்ளாகியிருக்கிறது, இந்திய தேசம். நம் ஆளுமை ஆற்றல், சுதந்திரம், மற்றும் வளங்கள் போன்ற பலவற்றை ஆண்டாண்டு காலமாக இழந்திருக்கிறோம். இந்தப் புத்தகத்தின் மையக்கருவுக்கான தகவல் இதில் அடங்கியிருக்கிறது. குறிப்பேடுகள் சார்ந்த கண்மூடித்தனமான நம்பிக்கைகளும், எதையும் ஆழ்ந்து யோசிக்காமல் ஏற்றுக்கொள்ளும் தன்மையும் தவிர்க்கப்பட்டிருந்தால், நம் வாழ்க்கைநிலை தற்போதுள்ள நிலையில் இருந்திருக்காது. வெவ்வேறு நாடுகளின் போட்டியையும் பொறாமையையும் தூண்டும் விதமாக, பொருளாதார வளர்ச்சி கண்டு, இன்றளவும் தழைத்தோங்கி வாழ்ந்திருப்போம்.

காமசூத்திரம், அர்த்த சாஸ்திரம் போன்ற வாழ்வுநிலைக் கொள்கை சார்ந்த, பண்டை கலை இலக்கியப் படைப்புகள் பரவியபோது நம்மை யாரும் தோற்கடிக்க முடியாத நிலையில் இருந்தோம்.

இந்தப்படைப்புகள் எதிலுமே மனித இனத்தைக் கட்டுப்படுத்தும் விஷயங்கள் கூறப்படவில்லை. மாறாக, உலக விஷயங்களில் சிறந்து விளங்க வலியுறுத்தப்பட்டுள்ளது. உலக விஷயங்கள் மற்றும் அசுரப்பாதை கோட்பாடுகளுக்கு எதிரான விஷயங்களை வலியுறுத்தும் உபதேசங்கள் அனைத்துமே வைராகிகள் எனப்படும் ஒரு சிறிய குழுவினருக்கும், உலக வாழ்வைத் துறந்து, துறவுநிலை மேற்கொள்ள நினைப்பவர்களுக்கும் உரியது. அது சிலருக்கு மட்டுமே பொருந்தும். அப்படிப்பட்ட சந்நியாச வாழ்க்கை வாழ நினைப்பவர்களைத் தவிர மற்றவர்களுக்கு, மதம் சார்ந்த, பெரும்பாலான உரைகளால் எந்தப் பயனும் இல்லை.

தோல்வியடைந்துவிடுவோம் என்ற அச்சத்துடன், அளவுக்கு மீறிய தன்னடக்கத்துடன், ஏதோ ஒரு வகையில் ஒரு செயலைச் செய்து முடித்தால், அது அதிர்ஷ்டத்தால் நடந்தது என்று எவரேனும் நினைப்பார்களேயானால், அவர்கள் செய்யும் எதுவுமே தோல்வியில்தான் முடியும். தன்னம்பிக்கையுடன் செயல்பட்டால், நல்வாய்ப்புகள் கூடிவரும், பகல் இரவாய், இரவு பகலாய் மாறுவதைப்போல் எந்த ஒரு நிலையும் மாற்றத்துக்குட்பட்டதுதான். பெருமிதம் கொள்வதற்கும், கொள்ளாதிருப்பதற்கும், இதற்கும் சம்பந்தமில்லை. வெற்றியடைந்தவுடன் ஏற்படும் களிப்பை அடக்க முயற்சிக்கும்போதெல்லாம், உங்களுக்காகவே ஏற்படுத்தப்பட்ட பலன்களை நீங்கள் மறுக்கிறீர்கள் என்று அர்த்தம். எதிர்காலத்தில் தோல்வியைச் சந்திக்க நேரிடுமோ என்ற அச்சத்தில், இன்று, தன்னிலை குறித்து பெருமிதம் அடையாதவன், பகலில் கண்களை மூடிக்கொண்டால்தான் இரவில் நன்றாகப் பார்க்கமுடியும் என்ற நினைப்பில் வாழும் ஒரு முட்டாள். பெருமிதம் கொள்ளக் காரணமிருப்பின், பெருமிதம் கொள்ளுங்கள். பெருமிதம் கொள்ளும் வழக்கத்தைத் துடிப்புடன் பின்பற்ற வேண்டும். புகழ்பெற்ற ஓவியர்கள், விஞ்ஞானிகள், மற்றும் விளையாட்டு வீரர்கள் போன்ற அனைவருமே, தம் தனித்திறன் குறித்த பெருமிதம் கொண்டவர்களே.

பெருமை கொள்ளாமல் வெற்றி இல்லை

ஆம், நீங்கள் படித்தது சரிதான். பெருமிதம் இல்லாமல் வெற்றி இல்லை. இது ஏற்பதற்குக் கடினமாக இருக்கும், ஏனென்றால், பல கதைகள், பற்பல உபதேசங்கள் மூலம் கர்வத்தைத் தவிர்க்க வேண்டும் என்று வாழையடி வாழையாக நமக்கு போதிக்கப்பட்டிருக்கிறது. இந்த உபதேசம் தற்கால உலக வாழ்க்கைக்கு ஒத்து வருமா? குழந்தைகளைக் கூர்ந்து கவனியுங்கள். இயற்கையாகவே ஆர்வமும், நம்பிக்கையும் கொண்டு துள்ளித்திரியும் குழந்தைகள், பசித்தால், பயந்தால், துணுக்குற்றால் அழும். சலிப்புத் தட்டினாலும் அழும். மகிழ்ச்சியாய் இருக்கும்போது சிரிக்கும். அவற்றுக்கென்று

பெருமிதமும், பொறாமையும் உண்டு. இது இயல்பு. வளர வளர, கலாச்சார மரபுகள் திணிக்கப்படுகின்றன. அவற்றின் இயல்பான அசுர குணத்தை இழந்து, சமூகக் கோட்பாடுகள், சிந்தனைகளுக்குள் சிக்கி, வாழ்க்கை முழுவதும் தயக்கத்திலும், அச்சத்திலும் வாழும் நிலைக்கு உட்படுத்தப்படுகின்றன.

அன்பார்ந்த அசுரர்களே, அசுரிகளே, உங்கள் சாதனைகளை நினைத்துப் பெருமைப்படுங்கள். வெற்றியடையும்போது பெருமைப்படாதிருப்பது, தோல்வியைச் சந்திக்கும்போது – இயற்கையின் நியதிப்படி, வெற்றியும் தோல்வியும் இன்றியமையாதது – உங்களை வருத்தும். பெருமைப்படுவது உங்கள் பிறப்புரிமை. எந்த ஒரு பிரசங்கியும், போதனையாளரும் அந்த உணர்வை உங்களிடமிருந்து பறிக்க முடியாது. கடுமையாக உழையுங்கள், உயர்வாகச் சிந்தியுங்கள், வெற்றியைக் கட்டி அணைத்திடுங்கள், அதைப்பற்றி பெருமையாகப் பேசிடுங்கள், அதன்மூலம் மேலும் பலருக்கு எடுத்துக்காட்டாய்த் திகழ்ந்திடுங்கள். நம் இயற்கையான சுபாவங்களைக் கட்டுப்படுத்த வலியுறுத்தும் பல கதைகளை குழந்தைப் பருவத்திலிருந்து படித்திருக்கிறோம். தர்க்கரீதியாக, தெளிவான மனநிலையுடன் பார்த்தால், அவை யாவுமே நம் முன்னேற்றத்துக்கு இடையூறாகவே உள்ளது.

பெருமை கொள்வதைக் கொண்டாடும் சிலரைப்பற்றிய புகழ்பெற்ற கதைகளைப் பார்ப்போம். இந்தியாவில் பிறக்கும் ஒவ்வொரு குழந்தையும் கேட்டு வளரும் கதை ராமாயணம்தான். ராவணன் கர்வத்துக்கும் ஆணவத்துக்கும் பேர்போனவன் என்பது அனைவரும் அறிந்ததே. அவன் நிறைந்த புத்தி ஞானம் உள்ளவன், பல கலைகளில் சிறந்தவன், போர்க்கலையில் வல்லவன் என்றும், தன் பேராசையாலும், ஆணவத்தாலும் அவன் அழிந்தான் என்றும் படித்திருக்கிறோம். உண்மையில் அவன் ஆணவத்தாலா அழிந்தான்? அவனுடைய தம்பி விபீஷணனின் துரோகத்தால்தான் அவன் அழிந்தான் என்பதுதான் உண்மை. விபீஷணன் அவனுக்கு எதிராகத் திரும்பி அவனுக்குத் துரோகம் இழைத்திருக்காவிட்டால்,

ராவணனைத் தோற்கடித்திருக்க முடியாது. ராவணனின் தோல்வியை ஒரு வரியில் சொல்லி விடலாம். ராவணன் தன் தம்பி விபீஷணன் மீது நம்பிக்கை கொண்டிருந்தான். வஞ்சிக்கப்பட்டான்.

ராவணன் கர்வத்தால் வீழ்ந்தான் என்று சொல்வது தவறு. அவனுடைய அசுர குணங்களையும் மீறி ஒரே ஒரு குணம் அதற்கு மாறாகக் கொண்டிருந்தான். அது தன் தம்பி விபீஷணனை முழுவதுமாக நம்பியதுதான். அந்த நம்பிக்கைத் துரோகம்தான் அவனுடைய எதிரி அவனை வீழ்த்தக் காரணமாக அமைந்தது.

தன் தம்பியை மிகவும் நேசித்தான், ராவணன். அசுரனாகப்பட்டவன் அனைத்தையும் உணர்ச்சிபூர்வமாக நேசிப்பவனாக இருப்பான். ராவணன் கொல்லப்பட்டது தன் தம்பியின் துரோகத்தினாலேதானன்றி அவனுடைய ஆணவத்தினால் அல்ல.

அதேபோல்தான் துரியோதனனின் கதையும். ஆணவத்தாலும், சுயநலத்தாலும் அவன் அழிந்தான் என்றுதான் மஹாபாரதம் கூறுகிறது. மஹாபாரதத்தைக் கூர்ந்து படித்தால் தெரியும், போரில் பங்கேற்றவர்கள் அனைவருமே ஆணவமும் செருக்கும் கொண்டிருந்தார்கள். அர்ஜுனன் அதீத கர்வமும், தற்புகழ்ச்சியும் கொண்டவனாகவே சித்தரிக்கப்பட்டிருப்பான். பீமனும் கர்ணனும் கூட மிகுந்த ஆணவம் கொண்டிருந்தார்கள். துரியோதனன் தோற்கடிக்கப்பட்டதால், ஆணவம்தான் அவனுடைய அழிவுக்குக் காரணம் என்று சித்தரிக்கப்பட்டதாகவே தோன்றுகிறது.

யுத்தத்தில் ஒருவேளை துரியோதனன் ஜெயித்திருந்தால், அர்ஜுனனும், பீமனும் ஆணவத்தால் அழிந்தார்கள் என்று சொல்லப்பட்டிருக்கும். கௌரவர்களில் எவரும் நேர்மையான முறையில் கொல்லப்படவில்லை. போரிலும், அன்பிலும் நியாய அநியாயத்தைப் பார்ப்பது தவறு. ஆகவே அதைப்பற்றி தீர்ப்பு கூறுவதும் நியாயமன்று. சமயோசிதமாகத் திட்டமிட்டவர்கள் வெற்றி பெற்றனர். அது காலத்தின் கோலம். வெற்றியோ, தோல்வியோ, அதற்கும் ஆணவத்துக்கும் உள்ளபடியே சம்பந்தம் இல்லை.

ஆகவே, இத்தகைய குணாதிசயங்களைத் தவிர்க்க வேண்டும் என்று கூறுவது, ஆணவம் வெற்றிக்கு ஊறு விளைவிக்கும் என்று சொல்வதைப் போலத்தான். நம் ஒவ்வொருவரிடத்திலும் குடிகொண்டிருக்கும் செருக்கின் வேறுபட்ட அளவில்தான் வெற்றியின் ரகசியம் அடங்கியுள்ளது. உலகின் வெற்றியாளர்கள் அனைவருமே ஆணவம் கொண்டிருந்தவர்கள்தான். ஆணவமற்ற அலெக்ஸாண்டரையோ செங்கிஸ்கானையோ கற்பனை செய்து பார்க்க முடியுமா? அவர்களின் ஆணவச்செருக்கின் அளவிற்கேற்ப அவர்களின் வெற்றியும் அமைந்தது. இது கலைஞர்கள், நடிகர்கள், எழுத்தாளர்கள், தொழில் அல்லது வர்த்தகம் செய்பவர்கள், விளையாட்டு வீரர்கள் போன்ற அனைவருக்கும் பொருந்தும். சிலர் அதை பிரகடனப்படுத்துவார்கள். அது மற்றவர்களுக்கு சங்கடமாக இருக்கலாம். தோல்வியடைந்து விடுவோமோ என்று அச்சம் கொள்பவர்கள், பெருமிதம் கூடாது என்று நினைத்து ஆணவத்தைப் புறந்தள்ளுவார்கள். மற்றும் பலர், விமர்சனங்களுக்கு பயந்து, கர்வத்தை மனதுக்குள் வைத்துக்கொண்டு, தோல்வியடந்து விடுவோமோ என்ற அச்சத்தில் திளைப்பார்கள்.

ஆனால், ஒவ்வொரு வெற்றியாளருக்குள்ளும் அவர்களின் ஆணவம் குறித்த ஒரு உள்மனதுக்கான வசனம் உண்டு. ஒவ்வொரு முறையும் எழுத உட்கார்ந்து கீ போர்டைத் தொடும்போதெல்லாம், உலகிலேயே நான்தான் சிறந்த எழுத்தாளர் என்று எண்ணுவது எனக்கு ஒரு உத்வேகத்தைத் தரும். அதை வெளியில் சொல்வேனோ, மாட்டேனோ, ஆனால் அது எனக்கு நம்பிக்கை அளிக்கிறது. தன்னம்பிக்கை கொண்ட ஒவ்வொரு எழுத்தாளரும் இதை மனதுக்குள் சொல்லவேண்டும் என்று விரும்புகிறேன். இந்த உட்குரல் இன்றி வெற்றி பெறுவது துர்லபம். புகழ் பெற்ற வெற்றியாளர்களின் சிறு தோல்விகளைப் பெரிது படுத்தி, அவர்களின் ஆணவம்தான் அவர்களின் தோல்விக்குக் காரணம் என்று சில அல்பர்கள் கதைப்பார்கள். அது விழுந்து எழுந்திருக்க முடியாமல் தோற்றுப்போனவர்களின் சொந்தக் கதைகள். முன்பே சொன்னதுபோல், வெற்றியும் தோல்வியும் வாழ்க்கையில் சகஜம்.

ஆணவமும் செருக்கும் கொண்டவர்கள் மிகப்பெரிய சாதனைகள் புரிய விரும்புவார்கள், ஆகவே அவர்களின் வெற்றி தோல்வியின் பரிமாணமும் அதற்கு ஈடாகவே இருக்கும்.

நீதிக்கதைகளில் பொதுவாகவே, ஒரு சம்பவத்தை மட்டுமே மையமாக வைத்து, ஆணவத்தால் தோல்வி ஏற்பட்டதாகக் குறிப்பிடப்பட்டிருக்கும். "தன் அளப்பரிய ஆணவத்தாலும், கர்வத்தாலும் அவன் தோல்விக்குள்ளானான், ஆகவே ஆணவத்தைக் கைவிடுங்கள்," என்பதாக இந்த நகைப்பூட்டும் நீதிக்கதைகள் முடியும். ஆனால், ஆணவம் கொண்டிருந்த அந்த மனிதன் தோல்விக்கு முன், அப்படிப்பட்ட மாபெரும் செயல்கள் செய்தான், என்னவெல்லாம் சாதனை புரிந்தான், என்பதை மட்டும் விட்டுவிடுவார்கள். வாட்டர்லூ போரில் நெப்போலியன் தன்னடக்கத்துடன் இருந்திருந்தால் என்னவாகியிருக்கும்? தோற்கடிக்கப்படுவதற்கு முன் எப்படிப்பட்ட தீரச் செயல்கள் புரிந்தான்! அவனை வெற்றி கண்டவனின் பெயரைவிட நெப்போலியனின் பெயர்தான் வரலாற்றில் முக்கிய இடம் பிடித்துள்ளது, நம் நினைவிலும் இருக்கிறது. நெப்போலியனை எதிர்த்துப் போரிட்டவனின் பெயர் ட்யூக் ஆஃப் வெலிங்டன். (இதைக்கூட கூகுள் தளத்தில் அவனுடைய வம்சாவழியை வைத்துத் தேடிப்பார்க்க வேண்டியுள்ளது. இதுவும் ஆணவத்தின் இன்னொரு குறியீடுதான்)

ராவணன் கடைசியில் தோற்கடிக்கப்பட்டான், சரி. அதனால் என்ன? பத்தாயிரம் ஆண்டுகளுக்கும் மேலாக உலகை ஆண்டவன், ராவணன். கடைசியில், வீர தீரத்துடன் போர்க்களத்தில் மடிந்தான். அவனைப்போன்று ஆயிரம் ஆயிரம் வெற்றிகளைக் கண்டு கடைசியில் அழியாப் புகழுடன் அப்படிப்பட்ட தோல்வியைத் தழுவுவதில் எனக்கொன்றும் ஆட்சேபணை இல்லை. ஏதோ கடனே விதியே என்று எந்த முயற்சியும் மேற்கொள்ளாமல், தோல்வி என்றால் என்னவென்று அறியாமல், எந்த ஒரு சாதனையும் புரியாமல் வாழ்வதைவிட, அது எவ்வளவோ மேல். இது போன்ற,

சுயகௌரவம் கொண்டு, ஆணவத்துடன் திகழ்ந்த வரலாற்று நாயகர்கள் கடைசியில் வீழ்ந்ததைப்பற்றிச் சிந்திக்காதீர்கள். அதற்கு முன் அவர்கள் நிகழ்த்திய சாதனைகளைப் பாருங்கள்.

வெற்றியாளர்களில், பலருடைய ஆணவம் போலிப்பணிவுக்குப் பின் மறைந்திருக்கும். இவர்கள் ஏதோ தன்னடக்கத்தின் மொத்த உருவம் போலவும், ஆணவம் என்பது மருந்துக்குக்கூட அவர்களிடம் இல்லாதது போலவும் மற்றவர்கள் பார்வையில் கணிக்கப்படுவார்கள்! இவர்கள் இப்படி நடந்துகொள்வதற்குக் காரணம், ஆணவம் என்பது ஏற்கப்படக்கூடாத குணாதிசயம் என்பதாக வழிவழியாக நம் மதம் சார்ந்த அறிவுரைகளில் வலியுறுத்தப்பட்டுள்ளதால்தான். இதன்மூலம் தெரிவது என்னவென்றால்,செல்வந்தர்கள்,தாம்ஏதோ,தம்செல்வநிலையைப் பொருட்படுத்தாதது போல், தமக்கு அதில் உடன்பாடு இல்லாதது போல்,ஒரு போலிப்பணிவுப்புன்னகையுடன்,வளைய வருவார்கள். அவர்களைக் காணும் மற்றவர்களும் அவர்களை உயர்வாக எண்ணி, 'என்னே தன்னடக்கம், என்னே கடவுளின் அருள்' என்று வியந்து பாராட்டுவார்கள். சிலசமயங்களில் இதுபோன்ற செயல்கள் அறிந்தே செய்யப்படும், சில சமயங்களில் யதார்த்தமாக நடக்கும்.

பண்டைய கால அரசர்களுடன் இவர்களை ஒப்பிட்டுப்பார்ப்போம். இவர்கள் யாவரும் ஆடம்பரமும் பகட்டும் நிறைந்து வாழ்ந்தவர்கள். இந்துக் கடவுள்களின் திருவுருங்களைப் பாருங்கள். கிரீடமும், ஆபரணங்களும், ஆடையலங்காரங்களும் பிரமிக்க வைக்கும். திருமணம் போன்ற வைபவங்கள் சமயத்தில் நாம் ஏன் விலை மதிப்பு மிக்க ஆடைகள் ஆபரணங்கள் அணிந்து படாடோபமாக வளைய வருகிறோம்? அறுசுவை விருந்து ஏன் வழங்கப்படுகிறது? வாழ்வில் கொண்டாடப்படும் அனைத்துத் தருணங்களிலும் பெருமையும் பகட்டும் தேவைப்படுகிறது. அதுதான் நாம். அதை மறுத்து போலித்தனமாக வாழ்வது அபத்தம். இந்தியர்கள்,அறிவுக்கும் ஞானத்துக்கும் சரஸ்வதி, செல்வத்துக்கு லக்ஷ்மி, ஆற்றலுக்கு பார்வதி என்று மூன்று தேவிகளையும் மனதார வணங்குவார்கள்.

நாம் பெறும் அனைத்தும் கடவுளின் அருள் என்றால், அதை ஏற்பதில் என்ன தயக்கம்? புராதனமான கோயில்கள் அனைத்திலும் அந்தக் கட்டுமானம் மிகச் செழிப்பாக, கற்பனைக்கும் எட்டாத வடிவமைப்பில் அமைந்திருக்கும். தெய்வத்திருவுருங்களுக்கு ஆடை அலங்காரங்கள் வளம் நிறைந்ததாக இருக்கும். கோயிலுக்குச் சொந்தமான பொக்கிஷங்களில் நகைகளும், ஆபரணங்களும் குவிந்து கிடக்கும். அது பெருமைக்குரியதுதானே! அது வெற்றியின் அடையாளம்தானே! கோயில்களில் இது போற்றுதலுக்குரியது என்றால், ஆடம்பரம், பகட்டு கூடாது என்று பக்தர்களாகிய மனிதர்களைக் கட்டுப்படுத்துவது எந்த வகையில் நியாயம்? ஆணவம் எனும் குணாதிசயம் பல சாம்ராஜ்யங்கள், பல நிறுவனங்கள் உருவாக உதவியுள்ளது. புரட்சிகள் வெடிக்கவும், நாடுகள் சுதந்திரம் பெறவும் உதவியுள்ளது. ஆணவம் இல்லையென்றால், மனித இனம் இல்லை.

பெருமைக்குரிய மராட்டிய சாம்ராஜ்யம் எவ்வாறு நிறுவப்பட்டது என்பதற்கான கதையைப் பார்ப்போம். சத்ரபதி சிவாஜி இதை எப்படி உருவாக்கினார் என்பதை அறிந்திருப்பீர்கள். மறுபடியும் அதற்குள் சென்று அறிவது உகந்த செயல்.

சிவாஜியின் பெருமை

முகலாயப் பேரரசு இந்தியாவின் பல இடங்களை ஆக்கிரமித்து பல காலம் ஆட்சி நடத்தினார்கள். அவுரங்கசீப் ஆட்சி நடத்தியபோது, சத்ரபதி சிவாஜியையும் அவருடைய எட்டு வயது மகன் சம்பாஜியையும் ஆக்ராவிலுள்ள தன் அரசவைக்கு வருகைபுரியுமாறு அழைப்பு விடுத்தான். அந்த முகலாய மன்னன் வேறு விதமாகத் திட்டம் தீட்டியிருந்தான். முகலாயப் பேரரசுக்கு, சிவாஜி ஒரு மாபெரும் சவாலாக விளங்கினார். முகலாயப் பேரரசு, ஈவு இரக்கமில்லாமல் எதிரிகளைக் கொன்று குவித்தும், தமக்கு எதிரான கருத்துகளைக் கொண்டவர்களுக்கு அரசு பதவிகள் வழங்கி, அவர்களைத் தம் பக்கம் இழுத்தும், மிக வெற்றிகரமான முறையில், ஆட்சி நடத்திக்கொண்டிருந்தது. அக்பர் ஆண்ட

காலத்திலிருந்தே, ராஜபுத்திர வம்சத்தினரை எதிர்த்து அவர்களைக் கொன்று குவித்தும், தம்மை எதிர்க்கத் துணிவில்லாதவர்களைத் தமக்கு சார்பானவர்களாக மாற்றியும், இடையூறின்றி ஆட்சி நடத்தினார்கள், முகலாய மன்னர்கள்.

சிவாஜிக்கு, தன் படையில் ஒரு அதிகாரத்துக்குரிய பதவி அளித்து, நிலங்களை வழங்கி, அவரை ஆஃப்கனிஸ்தானுக்கு அனுப்பி அங்குள்ள புரட்சியாளர்களுக்கு எதிராகப் போரிட உத்தர்விடலாம் என்ற எண்ணம் கொண்டிருந்தான், அவுரங்கசீப். அவனுக்கு அந்தப் பிரச்சினை ஒரு சவாலாக அமைந்திருந்தது. அதை முறியடிக்க, மிகத்துணிவான ஒரு படைத்தளபதியின் தேவை இருந்தது. சிவாஜி, ஆஃப்கனிஸ்தானில் வெற்றி வாகை சூடி வந்தால், முகலாயப் பேரரசுக்குள்ள ஒரு இடையூறு நீங்கிவிடும் என்று அவுரங்கசீப் நினைத்தான். இதற்கு மாறாக, ஒருவேளை அந்தப்போரில் சிவாஜி கொல்லப்பட்டால், இந்தியாவில், முகலாயப் பேரரசுக்கான இடையூறு நீங்கிவிடும் என்று வஞ்சகக் கணக்குப்போட்டான். இது ஒரு அபாரமான திட்டம் என்று அவுரங்கசீப்பின் மந்திரிகள் பாராட்டினார்கள்.

அவுரங்கசீப்பின் படையில் மூத்த தளபதியாக இருந்தவர், அம்பரைச் சேர்ந்த மிர்சா ராஜா ஜெய் சிங். இதற்கு முன் இவரை சிவாஜிக்கு எதிராகப் போரிட அனுப்பி வைத்தான், அவுரங்கசீப். ஜெய்சிங்கின் படையைத் தோற்கடித்து அனுப்பினார், சிவாஜி.

சிவாஜியைச் சந்தித்த ஜெய்சிங், அவுரங்கசீப் அவரை மிக கௌரவத்துடன் நடத்துவார் என்று கூறி, அவரைச் சம்மதிக்க வைக்க முயன்றார். தன்னுடைய தற்போதைய நிலையையும் எடுத்துச் சொல்லி அவுரங்கசீப்புடனான சந்திப்புக்கு ஏற்பாடு செய்தார். முகலாயப் பேரரசின் நெளிவு சுளிவுகளை நேரில் பார்த்துவிடலாம் என்ற எண்ணத்துடன், சிவாஜி, அவுரங்கசீப்பைச் சந்திப்பதற்காக ஆக்ராவைச் சென்றடைந்தார்.

இந்தச் சந்திப்பின்போது, சிவாஜியின் அருமை பெருமைகளைப்பற்றி சரியாகக் கணிக்காமல், ஒரு தவறு செய்துவிட்டான். அரசவையில்

அவரை பல சாதாரண படைவீரர்களுக்கு இணையாக நிற்க வைத்துப் பேசினான். அவருக்குத் தகுந்த மரியாதை வழங்கப்படவில்லை. ஆஃப்கனிஸ்தானுக்குச் செல்லும் படையின் தலைவனாக அவரை நியமித்து, அந்தப் போரில் அவர் வெற்றியடைந்தால், அவரை ஜெய்சிங்குக்கு இணையான பதவியில் அமர்த்துவதாக வாக்களித்தான், அவுரங்கசீப். இது போன்ற திட்டங்களுடன் பலரை வசியப்படுத்தி, தன் படையில் இணைப்பது முகலாயப் பேரரசுக்குக் கைவந்த கலை. எதிர்க்கத் துணிவில்லாத பலர் இதற்கு மயங்கி அந்த வலையில் விழுவது வழக்கம். ஆனால் சிவாஜி இதற்கெல்லாம் மசிபவரல்ல. அவருக்குத் தன் நாடுதான் முக்கியம்.

தான் நடத்தப்பட்ட விதம் அவரைக் கோபத்துக்குள்ளாக்கியது. அவருடைய கொள்கைகள் மற்றும் குறிக்கோள் பற்றிய தெளிவு அவரிடத்தில் இருந்தது. அவர், தன்னிலை அறிந்தவராக திகழ்ந்தார். தன் சாதனைகளைப் பற்றிய பெருமையும், தன்னம்பிக்கையும் கொண்டிருந்தார். ஆகையால், அவுரங்கசீப்பின் அரசவையில், தனக்கு ஏற்பட்ட தரக்குறைவான அனுபவத்தை, தன் மராட்டியப் பெருமைக்கு எதிரான சவாலாகவே நினைத்தார்.

அவுரங்கசீப்பின் சலுகைகளை மறுத்து, அரசவையை விட்டு கோபாவேசத்துடன் வெளியேறினார், சிவாஜி. அவருடைய செய்கையை ஒரு பெருத்த அவமானமாகக் கருதிய அவுரங்கசீப் அவரைக் கைது செய்ய உத்தரவிட்டான். அதையும் மீறி, இனிப்புக் கூடைக்குள் புகுந்து, அங்கிருந்து தப்பித்து மராட்டியத்துக்கு வந்து சேர்ந்தார், சிவாஜி. அதற்குப்பிறகும் சிவாஜியைத் தன் வழிக்குக் கொண்டுவர பல வலைகளை வீசினான், அவுரங்கசீப். எல்லா சதியையும் முறியடித்தார், சிவாஜி. தன்மானத்தையும் சுயகௌரவத்தையும் உயிராய் மதித்தார், சிவாஜி. இதன்மூலமாக, இந்திய சரித்திரத்தில், பெரியதொரு சுதந்திரப் போர் துவங்கியது.

போராட்டம் தொடர்பான தன் செயல்களில், சற்றும் தளரவில்லை, சிவாஜி. ஹிந்த் ஸ்வராஜ் என்ற கனவை நனவாக்கும் முயற்சியில்

முழுவதுமாக ஈடுபட்ட அவர், மக்களையும் தன்வசப்படுத்தி, அவர்களையும் தன் லட்சியத்தில் ஈடுபடவைத்தார். ஒவ்வொரு முறையும் அவுரங்கசீப்பிடமிருந்து அழைப்பு வரும்போதும், அதை நிராகரித்தார். தன் நாடும், நாட்டு மக்களின் கௌரவமும் தவிர வேறு எதுவும் அவருக்குப் பெரிதாகத் தோன்றவில்லை. தனக்குக் கிடைத்ததைக்கொண்டு நிறைவடைகிற ஒரு தரம் கெட்ட மனிதரில்லை அவர். உன்னதமான குறிக்கோளும், தனக்கென்று வகுத்துக்கொண்ட உயரிய கோட்பாடுகளும் கொண்டவர். உலகில் சர்வ வல்லமை பொருந்திய, மக்கள் நலனே தன் நலன் என்று கருதுகிற, ஒப்பற்ற தலைவர்களில் குறிப்பிட்டுப் போற்றத்தகுந்தவர், சிவாஜி.

முகலாயப் பேரரசின் அழிவிலிருந்து தோன்றியதுதான் மராட்டிய சாம்ராஜ்யம். முகலாய மன்னன் தனக்கு அளிக்கத் தயாராக இருந்த அனைத்தையும் மறுத்து தன் குறிக்கோளில் உறுதியாக இருந்தவர், சிவாஜி. முகலாய சதிக்கு மயங்கி அவர்களுக்கு அடிபணிந்திருந்தால், அவர்களின் அரசவையில் ஒரு பொம்மலாட்டப் பதுமையாக ஒடுங்கியிருப்பார், சிவாஜி. அனைவராலும் போற்றப்படும் சிவாஜி மஹாராஜாவாக இன்றளவும் மக்கள் மனதில் நிறைந்திருக்கிறாரென்றால், அதற்கு அவருடைய சுயகௌரவமும், தன் நாட்டைப்பற்றிய பெருமையுமே காரணம். அந்தக் காலகட்டத்தில் முகலாயப் பேரரசை பலர் எதிர்த்திருந்தாலும், பலர், முகலாயர்களின் சதிவலையில் விழுந்து, கிடைத்தது போதும் என்ற மனநிறைவோடு, அவர்களுக்கு அடிபணிந்து வாழ்க்கை நடத்தினர்.

ஒரு புதிய சாம்ராஜ்யத்தை நிறுவுவதற்கு, சிவாஜியின் பெருமையும், தீர்க்கமான மனவுறுதியும், பேராற்றலும்தான் துணை நின்றன. சரித்திரத்தில், சத்ரபதி என்றால் அவர்தான் என்ற பெருமையும் புகழும் என்றென்றும் நிலைத்திருக்கும் வகையில் இயற்கை அவருக்குத் துணை நின்றது. எண்ணற்ற இந்தியர்களின் இதயங்களில் இன்றும் வாழ்கிறார், சிவாஜி.

இதுபோன்று மக்களின் மனதை ஈர்த்த மற்றொரு கதை, இரண்டாயிரத்து முந்நூறு ஆண்டுகளுக்கு முன், பராக்கிரமசாலியாகத் திகழ்ந்த மன்னனாகிய புருஷோத்தமனின் வாழ்க்கைச் சரித்திரம்.

புருஷோத்தமனின் கதை

மாவீரன் என்றழைக்கப்படும் அலெக்ஸாண்டர், இந்தியாவுக்குப் படையெடுத்து வந்தபோது, பஞ்சாபிலுள்ள ஒரு பகுதியை ஆண்ட மன்னன் புருஷோத்தமன். தன் ராஜ்ஜியத்தைத் தன் வசப்படுத்த வந்த அலெக்ஸாண்டரை எதிர்த்து உக்ரமாகப் போரிட்டான், புருஷோத்தமன். ஆனாலும், அலெக்ஸாண்டரின் சமயோசித சூழ்ச்சியால் தோற்கடிக்கப்பட்டான். போர் நடந்தபோது கனமழை பெய்ததால், வில்லிலிருந்து அம்புகள் பாய்வதில் இடையூறுகள் ஏற்பட்டதும் புருஷோத்தமன் வீழ்த்தப்பட்டதற்கு ஒரு காரணமாக அமைந்தது. கிரேக்க வீரர்கள் புருஷோத்தமனைக் கைது செய்து அலெக்ஸாண்டர் முன் கொண்டுபோய் நிறுத்தினர். புருஷோத்தமனின் கம்பீரமும் தோரணையும் அவன் கண்களில் தெரிந்த அஞ்சாமையும் அனைவரையும் ஈர்த்தன. தன்முன் ஒரு ஆற்றல் மிகுந்த ஒரு மாமன்னனாக நின்ற புருஷோத்தமனைப் பார்த்த அலெக்ஸாண்டர், ஒரு கணம் பிரமித்து, பின் அவனிடம் கேட்டான்:

"நீ எப்படி நடத்தப்படவேண்டும் என்று விரும்புகிறாய்?"

சற்றும் தயங்காமல், தளராமல், அதே தோரணையுடன் பதில் கொடுத்தான், புருஷோத்தமன்:

"ஒரு வீரமுள்ள அரசனாக."

அந்த பதிலில் அசந்து போன அலெக்ஸாண்டர், அவன் வென்ற ராஜ்ஜியத்தை புருஷோத்தமனுக்குத் திரும்ப அளித்து விடை பெற்றான்.

இதில் கவனிக்கப்படவேண்டிய விஷயம் இதுதான்:

புருஷோத்தமனுடைய பெருமையும், தோரணையும்தான் தன் ராஜ்ஜியத்தை அவன் திரும்பப்பெறத் துணை நின்றது. அவனுடைய பணிவோ, அடக்கமோ அன்று.

காந்திஜியின் அகம்பாவம்

பணிவின் எடுத்துக்காட்டாக, அஹிம்சையின் வடிவமாகத் திகழ்ந்த மோகன்தாஸ் கரம்சந்த் காந்தி, மகாத்மா காந்தியாக போற்றப்பட்டதற்குக் காரணமே, அவர் மனதைக் காயப்படுத்தி, அவர் சுயகௌரவத்துக்கு சவால் விட்ட அந்தச் சம்பவம்தான். தென் ஆப்பிரிக்காவில் அவர் ரயிலில் பயணம் செய்தபோது முறையான பயணச்சீட்டு இருந்தும், முதல்வகுப்புப் பெட்டியிலிருந்து வெளியே தள்ளப்பட்டபோது, தன்மானத்துக்குத் தீங்கிழைக்கப்பட்டதாக கோபப்படாமல் இருந்திருந்தால், சரித்திரமே மாறியிருக்கும். ஆணவம் இல்லையென்றால் சுயகௌரவத்துக்கு மதிப்பில்லை.

பணிவு, தன்னடக்கம் போன்றவை இயல்பான நடத்தைக்குப் புறம்பானவை. சமய சந்தர்ப்பத்துக்கு ஏற்ப பிரயோகிக்கத்தகுந்தவை. அவற்றை ஒரு கருவியாகப் பயன்படுத்தலாம். ஆனால் மனதுக்குள் பணிவும், அடக்கமும் தேவையில்லை. கடல், மலைகள், நிலவு, நட்சத்திரங்கள் போன்ற இயற்கையின் மாபெரும் சக்திகள் முன் நிற்கும்போது பணிவும் தன்னடக்கமும் ஒருங்கே சேர, பவ்யமாய் உணர்வதில் தவறில்லை. அது நம்மை, சார்பற்ற பேரண்டத்தில் கண்ணுக்குத் தெரியாத ஒரு துகளாக எண்ண வைக்கும். நாம் பவ்யமாக இருந்தாலும், ஆணவத்துடன் நின்றாலும் அதில் எந்தச் சலனமும் இருக்காது.

ஆனால், பூமியில் மானுடரைச் சந்திக்கும் தருணங்களில், நமக்குள் ரகசியமாக, நாம்தான் சிறந்தவர் என்ற நினைப்பு எழ வேண்டும். பெருமை நிலைத்திட வேண்டும். பணிவன்பும் அடக்கமும் தேவையில்லை. ஆணவமும், பெருமையும், சுயகௌரவமும் கொண்டவன் அனைவரிடமும் இனிமையாக, கருணையாக நடந்து கொள்வான் என்பதில் ஐயமில்லை. அதேபோல், அவனையும் மற்றவர் மதிப்பாகவும் மரியாதையுடனும் நோக்குவார்கள். ஒரு

வீரமுள்ள அரசனாகவே நான் நடத்தப்படவேண்டும் என்று விரும்புகிறேன் என்று தோரணையுடன், துணிச்சலாகச் சொன்ன புருஷோத்தமனை நினைத்துப்பாருங்கள். உங்களிடம் பழகும் அனைவரையும், நீங்களும் ஒரு அரசனாகவும் அரசியாகவும் நடத்த சித்தமாய் இருக்கவேண்டும்.

கர்வம் என்பது சுயகௌரவத்திற்கு ஏற்படக்கூடிய இழுக்குகளிலிருந்து காப்பாற்றக்கூடிய் ஒரு கவசம். வெற்றிகரமான ஒரு நிலைக்கு வரும்வரை பணிவு, தன்னடக்கம் போன்ற குணங்கள் துச்சமாகவே மதிக்கப்படும். நீங்கள் பணிவுடன் நடந்துகொள்வதை, அப்படி நடந்து கொள்வது உங்களுக்கு விதிக்கப்பட்ட கடமை என்பது போல் மற்றவர்கள் கருதுவார்கள். சிலசமயங்களில் அளவுக்கு மீறிய பணிவு உங்கள் திறமைக்கும், தன்னம்பிக்கைக்கும் தடையாய் அமையும்.

"அட்லி தன்னடக்கம் மிக்க மனிதர்தான், ஆனால் தன்னடக்கமாக இருக்க வேண்டும் என்ற நியதிக்குட்பட்டு அப்படி நடந்துகொள்கிறார்," என்று வின்ஸ்டன் சர்ச்சில், தனக்கு எதிரான கருத்துகள் கொண்ட கிளெமெண்ட் அட்லியைப் பற்றிக்கூறினார். பணிவன்புடன் பேசுவதாக நினைத்துக்கொண்டு, உங்களை நீங்களே தாழ்வாகக் கூறிக்கொண்டால், அது உங்களுக்கே எதிராக வந்து முடியும். உங்களைப்பற்றிய பணிவான வார்த்தைகளை நீங்கள் நம்பத்தொடங்கினால் உங்கள் திறமைகள் குறித்த நம்பிக்கைகள் குறையத் தொடங்கும். உங்கள் பெருமைகளை மறந்து, தோல்விப்பாதையில் பயணிக்க நேரிடும்.

இதைப்பற்றிய சுவாரஸ்யமான ஒரு ஜாதகா கதை உண்டு.

தன் பெருமையை மறந்த பணிவுள்ள பாம்பின் கதை

ஒரு கிராமத்தின் எல்லையில் இருந்த ஒரு பாம்புப் புற்றில் ஒரு பனிரண்டு அடி நீளப் பாம்பு வாழ்ந்து வந்தது. அதன் நீளத்தையும் வீரியத்தையும் கண்டு அனைவரும் நடுங்கினர். அந்தப்பாம்பு ஒரு அரசன் போல் வாழ்ந்தது. மக்கள் அதற்கு முட்டை, பால் என்று உணவுப்பொருட்கள் கொண்டு வந்து வைத்து வழிபட்டார்கள்.

அதைத் தரிசிக்க வரிசையில் நின்று காத்திருந்து, தரிசனம் செய்தார்கள். அந்தப்பாம்பு, தனக்குக் கிடைத்த மதிப்பையும் மரியாதையையும் நினைத்து பெருமிதம் கொண்டது. அந்த வழியில் செல்பவர்களை சீறிப்பாய்ந்து கடித்தது. அதனால், மக்களுக்கு அதன்மீதுள்ள பயம் அதிகரித்தது.

ஒரு நாள், ஒரு புத்தபிட்சு அந்த கிராமத்துக்கு வந்தார். அந்த நாகப்பாம்பு அவரைக்கண்டவுடன், தனக்கு இவர் மரியாதை கொடுக்காமல் செல்கிறாரே என்ற ஆத்திரத்தில் அவர் முன் சென்று படமெடுத்துச் சீறியது. பயத்தில் புத்தபிட்சு பின்வாங்கினார். அது விடவில்லை. அவர் காலைச் சுற்றிக்கொண்டது. இப்போது புத்தபிட்சுவுக்குக் கோபம் வந்தது.

"என்ன ஜன்மம் நீ? இப்படி நடந்து கொள்கிறாயே?" என்றார்.

"நான் பாம்புகளின் ராஜா. நான்தான் நாகராஜா," என்றது பாம்பு.

"நீ ஒரு இழிவான ஜந்து, உனக்கு இறக்கைகள் இல்லை, பறக்க முடியாது, உனக்குக் கைகள் இல்லை, கால்கள் இல்லை, வீரதீரமாகப் பேசினால் நீ ராஜாவாகி விடுவாயா?" என்று கூறி அந்த நிலையும் நகைத்தார், புத்தபிட்சு.

"நான் வீரம் நிறைந்தவன்தான்," என்றது பாம்பு.

"பின் ஏன் ஒரு பொந்துக்குள் ஒளிந்து வாழ்கிறாய்? உன்னிடம் விஷம் இருக்கிறது என்பதால் ஆட்டம் போடுகிறாய். பணிவுடன், அடக்கத்துடன் நடந்து கொள்பவர்களைத்தான் கடவுள் விரும்புவார். உன்னிடம் தன்னடக்கம் இல்லை. பணிவுடன் நடந்து கொள்ள முயற்சி செய். பின்னர் பார், மக்கள் உன்னிடம் அன்புடனும் மரியாதையுடனும் நடந்து கொள்வார்கள்," என்று உபதேசித்தார், புத்தபிட்சு.

புத்தபிட்சுவின் காலை விட்டு இறங்கி நெளிந்து சென்றது நாகப்பாம்பு. ஐயகோ, இத்தனை நாளாய் இது தெரியாமல் போயிற்றே, கடவுள் என்னை மன்னிப்பாரா, என்று எண்ணி வருந்தியது.

அடுத்தநாள் காலையில் கிராமத்திலிருந்து ஒருவன் வந்து முட்டையும் பாலும் வைத்து வணங்கினான். பாம்பு வெளியே வந்ததும் அதைக்கண்டு பயந்து பின்வாங்கினான்.

"என்னைக் கண்டு பயம் வேண்டாம். நான் ஒரு சாதாரண பாம்புதான். என்னிடம் உள்ளது விஷம் மட்டும்தான். இதுவரை நான் நடந்துகொண்ட முறைக்காக என்னை மன்னித்து விடுங்கள்," என்று கூறியது, பாம்பு.

உடனே பாலையும் முட்டைகளையும் எடுத்துக்கொண்டு அங்கிருந்து அகன்றான், அந்த மனிதன்.

இனி தனக்கு அதிக மதிப்பும், மரியாதையும், அன்பும் கிடைக்கும் என்று நினைத்து அகமகிழ்ந்தது, நாகப்பாம்பு.

அடுத்தநாள் காலையில் சலசலப்பு கேட்டு, மக்கள் தன்னைக் காண வந்துவிட்டார்கள் என்று மகிழ்ந்து வெளியே வந்த பாம்பு, அவர்களில் சிலர் கழி, தடி, போன்ற ஆயுதங்களை வைத்துக்கொண்டு நிற்பதைக் கண்டு துணுகுற்றது.

அதன் மீது வந்து விழுந்தது ஒரு கல். அதைத் தொடர்ந்து சரமாரியாக தடியடியும் கழியால் தாக்குவதும் நிகழ்ந்ததும் பாம்பு, "ஐயோ, என்னை ஏன் துன்புறுத்துகிறீர்கள், நான் உங்களிடம் பணிவுடன் நடந்துகொள்ள விரும்புகிறேன்," என்று பலவீனமான குரலில் கூறியது.

"நீ ஒரு ஜந்து. உன்னிடம் இருப்பது விஷம்," என்று கூறியவாறு, ஒரு கொப்பரை நிறைய எண்ணையை ஊற்றி அந்த மரத்தினடியில் தீ வைத்தான், ஒருவன்.

தீ பற்றி எரிந்தது. பாம்பு அங்கிருந்து தப்பிக்க நினைத்தது. ஆனால் வந்தவர்கள் விடவில்லை. அதைக் கண்டமேனிக்குத் தாக்கினார்கள். இறுதியில் அது இறந்துவிட்டதாகக் கருதி அதைத் தூக்கி எறிந்துவிட்டுச் சென்றார்கள்.

சிறிது நேரம் கழித்து அது மயக்கம் தெளிந்து எழுந்தது. உடலெங்கும் காயம். வலித்தது. நகர முடியவில்லை. அப்போது ஒரு கரம் தன்னை ஸ்பரிசிப்பதை உணர்ந்து பயத்தில் சுருண்டது.

"பயப்படாதே, உன்னை நான் ஒன்றும் செய்யமாட்டேன்," என்ற அன்புக்குரல் கேட்டதும் பயம் தெளிந்து நிமிர்ந்து பார்த்தது.

"புத்தரல்லவா, தாங்கள்!" என்று வியப்புடன் கேட்டது.

"ஆம், உனக்கு ஏன் இந்த நிலை?" என்று கேட்டார் புத்தர். அதைத் தன் கரங்களால் வருடினார். காயங்கள் மாயமாய் மறைந்தன. பாம்பு நடந்தவற்றைச் சொன்னது.

"அடடா, நீ பணிவாய் இருப்பது குற்றமல்ல. என் சிஷ்யன் சொன்னதில் அர்த்தம் உள்ளது. ஆனால் அதை நீ முழுமையாகப் புரிந்து கொள்ளவில்லை," என்று சொன்னார், புத்தர். மேலும் விளக்கினார்.

"எதிலும் ஒரு சமயோசித அணுகுமுறை வேண்டும். உன்னைத் தற்காத்துக்கொள்ள நீ சீறுவது இயல்பு. அதை விடுத்து இப்பாதையைக் கடந்து செல்பவர்களைக் கடிப்பது என்பது தகாது. அதே போல், உன் சுயத்தன்மையை இழந்து, மிகவும் பணிவுடன் நடந்து கொண்டால், நீ அவர்களிடம் நடந்து கொண்டதைப்போல் அவர்கள் உன்னிடம் நடந்து கொள்வது இயல்புதானே! உன் சுயத்தன்மையை இழக்காதே. நீ ஒரு நாகம் என்பதை நினைவில் கொண்டு சாதுரியமாக நடந்து கொள்," என்று இதமாகக்கூறிவிட்டுச் சென்றார், புத்தர்.

அடுத்த நாள் காலையில் வந்த மக்கள் பாம்பு உயிருடன் இருப்பதைக்கண்டு அதைத் தாக்க வந்தார்கள். சீறி எழுந்தது, நாகம். "நான் நாகராஜா. நாகங்களின் தலைவன்," என்று கூறியபடி படம் எடுத்து ஆடியது. பயந்துபோன மக்கள் பின்வாங்கினார்கள். ஒருவன் மீண்டும் பாலும் முட்டையும் எடுத்து வந்து வைத்தான். மக்கள் அதை பயபக்தியுடன் வணங்க ஆரம்பித்தனர்.

பணிவாக இருப்பது என்பது ஒரு நல்ல குணாதிசயம். ஆனால், அதற்கென்று இடம், பொருள், ஏவல் உண்டு. அதைச்

சரியான முறையில் கையாண்டவர்கள் பல வெற்றிகளைக் குவித்திருக்கிறார்கள். விவேகம் இல்லாத பணிவும், தன்னிலை அறியாத பணிவும் இழிவைத் தரும். அளவுக்கு மீறிய ஆவேசமும் தீமை. அளவுக்கு மீறிய பணிவும் தீமை.

பணிவுத்தன்மையை ஒரு ஆயுதமாகவும் கருவியாகவும் பயன்படுத்துவது எப்படி

பிரகலாதனின் பேரனாகிய மஹாபலி ஒரு பராக்கிரமம் நிறைந்த அசுர மன்னனாகத் திகழ்ந்தான். தேவர்களை தன் கட்டுப்பாட்டுக்குள் வைத்திருந்தான். அவனுடைய ஆட்சியில் பசி, பஞ்சம், ஏற்றத்தாழ்வு, ஆண் பெண் பேதம், பொய், புரட்டு, போன்ற எதுவும் இன்றி, மக்கள் மகிழ்ச்சியுடன் வாழ்ந்து வந்தனர். மக்களுக்குத் தேவையான அனைத்தும் நிறைவாகக் கிடைத்ததால் அவனுடைய ராஜ்ஜியத்தில் பிரார்த்தனைகளுக்குத் தேவை இருக்கவில்லை. இது தேவர்களை உறுத்தியது. அவர்கள் விஷ்ணுவிடம் முறையிட்டனர். விஷ்ணு மஹாபலியின் பலவீனத்தை அறிந்திருந்தார். கொடுத்த வாக்கை மீற மாட்டான், மஹாபலி.

மஹாபலி ராஜசூய யக்ஞத்தை நடத்த ஆயத்தங்கள் செய்து கொண்டிருந்தான். அப்போது மஹாவிஷ்ணு ஒரு ஏழை பிராமணனாக வேடம் பூண்டு வாமனனாக தன்னை அறிமுகப்படுத்திக்கொண்டு மஹாபலியை அணுகினார். வாமனனின் பணிவு மஹாபலியைக் கவர்ந்தது. என்ன வேண்டும் என்று வாமனனிடம் கேட்டான். மூன்றடி மண் மட்டுமே போதும் என்றான் வாமனன். உடனே தருகிறேன், என்று வாக்கு கொடுத்தான், மஹாபலி. இதைக் கவனித்துக்கொண்டிருந்த சுக்ராச்சாரியார் அவனை எச்சரித்தார். வாமனன் உருவில் வந்திருப்பது மஹாவிஷ்ணு என்று கூறி, "நீ சிறந்த முறையில் ஆட்சி நடத்துகிறாய். மக்கள் அனைவரும் நலமாய், ஆனந்தமாய் இருக்கிறார்கள். இந்த நிலையில் நீ சதிவலைக்குள் சிக்குவது தகாது," என்று அவன் செய்கையைத் தடுக்க முற்பட்டார்.

"மன்னித்து விடுங்கள் ஆச்சாரியாரே. நான் வாக்கு கொடுத்துவிட்டேன், அதிலிருந்து பின்வாங்க மாட்டேன்," என்று தீர்மானமாகக் கூறினான், மஹாபலி.

"அமிர்தம் கடைவதற்காக தேவர்கள் உதவி கேட்டபோது அசுரர்களை உதவி செய்ய அனுப்பி வைத்தாய். கடைசியில் தேவர்கள் வஞ்சகமாக அமிர்தத்தை தாங்களே எடுத்துச் சென்றனர். ஏமாந்தது அசுரர்கள்தான். இதை மறந்து விடாதே," என்று மீண்டும் வலியுறுத்தினார், சுக்ராச்சாரியார்.

என் வாக்கிலிருந்து பின்வாங்க மாட்டேன், என்று உறுதியுடன் கூறிவிட்டான், மஹாபலி.

வாமனனுக்கு மூன்றடி நிலம் கொடுப்பதற்கான சடங்கு நிகழ்த்துவதற்காக வளைவான சிறிய குழாய் வைத்த சொம்பில் நீர் நிறைத்து, வாமனனுக்கு நிலத்தை தாரை வார்ப்பதற்காக அவன் கையில் நீருற்ற மஹாபலி முற்பட்டபோது ஒரு வண்டு உருவெடுத்து அந்த குழாயின் முனையில் அமர்ந்து நீர் வருவதைத் தடுக்க முற்பட்டார், சுக்ராச்சாரியார். ஒரு கூர்மையான முள்ளைக் குனிந்து எடுத்து அதனால் அந்த முனையைக் குத்தினான், வாமனன். வண்டு துடிதுடித்து வெளியே வந்தது.

"நீ வஞ்சிக்கப்பட்டுவிட்டாய், மஹாபலி. உன் அழிவு ஆரம்பமாகிவிட்டது," என்று புலம்பினார், சுக்ராச்சாரியார்.

மூன்றடி நிலத்தை அளந்து எடுத்துக்கொள்ளுமாறு வாமனனிடம் கூறினான், மஹாபலி.

வாமனனின் ஸ்வரூபம் ஆகாயத்துக்கும் பூமிக்குமாய் விஸ்வரூபம் எடுத்து நின்றது. முதல் அடி வைத்து பூமியை அளந்தான். இரண்டாவது அடி வைத்து ஆகாயத்தை அளந்தான்.

"மூன்றாவது அடியை எங்கு வைப்பது," என்று கேட்டான், வாமனன்.

"இங்கே," என்று கூறி, மண்டியிட்டு, தன் தலையைக் காட்டினான், மஹாபலி.

அவன் தலையில் தன் காலை வைத்த மஹாவிஷ்ணு, அவனைப் பாதாள லோகத்துக்குத் தள்ளிவிட்டார்.

இந்த தினம்தான் கேரளாவில் ஓணம் என்றும், மஹாராஷ்டிராவில் பலி பாதயாமி என்றும் கொண்டாடப்படுகிறது.

இக்கதையை ஒரு கேரளத்தைச் சேர்ந்தவனாக, நான் அடிக்கடிக் கேட்டு வளர்ந்திருக்கிறேன்.

மஹாபலி ஆண்டபோது மகிழ்ந்திருந்த மக்கள், மீண்டும் பலவிதத் துன்பங்களுக்கு ஆளானார்கள். பிரிவினை, துவேஷம், ஏற்றத்தாழ்வு, பேதம் போன்ற கொடுமைகள் நிலவின.

தேவர்கள் மகிழ்ச்சியடைந்தார்கள். இனி மக்களுக்கு அவர்களுடைய அருளும், கருணையும் தேவைப்படுமே.

காந்திஜி, தன் பணிவைப் பயன்படுத்தி ஒரு பெரிய சாம்ராஜ்யத்தை வீழ்த்தினார். இந்தியன் நேஷனல் காங்கிரஸ் தலைவராக அவர் பதவி ஏற்றபோது, இந்தியாவில் 565 சமஸ்தான மன்னர்கள் இருந்தனர். இவர்கள் அனைவருமே பிரிட்டிஷ் அரசுக்குக் கப்பம் கட்டி வந்தனர். பிரிட்டிஷ் அரசின் உயர்மட்டக் குழு இவர்களை அழைக்கும்போதெல்லாம், உடனே விரைந்து தலைநகருக்குச் செல்வார்கள். விலையுயர்ந்த ஆடைகள் அணிந்து, ரயிலில் முதல் வகுப்புப் பெட்டியில் பயணம் செய்வார்கள். பிரிட்டிஷ் அரசின் கட்டளைக்கு அடிபணியும் அடிமைகள்தான் என்ற உண்மை தெரிந்திருந்தாலும், அவர்கள் முன் தங்களை உயர்வாகக் காட்டிக்கொள்ள முயல்வார்கள்.

காந்திஜி இதிலிருந்து வேறுபட்டார். ரயிலில் மூன்றாம் வகுப்புப் பெட்டியில்தான் பயணம் செய்வார். மக்களுடன் மக்களாகக் கலந்து நடைப்பயணம் செய்வார். பிரிட்டிஷ் அரசியின் முன் இடுப்புத் துணியுடன், கையில் ஒரு துண்டுடன் கம்பீரமாக நடை பயில்வார். அவர் ஒரு தேசத்துரோகியாக குற்றம் சாட்டப்பட்டு விசாரணை நடத்தப்பட்ட நீதிமன்றத்தில் அவர் கம்பீரமாக நடந்து சென்றபோது

அனைவரும் எழுந்து நின்றனர். பணிவுடன் அவர் காட்டிய தோரணை அப்படிப்பட்டது.

பணிவுடன் இருப்பதற்கு ஒரு நெஞ்சுரம் தேவை. நமது முன்னாள் ஜனாதிபதி அப்துல்கலாம் அவர்களை நினைத்துப்பாருங்கள். அவ்வளவு தன்னடக்கம். அதனால் அவருடைய மதிப்பு பன்மடங்கு கூடியது. அவரைப்போல் தன்னடக்கம் கொண்டவர்கள் பலர் உள்ளனர். வண்டி இழுப்பவர், ஹோட்டல் வெயிட்டர், பெட்ரோல் பங்க்கில் பணிபுரிபவர் என்று பலரும் தன்னடக்கத்துடன், பணிவுடன் நடந்துகொள்வதைக் காண்கிறோம். அவர்களை ஏறெடுத்தும் பார்ப்பதில்லை நாம். ஏனெனில், சாதனை புரிந்தோர் தன்னடக்கம் கொண்டால் அது கவனிக்கப்படும். சாதாரண மக்கள் காட்டும் தன்னடக்கம் கவனிக்கப்படாது. உங்கள் வெற்றியும் சாதனையும் ஒரு ஆபரணம் போல். உங்களை யாராவது பணிவுடன் நடந்துகொள்ளச் சொன்னால் அதைப் பொருட்படுத்தாதீர்கள். பணிவை ஒரு கருவியாகப் பயன்படுத்துவதுதான் சாதுரியம். உங்கள் பெருமையை உங்களுடன் சேர்த்துக்கொள்ளுங்கள். அதைக் காதலியுங்கள்.

இயற்கையே இதற்கு ஆதாரம். உலகின் ஒவ்வொரு ஜீவராசியும் தன்னைக் காட்டிக்கொண்டால்தான் வாழ்க்கை. ஒரு மயில் தோகை விரித்து ஆடினால்தான் அதன் இணை அதை அணுகும். புலி பணிவுடன் நடந்துகொண்டால் பசியில் சாக வேண்டியதுதான். ஓநாய் பணிவு கொண்டால், நரிக்கு அடிமையாய் வாழவேண்டி வரும். ஆகவே, உங்களிடம் என்ன உள்ளதோ, அதை வெளிப்படுத்துங்கள். பணம், அறிவாற்றல், திறமை, தோற்றம் என்று எதுவாக இருந்தாலும் அதில் கர்வம் கொள்ளுங்கள். உங்கள் தனித்தன்மைகளையும் சாதனைகளையும் குறைத்து மதிப்பிடாதீர்கள். அவ்வாறு குறைத்து மதிப்பிட யாரையும் அனுமதிக்காதீர்கள்.

"எப்படி இருக்கிறாய், என்று யாராவது கேட்டால், ஒரு அசுரனாக பதில் கொடுங்கள். "மிக அருமையாக இருக்கிறேன்." பணம், புகழ்,

வெற்றி, பதவி, ஆற்றல் போன்ற குணாதிசயங்களை மதியுங்கள். வெற்றியாளர்கள் அவற்றை எப்படி அடைந்தார்கள் என்பதைப் பாருங்கள். ஒரு செல்வந்தர், பணம் அர்த்தமற்றது என்று கூறினால், மக்கள் ஏற்றுக்கொள்வார்கள். அதை ஒரு பிச்சைக்காரன் கூறினால் எள்ளி நகையாடுவார்கள். தங்கள் வெற்றியை சிலர் அதிர்ஷ்டம், கடவுள், வாய்ப்பு, பிரார்த்தனை என்று ஏதோ ஒரு காரணத்தால் அடைந்ததாகச் சொல்வார்கள். அவர்கள் அதற்காக ஒன்றுமே செய்யாததுபோல். சமூகத்தில் தம்மை தன்னடக்கமுள்ளவராகக் காட்டிக்கொள்ளவேண்டும் என்பதற்காகச் சொல்லப்படும் வார்த்தைகள் அவை.

திறமையை மதிக்கவேண்டும். அதே சமயத்தில் பெருமை ஒரு அசையாசொத்து. கர்வம் என்பது தன்னம்பிக்கையை வளர்க்கும் ஒரு கருவி. கர்வத்தை வெற்றியாக மாற்றுவது எப்படி என்று அசுரனுக்குத் தெரியும். நாம் எப்படி தரம் தாழ்ந்து இருக்கிறோம் என்பதைச் சொல்ல நூறு விஷயங்கள் உண்டு. அளவுக்கு மீறிய எதையும் மக்கள் விரும்புவதில்லை. அபார வெற்றியடைந்தவர்கள் மீது பொறாமை கொள்வதும், தோல்வியடைந்தவர்களை உதாசீனப்படுத்துவதும் நாம் அன்றாடம் காணும் காட்சிகள்.

உங்களைக் குறைத்து மதிப்பிடுபவர்கள், உங்கள் தன்னம்பிக்கையை ஆணவம் என்று சொல்பவர்கள், தங்கள் பலவீனத்தைக் கண்டு அச்சம் கொள்பவர்கள்தான் என்பதைப் புரிந்துகொள்ளுங்கள்.

உங்களுக்குள் உறைந்திருக்கும் பெருமையைத் தட்டி எழுப்புவது எப்படி?

இது உங்களுக்குள் உறைந்திருக்கும் கர்வத்தைத் தட்டி எழுப்புவதற்காக. ஆகவே, இதைத் தவற விடாதீர்கள். உங்கள் செயல்களைப் பட்டியலிடுங்கள். உங்கள் பள்ளிப்பருவத்தில் மலைகளுக்கு நடுவில் சூரியன் உதிப்பதை வரைந்து அதற்காகப் பரிசு பெற்றது, வகுப்பில் பாட்டு பாடியது, ஐ.ஏ.எஸ். பரீட்சையில் தேர்ச்சி பெற்றது, பள்ளியில் கிரிக்கெட் போட்டியில் அதிக ரன்கள்

எடுத்தது என்று எதையும் விடாதீர்கள். இவையெல்லாவற்றுக்கும் யாராவது ஒருவரோ, பலபேரோ உங்களைப் புகழ்ந்திருப்பார்கள். அந்த வார்த்தைகளை நினைவுக்குக் கொண்டுவந்து மறுபடியும் ரசித்துக் கேளுங்கள்.

பக்தர்கள் கடவுளைப் போற்றிப்பாடுவது ஏன்? கடவுளுக்கும் புகழ்ச்சி தேவைப்படுகிறதல்லவா? அரசியல் தலைவர்களை, தொண்டர்கள் புகழ்ந்து பாடுவதை அந்தத் தலைவர்கள் வெகுவாக ரசிப்பார்கள். போர்க்களத்துக்குச் செல்லும்போது, போர்வீரர்களை வண்டியில் அழைத்துச்செல்பவர் அவர்களைப் புகழ்ந்து பாடுவது வழக்கமாக இருந்தது. அது அவர்களின் வீரத்தைப் பாராட்டுவது மட்டுமல்ல, அவர்களுக்கு ஒரு உத்வேகத்தையும் கொடுப்பதாக அமையும். இதெல்லாம் பெருமைதான். கடமை அல்ல.

கிருஷ்ணர் தன்னுடைய ஒற்றனை கர்ணனின் தேரோட்டியாக நியமித்ததுதான் மஹாபாரதப்போரில் கர்ணனின் தோல்விக்குக் காரணம். நகுலன் மற்றும் சகாதேவனின் தாய்மாமன் சால்யன்தான் கர்ணனின் தேரோட்டியாக வந்தான். அவன் கர்ணனின் பிறப்பைப்பற்றியும், அவனுடைய செயல்களைப்பற்றியும் தரக்குறைவாகப் பேசினான். அவனுடைய வீரத்தையும், குணத்தையும் இழிவாக விமர்சித்தான். அது கர்ணனுடைய பெருமைகளைச் சிதைக்கும் விதத்தில் இருந்தது. அதே சமயத்தில், கிருஷ்ணர், அர்ஜுனனின் அருமை பெருமைகளை உயர்வாகச் சொல்லி அவனுடைய வீரதீர பராக்கிரமங்களைப் பாராட்டிக்கொண்டிருந்தார். மனமும், தன்மானமும் காயப்பட்டதால் கர்ணன் வீழ்ந்தான். தன் செயல்களுக்காக ஊக்குவிக்கப்பட்டதால் அர்ஜுனன் வென்றான்.

யோர் மன்னர்களுக்கு தங்கள் அருமை பெருமைகளைப்பற்றிய கூச்சமோ, தயக்கமோ இருந்ததில்லை. பெரிய அரண்மனைகள், கோயில்கள் மற்றும் மாடமாளிகைகளைக் கட்டினார்கள். அசோகர் தன் அருமை பெருமைகளை கல்வெட்டில் பதித்ததால், அவரைப்பற்றி நாம் அறிய முடிந்தது. அக்பரைப் பற்றி அவர் நியமித்த ஆசிரியர்

புகழ்ந்து எழுதியதால் அவரைப்பற்றித் தெரிந்துகொண்டோம். என் இனிய அசுரர்களே, அசுரிகளே! உங்களைப் பற்றி எடுத்துச் சொல்ல யாருமில்லை என்றால், உங்கள் அருமை பெருமைகளை நீங்களே எடுத்துச் சொல்லலாம். உங்கள் டைரியில் உங்களைப்பற்றி எழுதி வையுங்கள்.

உங்கள் அசுர குணங்களைப்பற்றியும் உங்கள் சாதனைகளைப்பற்றியும் எழுதுங்கள். உங்கள் அன்றாட செயல்பாடுகளை வரிசைப்படுத்தி எழுதுங்கள். வருங்கால உலகம் உங்களைப் புகழட்டும், போற்றட்டும்.

என் மேலதிகாரி என்னை எதற்கும் உதவாதவன் என்று சொன்னபோது என் தன்னடக்கம் என்னை சித்திரவதை செய்தது. என்னைப்பற்றிய என் பெருமையும் சுயகௌரவமும் அந்தத் துன்பச் சங்கிலிகளை அறுத்து என்னை விடுவித்தது.

போலி உபதேசம் 7

பேராசை தவிர்த்தல்

சுபாஷிதம் எனும் பதிகம் சொல்லும் செய்யுள்:

பேராசையால் கோபம் உண்டாகிறது. பேராசையால் வேட்கை அல்லது காமம் எழுகிறது, பேராசையால் மனச்சிதைவும் பேரழிவும் ஏற்படுகிறது, பேராசைதான் தீயசக்தியின் ஆணிவேர்.

இந்தப் போலியான போதனை அபத்தமானது என்பதை வேறு புராண, வரலாற்றுக்குறிப்புகளிலிருந்து மேற்கோள்கள் எடுத்துக் காட்டி நிரூபிப்போம்.

மஹாபாரதத்தில் யுதிஷ்டிரன் சொன்னது:

"கோபம் எனும் எதிரியை அழிப்பது கடினம், ஆனால், பேராசை ஒரு கொடுமையான நோய். கால்நடைகள் வளர வளர அவைகளின் கொம்புகளும் வளர்வது போல், செல்வம் பெருகப் பெருக, மனிதனின் பேராசையும் பெருகிக்கொண்டே போகிறது."

பேராசை பெருநஷ்டம் என்ற வாக்கியத்தை சிறுபிராயம் முதல் கேட்டுக்கொண்டுதான் இருக்கிறோம். நாம் பணிவுடன் இருப்பதைத்தான் கடவுள் விரும்புகிறார் என்று சொல்பவர், ஏதோ தன்னைக் கடவுளின் பிரதிநிதியாக நினைத்துக்கொண்டு சொல்கிறார் போலும். தான் விரும்புவது என்ன என்று கடவுள் இவரிடம் சொன்னாரா? தவிர, நாம் சாகும்போது நம்முடன் எதுவும் வராது, பேராசை எல்லாவற்றையும் அழித்துவிடும், சின்னச் சின்ன

சந்தோஷங்களுடன் திருப்தியடையுங்கள், பொருளைத் தேடி அலையாதீர்கள் என்று எத்தனை எத்தனை போதனைகள். இந்தப் பட்டியலுக்கு முடிவில்லை.

நிஜமான வேட்கை, பேராசையை உருவாக்கும். கிரிக்கெட்டில் அதிக ரன்கள் குவிப்பதற்கு பேராசை அவசியம். இயந்திரங்கள், ஏரோப்ளேன், ராக்கெட் போன்றவற்றைக் கட்டமைப்பதற்கான அறிவையும் ஆற்றலையும் கொடுப்பது பேராசைதான்.

நமக்கு நன்மையும் வளமும் மகிழ்ச்சியும் வழங்கும் அனைத்தையும் புறக்கணிக்க வலியுறுத்தப்படுகிறோம். அப்படிச் செய்தால், எதையெல்லாம் மறுத்தோமோ, அவையெல்லாம் அடுத்த பிறவியில் கிடைக்கும் என்று நம்பவைக்கப் படுகிறோம். மற்றொரு வாழ்க்கை, அடுத்த பிறவி, புனர்ஜன்மம் போன்றவை எல்லாம் இருக்கிறதா இல்லையா என்றே நமக்குத் தெரியாது. இது, காலம் தள்ளி எழுதப்பட்ட கற்பனை வங்கிக் காசோலை போன்றது.

இம்மையில் சுகபோகங்களை மறுத்தால் மறுமையில் முக்தி கிடைக்கும் என்ற போதனையை சார்வகா, அடிமுட்டாள்தனமான உளறல் என்கிறார்.

புராணங்களிலிருந்து பிரபலமான இரண்டு பக்திபூர்வமான கதைகளைச் சொல்கிறேன். ஒன்று குசேலரைப்பற்றியது. இவர் சுதாமா என்றும் அழைக்கப்படுவார். இவர் கிருஷ்ணரின் சிறுபிராயத்து நண்பர், மற்றும் தீவிர பக்தர். மற்றொரு கதை, ராவணனைப் பற்றியது. இவன் சிவபெருமானின் தீவிர பக்தன். அசுரவழி வாழ்க்கையை அடிப்படையாகக் கொண்டு இவ்விரு கதைகளையும் அலசுவோம். உங்களுக்கு எது தோதானது என்பதை நீங்களே முடிவு செய்து கொள்ளுங்கள்.

சுதாமாவின் கதை

கிருஷ்ணரின் பால்ய நண்பனான சுதாமா என்கிற குசேலரின் கதையைக் கேட்டிருப்பீர்கள். இந்தக் கதை பாகவதத்தில் கூறப்பட்டுள்ளது.

ஒரு ஏழை பிராமண குடும்பத்தைச் சேர்ந்தவர், சுதாமா. அவரும் கிருஷ்ணனும் பால்ய சிநேகிதர்கள். படிப்பை முடித்த பிறகு இருவரும் வெவ்வேறு வாழ்க்கைப் பாதையில் பயணப்பட்டார்கள்.

கிருஷ்ணர் வாழ்க்கைப்பாதையில் பல வெற்றிகளைக் கண்டு, துவாரகை நகரில் யாதவர்களின் தலைவராகத் திகழ்ந்தார். அவருடைய புகழ் எட்டுதிக்கிலும் பரவியது. ஆனால் அதிர்ஷடக்காற்று கொஞ்சம் கூட சுதாமாவின் பக்கம் வீசவே இல்லை. வறுமை வாட்டியது. நைந்து போன ஆடைகளுடன் அவர் காணப்பட்டதால் அவர் 'குசேலர்' என்று அழைக்கப்பட்டார். குசேலர் என்றால், மிகவும் ஏழ்மையான ஆடைகள் உடுத்தியவர் என்று பொருளாகும். தன் குடும்பத்திற்கு வயிறார உணவளிக்கவும் அவரால் முடியவில்லை. கிருஷ்ணருக்கும் தனக்கும் உள்ள நட்பை அவர் பிரகடனப்படுத்தவில்லை. அதை ரகசியமாகவே வைத்திருந்தார்.

ஒரு நாள், குசேலரின் மனைவியாகப்பட்டவள், தன் கணவர், கிருஷ்ணரின் பால்ய நண்பர் என்பதை அறிந்துகொண்டாள். அது முதற்கொண்டு, கிருஷ்ணரிடம் உதவி கோருமாறு தன் கணவரை வற்புறுத்தத் தொடங்கினாள். ஆனால், குசேலர் அதை விரும்பவில்லை. ஆயினும், வறுமையின் பிடி மிகவும் இறுகி, ஒரு கட்டத்தில், அடுத்தவேளை உணவுக்கு வழியில்லை என்ற நிலையில், தன் நண்பனாகிய கிருஷ்ணரைச் சந்திக்க முடிவு செய்தார்.

துவாரகைக்கு நடந்து செல்லும்போது குசேலருக்குக் கவலை மனதை வருத்தியது. கிருஷ்ணர் தன்னைச் சந்திப்பாரா? அரண்மனை வாயிற்காப்பாளர்கள் தன்னை உள்ளே செல்ல அனுமதிப்பார்களா? கிருஷ்ணர் தன்னை அடையாளம் கண்டு கொள்வாரா? தோலில் சுருக்கங்கள் விழுந்து, தலைமுடி குறைந்து, ஒடுங்கிய கண்களில் வறுமைக்கோடுகளும் சேர்ந்து, வயதை அதிகமாக்கிக் காட்டுமல்லவோ! பாதங்களில் வெடிப்புகள் தோன்றியிருந்தன. வரட்டு இருமலும் மூச்சிரைப்பும் வேறு

அவ்வப்போது படுத்தியெடுத்ததால், அவரது நடை தளர்ந்திருந்தது. பற்கள் சீராக இல்லை, சொறசொறப்பான விரல்களில் நகங்கள் மஞ்சள் படிந்து காணப்பட்டன. ஒட்டிப்போயிருந்த கன்னங்களிலும் தாடையிலும் வளர்ந்திருந்த முடி கோரைப்புற்களாய்க் காட்சியளித்தன.

தான் கிருஷ்ணரின் பால்ய சிநேகிதன் என்பதை யாராவது நம்புவார்களா? துவாரகையை வந்தடைந்ததும் மேலும் தயங்கித் தயங்கி நடந்தார். பகட்டான ஆடைகள் அணிந்திருந்த ஆண்களும் பட்டாடை உடுத்தி, ஆபரணங்கள் சூடிய பெண்களும், செழிப்பான தோற்றத்துடன், மகிழ்ச்சித் துள்ளலுடன் விளையாடிக்கொண்டிருந்த குழந்தைகளும், சோர்வுடன் நடந்து வந்த இவரை விநோதமாகப் பார்த்தனர்.

துவாரகையில் பிச்சைக்காரர்கள் அறவே கிடையாது. எனவே, அந்த நகரத்துக்கு முற்றிலும் மாறுபட்டவராக இவர் காட்சியளித்ததால், சில சிறுவர், சிறுமியர் இவரைப் பின்தொடர்ந்தனர். தன் விதியை நொந்துகொண்டார், குசேலர். தகதகவென்று செல்வ செழிப்பில் ஜொலித்த கிருஷ்ணரின் அரண்மனை வாசலில் வாயிற்காப்பாளர்கள் அவரைத் தடுத்து நிறுத்தினர். தான் கிருஷ்ணரின் பால்ய சிநேகிதர் என்பதையும், அவரைச் சந்திப்பதற்காக வந்திருப்பதையும் அவர்களிடம் சொன்னார். அவர்களுக்கு நம்பிக்கை ஏற்படவில்லை.

குசேலர் அவமானத்தில் குறுகிப்போனார். உடனடியாகத் திரும்பிச் செல்ல உத்தேசித்தார். ஆனால், பசியால் வாடும் தன்குழந்தைகளின் நினைப்பு அவரைத் தடுத்து நிறுத்தியது. தலை குனிந்தபடி நின்றார். தன் தலைவிதியை நொந்துகொண்டார். வாயிற்காப்பாளர்கள் அவரை ஒரு பொருட்டாகவே மதிக்கவில்லை. சரி, இனி பிரயோஜனமில்லை, திரும்பிவிடலாம் என்று நினைத்து ஒரு அடி எடுத்து வைத்தவரை உள்ளே வருமாறு பவ்யமாகக் கூறினர், வாயிற்காப்பாளர்கள். திடீரென்று கிடைத்த மரியாதையில் அசந்து, தயக்கத்துடன் மெல்ல நடந்தார், குசேலர். செழிப்பான பிருந்தாவனம்,

பேராசை தவிர்த்தல்

மல்லிகைத் தோட்டங்களைக் கடந்து சென்றபோது மயில்கள் நடனமாடின. வண்டுகள் மலர்களைச் சுற்றின. அரண்மனை தங்கத்தால் இழைக்கப்பட்டிருந்தது. பளிங்குத்தரையில் பாதங்கள் சில்லிட்டன. வழிநெடுகிலும் விரிக்கப்பட்டிருந்த ரத்தின கம்பளங்கள், தூசு படிந்த தன் கால்களால் அழுக்காகி விடுமோ என்ற அச்சத்தில் மெதுவாக நடந்தார். தன் நண்பனின் பிரத்தியேக அறையை நோக்கி அவரை வழிநடத்தினர், சேவகர்கள். பொறாமை, பச்சாத்தாபம், இயலாமை, பிரமிப்பு, நம்பிக்கை, தவிப்பு, சந்தேகம், போன்ற எல்லா உணர்வுகளுடன், தாழ்வு மப்பான்மையும் சேர்ந்து கொண்டு அவரை வாட்டியது. ஒரே குருகுலம், ஒரே மாதிரி வாய்ப்புகள், ஆனால், நான் வறுமையின் கோரப்பிடியில், என் நண்பனோ, செல்வச் செழிப்பில், வெற்றிக் களிப்பில்! கிருஷ்ணரின் அறைக்குள் நுழைந்தபோது அமைதி நிலவியது. கிருஷ்ணர் தன் மனைவியருடன் வீற்றிருந்தார். குசேலர் அரண்மனை வாயிலில் நின்றபோதே கவனித்தவர், அவரை அழைத்துவருமாறு உத்தரவிட்டிருந்தார்.

தன் பால்ய சிநேகிதனைப் பார்த்ததும் ஓடி வந்து கட்டியணைத்துக்கொண்டார், கிருஷ்ணர். அவரைக் காக்க வைத்ததற்காக மன்னிப்பு கேட்டார். அவரை ஒரு ஊஞ்சலில் அமரவைத்தார். அவருடைய பாதங்களைக் கழுவிவிட்டு, அணிவதற்கு புத்தாடைகளை அளித்தார். அவருக்கு அறுசுவை உணவு அளித்தார். கிருஷ்ணருடைய மனைவிகளும் அவரை வெகுவாக உபசரித்தனர். குசேலர் புறப்பட வேண்டிய தருணம் வந்தது. தன்னைக் காண வரும்போது, தனக்காக அவர் எதுவும் கொண்டுவரவில்லையா, என்று கிருஷ்ணர் கேட்டவுடன் சங்கடத்தில் குறுகிப்போனார், குசேலர். தன் சிநேகிதருக்காக அவர் கொண்டுவந்தது, ஒரு கைப்பிடி அவல் மட்டுமே. அதைக் கொண்டு வருவதற்கே அவரும் அவர் மனைவியும் ஒரு வேளை பட்டினி கிடக்க வேண்டியதாயிற்று. கிருஷ்ணரின் செல்வ செழிப்பைக் கண்டு பிரமித்து மெய்மறந்து போனதினால், தான் கொண்டு வந்த அந்த ஒரு பிடி அவலை எடுத்துக் கொடுக்கத் தயக்கப்பட்டு அதை அப்படியே,

தன் வேட்டி மடிப்பில் வைத்திருந்தார், குசேலர். தன் நண்பன் ஏதோ மறைப்பதை அறிந்து கொண்டு, அதைக் கொடுக்கச் சொல்லி குறும்புச் சிரிப்புடன் கிருஷ்ணர் வற்புறுத்தியதும், வேறு வழியின்றி ஒரு சிறிய துணியில் கட்டி எடுத்து வந்த அவலை அவரிடம் கொடுத்தார், குசேலர். அதை கிருஷ்ணர் ஆவலுடன் பிரித்ததை, அவருடைய மனைவிகள் இருவரும் வியப்புடன் நோக்கினர்.

தன்னை பூமி அப்படியே விழுங்கிவிடாதா என்று சங்கடத்துடன் நெளிந்தார், குசேலர். "ஆஹா! அவல்!" என்று மகிழ்ச்சியுடன் கூவினார், கிருஷ்ணர். குசேலரின் கண்களில் நீர் துளிர்த்தது. "இங்கே பாருங்கள், ருக்மிணி, பாமா! எனக்கு என்ன பிடிக்கும் என்று இவனுக்குத் தெரியும். சண்டிபிணி மஹரிஷி குருகுலத்தில் நாங்கள் இருவரும் ஆசிரமத்து சமையலறையிலிருந்து அவல் எடுத்துவந்து இருவரும் பகிர்ந்து உண்போம். அதை இவன் மறக்கவே இல்லை. மறக்க முடியாத நாட்கள், அவை, இல்லையா, சுதாமா? காலம் எத்தனை வேகமாகச் செல்கிறது பார்!" என்று குதூகலித்தார், கிருஷ்ணர்.

பின், அந்த ஒரு பிடி அவலிலிருந்து சிறிது எடுத்து வாயில் போட்டு மென்றார். குசேலர் ஸ்தம்பித்து நின்றார். அனைத்து செல்வங்களையும், சுகபோகங்களையும் அடைந்த ஒருவர், ஒரு பிடி அவலுக்காக இத்தனை ஆனந்தப்படுவாரா! கிருஷ்ணர், இன்னும் கொஞ்சம் எடுத்து வாயில் போட்டு ருசித்தார். குசேலரின் உதட்டில் புன்னகை பிறந்தது. தன் நண்பனின் மகிழ்ச்சி நிஜமானதுதான் என்று உள்ளம் தெளிந்தார். மனசு லேசாகி, பெருமிதம் கொண்டது. கண்ணீர் பெருகியது. கொஞ்ச நேரம் ஆனதும், "சுதாமா, நீ என்னைக் காண வந்ததில் எனக்கு நிலைகொள்ளா சந்தோஷம். நான் உனக்குக் கொடுத்த உடைகளைத் திரும்பக்கொடுத்துவிடு," என்ற கிருஷ்ணர், அவரை மீண்டும் கட்டியணைத்துவிட்டு உள்ளே சென்றார்.

குசேலருக்கு ஒன்றும் புரியவில்லை. இது முற்றிலும் எதிர்பாராதது. தான் வந்ததற்கான காரணத்தைக்கூட கிருஷ்ணர்

கேட்கவில்லையே! தன் மனைவியிடம் என்ன கூறுவது! ஒரு வேளை வயிறார அறுசுவை உணவும், கொஞ்ச நேரம் நட்புரீதியான அளவளாவலும்தானா? அதோடு எல்லாம் முடிந்ததா? கிருஷ்ணர் அளித்த உடைகளைக் களைந்து, தன் பழைய உடைகளை அணிந்தபோது துயரம் மேலிட்டது. கிருஷ்ணரின் மனைவியரிடம் விடைபெற்றுக்கொண்டு, தன் கண்ணீரை அவர்கள் பார்த்துவிடக்கூடாது என்று அவசரமாக வெளியேறினார். தன் சிநேகிதனின் விசித்திரமான போக்கை எண்ணி வருந்தியபடியே தன் இல்லம் நோக்கி நடந்தார்.

அந்த உடைகளையாவது திரும்பக் கேட்காமல் இருந்திருக்கலாமல்லவா? நான் பரம ஏழை என்று தெரிந்தும், கொடுத்ததைத் திரும்ப வாங்கிக்கொள்வது நட்புக்குத் தகுமா, என்று எண்ணினார். அந்த உடைகளை அணிந்துகொள்ள வேண்டும் என்ற ஆசை அவருக்கில்லை. ஆனால், அவற்றை விற்று அந்தப்பணத்தில் தன் குடும்பத்துக்கு ஒரு மாதம் உணவளித்திருக்கலாமே, என்று நினைத்து, தன் நிலையை எண்ணி நொந்துகொண்டார். தன் சிநேகிதன் தன்னை மறக்கவில்லை, தனக்காக விலையுயர்ந்த ஆடைகளை அன்பளிப்பாகக் கொடுத்தான் என்றாவது தன் மனைவியிடம் சொல்லியிருக்கலாமே. அந்த உடைகளைத் திரும்பக் கேட்டதை அவரால் தாங்கிக்கொள்ளவே முடியவில்லை. 'நான் வந்திருக்கக்கூடாது, வந்திருக்கவே கூடாது, வராதிருந்திருந்தால், அத்தகைய செல்வ செழிப்பைக் கண்ணால் கண்டிருக்க மாட்டேன். அவ்வாறு கண்டதால்தானே என் மனது அவற்றிற்காக ஏங்குகிறது,' என்று எண்ணிக் குமுறினார். இப்போது என் மனதில் ஆசை, வேட்கை, குரோதம், பேராசை, கர்வம், பொறாமை போன்ற குணங்கள் உதித்துப் பொங்குகிறதே! நான் அசுரனாக மாறுகிறேனா? என்று குழம்பித் தவித்தார்.

மனதை ஒருமுகப்படுத்த படாதபாடு பட்டார். "எல்லாம் விதிப்பயன்," என்று தனக்குள் முணுமுணுத்துக்கொண்டார். கூடவே

மற்றொரு சிந்தனையும் எழுந்தது. கர்மாவுக்கு இத்தனை பாரபட்சம் தகுமா? "நானிருக்கும் நிலையில் கர்மா, விதிப்பயன் என்றெண்ணுவதெல்லாம் ஏற்றுக்கொள்ள முடியாததாக உள்ளதே! சார்வாக மகரிஷி கூறியதெல்லாம் உண்மை என்று தோன்றுகிறதே! இந்த நரகம், சொர்க்கம், பாவம், புண்ணியம் இவையெல்லாம் சாமான்ய மக்களை வஞ்சிப்பதற்காக நயவஞ்சகர்களால் உருவாக்கப்பட்ட தந்திரச் சொற்களாகத்தான் இருக்கும். நம் வாழ்வில் நமக்குக் கிடைக்கக்கூடிய வாய்ப்புகளை எப்படி சாதுரியமாக பயன்படுத்துகிறோமோ, அதையொட்டி அமைவதுதான் வாழ்க்கை என்று அவர் கூறுவதுதான் உண்மை போலும்! வாழ்க்கை என்பது ஒரு பரமபத விளையாட்டுதான், பகடைக்காய்களை உருட்டி வீசும்போது காட்டப்படும் எண்ணிக்கைகளில் அடங்கியுள்ளது நம் வாய்ப்புகள்! நம் காயை எப்படி நகர்த்தவேண்டும் என்பது நம் கையில்தான் உள்ளது! சதுரங்கமும் தாயக்கட்டமும் இணைந்த 'த்யுதா' என்கிற பண்டைய கால பாரததேசத்தில் நடைமுறையில் இருந்த விளையாட்டு போன்று, நம் யுக்திகளும், நகர்வுகளும், அதற்கான முடிவுகளும் ஒருங்கிணைந்ததுதானோ நம் வாழ்க்கை விளையாட்டும்! அல்லது அனைத்தும் இயற்கையின் நியதிப்பிரகாரம்தான் நடக்கிறதா? தலையெழுத்து என்னவோ, அதன்படி நடக்கிறதா? விதியை நொந்துகொள்வதும், நிந்திப்பதும்தான் வெகு சுலபம் போலும்!"

"ஆம், ஏழையாய் வாழ்வது என் விதிப்பயன்தான். அது கடவுளின் விருப்பம் என்றால், கடவுளுக்கு என்மீது இவ்வளவு குரூரம் ஏன்? இதற்கு பதிலே இல்லையோ! கடவுள் என்ற பதம் ஒரு புரியாத புதிர்," என்று நினைத்துக்கொண்டே நடந்த குசேலரின் மனதை இனம்புரியாத ஒரு கசப்புணர்வு ஆட்கொண்டது. 'துவைத்தாலும் மறையாத, உடையில் ஒட்டிய கறை போன்று, என் உள் மனதின் ஏக்கமும், அதனால் ஏற்பட்ட தாக்கமும், மந்திரங்களாலோ, கல்வியறிவினாலோ, அகலவில்லையே!'

அதே சமயத்தில், துவாரகையில், கிருஷ்ணரின் துணைவியான சத்யபாமா தன் சந்தேகத்தை அவரிடம் வெளிப்படுத்தினாள்:

"தங்கள் பால்ய நண்பராகிய சுதாமாவுக்கு தாங்கள் அளித்த உடைகளைத் திரும்பப் பெற்றதற்கான காரணம் என்னவோ?," எனக்கேட்டாள்.

அதற்கு கிருஷ்ணர் கூறலானார்: "அவரை விலையுயர்ந்த ஆடைகளில் காணும் மக்கள், ஆஹா, இவர் கிருஷ்ணரின் நண்பராதலால்தானே, இப்பேறப்பட்ட ஆடைகள் அணிய ஏதுவாயிற்று, என்று நினைப்பார்கள் அல்லவா! அதனால் அவற்றைத் திரும்பப்பெற்றேன். ஆனால், அவர் வீட்டைச் சென்றடைந்ததும், அது சொர்ண மாளிகையாய் மாறியிருக்கக் காண்பார். வீட்டைச்சுற்றிலும் ஆவினங்கள் மேய்வதையும், மனைவியும் குழந்தைகளும் புத்தாடைகளும் ஆபரணங்களும் அணிந்து ஜொலிப்பதையும் காண்பார். என் பக்தர்கள் மீது நான் செலுத்தும் அக்கறை இப்பேர்ப்பட்டதுதான். தகுதிகளை வைத்து வித்தியாசம் பார்ப்பதில்லை. பக்திக்கான அருள் என்றும் உண்டு. ஆனால், கொடுப்பினை இன்றி எதையும் பெற முடியாது. நண்பன் என்பதற்காக அல்ல, பக்தன் என்பதற்காகவே, அவனுக்கும் அருளினேன்."

"அது சரி, அவரைப்போன்று ஒரு நல்லவருக்கு வாழ்க்கையில் ஏன் இத்துணை சோதனை?" என்று வினவினாள், சத்யபாமா.

அதற்கு இவ்வாறு விளக்கமளித்தார், கிருஷ்ணர்: "சாந்திபனி ஆஸ்ரமத்தில் நாங்கள் குருகுலம் பயின்றபோது ஒரு நாள், விறகுகள் வெட்டி எடுத்து வர காட்டிற்குச் சென்றோம். எங்கள் குருபத்தினியாகப்பட்டவர், நாங்கள் பசியாறுவதற்காக ஒரு சுருக்குப்பையில் அவல் நிரப்பி, சுதாமாவிடம் கொடுத்து, அதைப்பகிர்ந்துண்ணுமாறு கூறினார். மதிய வேளையானதும், நாங்கள் இருவரும் அயர்வாக இருந்ததால், ஒரு மரத்தினடியில் சற்று இளைப்பாறினோம். சுதாமாவின் மடியில் தலை வைத்து நான் படுத்திருந்தேன். நான் உறங்கிவிட்டேன் என்ற எண்ணத்தில், சுதாமா அந்த அவலை எடுத்து ரகசியமாக உண்ணத்தொடங்கினான். எனக்கும் பசியாக இருந்தது.

என்ன சாப்பிடுகிறாய், சுதாமா, என்று கண்களைத் திறக்காமல் கேட்டேன். அவலை என்னுடன் பகிர மனமில்லாமல், அவன், இங்கு மண்ணைத் தவிர வேறு என்ன இருக்கிறது, உண்பதற்கு? என்று பதிலிறுத்தான். ஓ, அப்படியே நடக்கட்டும், என்று நானும் உடனே சொன்னேன். அதன்பிறகு அவன் வாழ்வில் அவனுக்கு வயிறார உண்பதற்கு எதுவும் கிட்டவில்லை. அவனுடைய கர்மா அவனை இதுவரை பின்தொடர்ந்தது. இன்று அவன் எனக்காக அவல் கொண்டுவந்தானல்லவா? அதன்விளைவாக அவனைப்பிடித்திருந்த கர்மாவிலிருந்து அவன் விடுபட்டான்."

கிருஷ்ணர் கூறியதற்கேற்ப, குசேலர் தன் இல்லத்தைச் சென்றடைந்தபோது, குடிசை இருந்த இடத்தில் மாளிகையைக் கண்டார். அவன் குடும்பம் செல்வச் செழிப்பில் திளைத்தது. தன் சிநேகிதனாகிய கிருஷ்ணர், தன் பக்தியை மெச்சி, தனக்கு அருளிய வாழ்க்கைக்காக, அவர் மனதார நன்றி செலுத்தினார்.

பகவானிடத்தில் பக்தி கொண்டு, பணிவன்புடன் இருக்கவேண்டும் என்று வலியுறுத்தப்பட்டு, என் சிறிய பிராயத்தில், எனக்குச் சொல்லப்பட்ட கதை இது.

அதன்பிறகுதான், ராவணனின் கதையைக் கேட்டேன்.

ராவணனின் பக்தி

இந்தியப்புராதனக் கலை வடிவங்களில், பொதுவானதொரு இதிகாச நிகழ்வின் வடிவம் தமிழ்நாட்டிலுள்ள திருவண்ணாமலையில் உள்ளது. அதே போன்று ஒரு சிற்ப வடிவம் எல்லோராவில் உள்ள கைலாசநாதர் கோவிலிலும் உள்ளது. ராவணன் தன் இருபது கைகளால் கைலாய மலையைத் தூக்க முயல்வது போன்ற காட்சியை அச்சிற்பங்கள் சித்தரிப்பதாக அமைந்துள்ளது. அது, ராவணனின் அகம்பாவத்தையும், பேராசை நிரம்பிய குறிக்கோளையும் பரமசிவன் எப்படி ஒடுக்கினார் என்பதைச் சித்தரிக்கும் பாரம்பரிய சிறப்பு வாய்ந்த அழகான கதையை விளக்கும் சிற்பமாகும். ஒரு அசுரனின் பார்வையில் அந்தக் கதையை மீண்டும் ஒருமுறை கேட்கலாம் வாருங்கள்.

பேராசை தவிர்த்தல்

அகில உலகத்தையும் வென்று ஆள வேண்டும் என்று ராவணன் விரும்பினான். தன் ஒன்றுவிட்ட சகோதரனான குபேரன் ஆண்ட நாட்டின் தலைநகரான அலகாபுரியைக் கைப்பற்றி அவனுடைய செல்வங்களனைத்தையும் தன் வசமாக்கிக்கொண்டான். சிறுபிராயத்தில் குபேரன் தன்னை நடத்திய விதத்திற்குப் பழிவாங்கும் விதமாக இந்த நடவடிக்கையை மேற்கொண்டான், ராவணன். இலங்கைக்குத் திரும்பும் வழியில் ஒரு எழில்மிகு மலையைக் கண்டான். அதைப் பெயர்த்தெடுத்து, இலங்கைக்குக் கொண்டு செல்ல வேண்டும் என்று விரும்பினான்.

தன் விருப்பத்தைச் செயலாக்கும் முனைப்புடன், தன் புஷ்பக விமானத்திலிருந்து குதித்து இறங்கினான். மலையைக் கண்ணாரக் கண்டான். மலையை நெருங்குகையில் நந்திதேவனால் தடுக்கப்பட்டான். ராவணனுக்கு ஒரே ஆச்சரியம். அடடா, இது சிவபெருமானுடைய கைலாய மலை என்பதை இதுவரை அறியாமல் போனோமே, என்று வருந்தினான். தன்னை ஒரு தலைசிறந்த சிவபக்தனாகக் கருதுவதில் பெருமிதம் கொண்டிருந்த ராவணன், இறைவனை சந்திக்க விரும்பினான். இமயமலையை விட்டு, தன்னுடன் வந்து இலங்கையில் உறைநின்று அருள்புரியுமாறு சிவபெருமானைக் கேட்டுக்கொள்ள வேண்டும் என்று எண்ணினான். தான் இமயமலையிலேயே இருக்க விரும்புவதாக சிவபெருமான் சொல்லும் பட்சத்தில் அந்த மலையையே பெயர்த்தெடுத்து இலங்கைக்குக் கொண்டு செல்வதற்கும் சித்தமானான், ராவணன்.

சிவபெருமானுடைய வாகனமாகிய நந்திதேவன் ராவணனின் கூற்றைக் கேட்டமாத்திரத்தில் விதிர்விதிர்த்துப் போனார். இது போன்று அராஜகமாக எந்த ஒரு பக்தனும் பேசி அவர் இதுவரை கேட்டதில்லை. தான் வணங்கும் கடவுளைத் தன் விருப்பத்திற்கேற்ப இடம்பெயரச் சொல்வதா! சிவபெருமானை அவன் சந்திப்பதை அனுமதிக்க முடியாது என்று திட்டவட்டமாகச் சொன்னார், நந்திதேவன். அவரை தரிசிப்பதற்கான தகுதி, ராவணனுக்குக் கிடையாது என்று கடுமையாகக் கூறினார். நந்திதேவர் ஒரு

அபூர்வ வரம் அருளப்பெற்றிருந்தார். அவர் நிலையிலிருந்து அவரை யாரும் ஒரு இம்மி அளவு கூட அசைக்க முடியாது. அப்படிப்பட்ட ஒரு வரம். அவர் கைலாயத்தின் முகப்பு வாயிலை அடைத்துக் கொண்டு நின்றார். ராவணனுக்கு வழிவிட மறுத்தார்.

ராவணன் ஆத்திரமடைந்தான். ஒரு வாயிற்காப்போன், அதுவும் ஒரு காளைமாடு, ஏழுலகை ஆளும் என்னை, நான் வழிபடும் கடவுளைக் காணத் தடைபோடுவதா? "ஏ, காளை! நான் ராவணன். நான் ஒரு முடிவெடுத்துவிட்டால், அதிலிருந்து பின்வாங்கமாட்டேன். எனக்குச் சொந்தமாகிய எதுவும் எனக்கு இலவசமாகக் கிடைத்ததல்ல. எல்லாமே, நான் சுயமாகச் சம்பாதித்தவை. அதே போல், இந்தக் கைலாய மலையையும் எனக்குச் சொந்தமாக்கிக் கொள்வேன்," என்று சொல்லியபடியே, தன் இருபது கைகளைக்கொண்டு, கைலாய மலையைத் தூக்க முயற்சித்தான், இலங்கைக்குக் கொண்டுபோகும் முடிவுடன்.

இந்நிலையில், மலைமீதுள்ள பரமசிவனின் உறைவிடத்தில், எல்லாம் வல்ல இறைவன், தன் குடும்ப சச்சரவில் சிக்கியிருந்தார். பார்வதிக்கும் அவருக்கும் இடையே ஏற்பட்டிருந்த ஏதோ கருத்து வேறுபாடு காரணமாக, கோபமுற்றிருந்த பார்வதியைச் சமாதானப்படுத்த முயன்று கொண்டிருந்தார். அகில விசுவத்தையும் ஆளும் விசுவநாதனாக இருந்தாலும், இதற்கு தீர்வு கிடைக்காமல் தத்தளித்தார். மன்னிப்புக் கேட்டும் தன் மனைவி மசியாத காரணத்தால், சங்கடத்துக்குள்ளாகியிருந்தார்.

ராவணன், கைலாய மலையைத் தூக்க முயற்சிக்கையில், பரமசிவனின் மாளிகைத் தூண்கள் ஆட்டம் கண்டன. மேற்கூரையில் ஒரு பகுதி சரிந்து விழுந்தது. நடப்பதை அறிந்தார். தன் பிராணநாதர் மீது மனத்தாங்கல் கொண்டிருந்த பார்வதிக்கு ஒன்றும் புரியவில்லை. மலை அசைந்ததால், நிலைதடுமாறிய தேவியாகப்பட்டவள், பிணக்குகளை மறந்து பரமசிவனிடம் தஞ்சம் புகுந்தாள். பார்வதியை ஆரத்தழுவிய பரமசிவன், நிம்மதிப் பெருமூச்சுடன்புன்னகைபுரிந்தார்.அதற்குள்ராவணனாகப்பட்டவன்

பேராசை தவிர்த்தல்

தன் தோளில் மலையைத் தாங்கிக்கொண்டிருந்தான். அவனுக்குத் தக்க பாடம் புகட்டும் வகையில், பரமசிவன் தன் பாதங்களால் மலையை ஒரு அழுத்து அழுத்தினார். மலையின் கீழ் அழுந்தித் தத்தளிக்கத் தொடங்கினான், ராவணன்.

மீண்டெழுந்து வர எவ்வளவோ முயற்சித்தும் முடியாமல் போன நிலையில், நந்திதேவனாகப்பட்டவர், அவன், தன் முடிவை மாற்றிக்கொண்டால் விடுபடலாம் என்று ஆலோசனை கூறினார். அழுந்தித் தவிக்கும் அந்த நிலையிலும் விடவில்லை, ராவணன். விட்டுக்கொடுக்கும் மனப்பான்மை அவனுடைய இயல்பிலேயே சிறிதளவும் இல்லாததால்தான் அவன் மாபெரும் சக்கரவர்த்தியாகத் திகழும் நிலைக்கு உயர்ந்தான். இப்போது வலியும் வேதனையும் வருத்தியெடுக்கும் நிலையிலும், சற்றும் மனம் தளராது, தன் தலைகளில் ஒன்றக் கொய்து அதிலிருந்து ஒரு வீணை செய்தான். அந்த வலியையும் வேதனையையும் பொருட்படுத்தாமல் பரமசிவனைப் போற்றி ஒரு பாடல் புனைந்தான். அதுதான் சிவ தாண்டவ ஸ்தோத்ரம் என்று இன்றளவும் வழங்கி வருகிறது.

அந்தப்பாடல் வரிகளில் உள்ள நயமும், இசையின் ரீங்காரமும், ராவணன் குரலில் இழைந்த இனிமையும் பரமசிவனை மெய்மறக்கச் செய்தது. தன்னையும் அறியாமல் நடனமாடத் தொடங்கினார், பரமசிவன். சிவபெருமானுக்கு, நாட்டியத்துக்கே அரசன் என்ற பொருள்பட, நடராஜர் என்ற பெயருண்டு. நடனத்தின் வேகம் ராவணனை இன்னும் அழுத்தியது. இருந்தும் இனிமையாகத் தன் பாடலைத் தொடர்ந்தான், ராவணன். பார்வதியும் சிவனுடன் இணைந்து நாட்டியமாடத் தொடங்கினாள். ராவணன் மீது கடும் கோபத்திலிருந்த நந்திதேவரும் தன்னைமறந்து தன் மத்தளத்தை எடுத்து வாசிக்கத் தொடங்கினார். ராவணனின் இசை வெள்ளமும், சிவபார்வதியின் நடனமும் அகில உலகெங்கும் ரீங்கரித்தது.

தன்னுடைய வலியையும் வேதனையையும் கலை வடிவமாக மாற்றியமைத்தான், ராவணன். என்னே ஒரு மனோபாவம்!

இறைவனிடத்தில் வெறும் தவமிருந்து வரம் கேட்பவன் அல்லன், ராவணன். அதற்காக உழைத்தான், பாடுபட்டான், ஆவன செய்தான். தன் தலைகளில் ஒன்றை இழக்கவும் சித்தமாகி, அதன்மூலமாக ஒரு கானாம்ருதத்தை உருவாக்கினான்! அவனுடைய ஈடற்ற பக்தியையும், மனோலயத்தையும் மெச்சிய சிவபெருமான், அவன் கைலாய மலையைத் தூக்க முயன்ற செயலை மன்னித்தார். கைலாய மலையை இடம் பெயர்க்கும் முயற்சியைக் கைவிடச் சொன்னார். வேறென்ன வரம் வேண்டும் என்று கேட்டார்.

சந்திரஹாசம் எனும் சிவபெருமானுடைய வாள் தனக்கு வேண்டுமென்று கேட்டான், ராவணன். கேட்பதற்கு எத்தனையோ இருக்க, தன் வாளைக் கேட்பதன் நோக்கமென்ன என்று கேட்டார், சிவபெருமான்.

"இறைவா, அகில உலகை வெல்ல வேண்டும், நான். என் இறைவனிடத்தில் யாசகம் கேட்டு வரவில்லை. நான் ராவணன். என் குறிக்கோளை அடைவதில் நான் உறுதியாக இருக்கிறேன். அகில உலகும் எனக்குச் சொந்தமாக வேண்டும். அதற்காக நான் எந்த ஒரு சோதனைக்கு உட்படவும், அதீத உழைப்புக்கும் சித்தமாயுள்ளேன்," என்றான் ராவணன்.

அவன் பக்தியையும் மன உறுதியையும் மெச்சி, அவனுக்குத் தன் வாளை வழங்கினார், சிவபெருமான். அதன்பிறகு, தன் வல்லமையாலும், சாதுரியத்தாலும், அகில உலகத்தையும் வென்று, தன் வசமாக்கிகொண்டு, பன்னிரண்டு லட்சம் ஆண்டுகள், பதினான்கு லோகங்களையும் ஆண்டு வந்தான் என்று ராமாயண காவியம் கூறுகிறது. இறுதியில், மஹாவிஷ்ணுவின் அவதாரமாகிய ராமனுடன் நடந்த யுத்தத்தில் வீர மரணம் அடைந்து, மோக்ஷம் எய்தினான்.

ராவணனைப்போல் செருக்கும், ஆணவமும், பிடிவாதமும் கொண்டிருந்தால் கடவுள் நம்மைத் தண்டிப்பார் எனும்படியான கருத்தை வலியுறுத்தி இந்தக் கதை சொல்லப்பட்டிருந்தாலும், இதை நான் ஒரு மாற்றாக, அதாவது, நினைத்ததை நடத்தி முடிக்கவேண்டும், சாதனை புரியவேண்டும், என்ற உறுதியுடன் ராவணன்

செயல்பட்டதைப் புரிந்துகொண்டேன். சுதாமா என்கிற குசேலனின் தேவையையும், அதற்கான முனைப்பையும் ஒப்பிடும்போது, ராவணன் என் கண்களுக்கு ஓர் ஆதர்ச புருஷனாகவே காட்சியளித்தான். ஏனெனில், தன் தேவைக்காக கிருஷ்ணரிடம் இறைஞ்சியவன், குசேலன். ஆனால் ராவணன் அப்படியல்ல. தான் அடைய நினைத்ததை உரிமையுடன் கேட்டான். அதன் தொனியே வேறு. அவன் தனக்காக மட்டும் கேட்கவில்லை. அவன் அடைந்ததைத் தன் மக்களும் அடையவேண்டும் என்று விரும்பினான். சுதாமாவின் பணிவையும் தன்னடக்கத்தையும் விட, ராவணனின் ஆணவமும், செருக்கும், உரிமைப்போராட்டமும், சாலச் சிறந்ததல்லவா!

ராவணனின் ஆணவம் அவனுக்கு வெற்றியையும், வளத்தையும், புகழையும் ஈந்தது. தான் ஆண்ட இலங்கையை சொர்க்கபுரியாக மாற்றித் திகழவைத்தான். சுதாமாவின் தன்னடக்கம் அவருக்கு மட்டுமே பயன் தந்தது. அவருடைய குடும்பத்துக்காக ஒரு வீடும், சில பசுக்களும் கிடைக்கப்பெற்றார். அவ்வளவுதான்! பிரார்த்தனை செய்வதைத் தவிர வேறெதுவும் பெரிதாகச் செய்யவில்லையே அவர்! குறிக்கோள், வேட்கை, சினம், மோகம், பேராசை, கர்வம் என்று எந்த குணாதிசயமும் இன்றி, சரணாகதி மட்டுமே பிராப்தியருளும் என்றிருந்தாரல்லவா! கிருஷ்ணரைப்போன்ற ஒரு சிநேகிதர் அமைந்தது அவரது அதிர்ஷ்டம். எல்லோருக்கும் அப்படி அமைந்துவிடுமா என்ன? நமக்காக எதுவும் வழங்கிட எவரும் தயாராக இல்லை. சுதாமாவுக்குக் கிடைத்ததில் பெரும் பேறு என்னவென்றால், இறப்புக்குப் பின் அவருக்கு மோக்ஷம் கிட்டியது என்பது மட்டும்தான்.

ராவணன் பல பாவங்கள் செய்தவன்தான். காமம், குரோதம், ஆணவம், பேராசை, கர்வம், பொறாமை போன்ற அனைத்து குணங்களும் கொண்டிருந்தவன்தான். கைலாய மலையைப் பெயர்த்தெடுத்தபோது, அதைத் தனக்குச் சொந்தமாக்கிக்கொள்ளும் முனைப்பு இருந்தது. நந்திதேவரின் எச்சரிக்கை அவனை அசைக்கவில்லை. சிவபெருமானே அவனை அழுத்தியபோதும்

அவன் விடவில்லை. கானம் இசைத்தான். சிவபெருமானை நடனமாட வைத்தான். சிவபெருமான் அவன் முன் தோன்றியபோது அவருடைய வாளைக் கேட்டுப் பெற்றான். உலகை ஆளவேண்டும், தன் மக்களுக்கு நன்மை செய்யவேண்டும் என்ற உயர்ந்த குறிக்கோளுடன் பரமசிவனிடம் வாதாடினான். பேராசையே அவனுடைய கிரியா ஊக்கி.

ராவணனின் கதையிலிருந்து கற்றுக்கொள்ளவேண்டியது நிறைய இருக்கிறது. தன் வாழ்க்கையை முழுமையான அனுபவங்களுடன் வாழ்ந்தவன் அவன். மரணம் எந்தக்கணமும் நிகழலாம், அதனால், இஷ்டமானதை உண்டு, விருப்பமானதைக் குடித்து, இன்புற வாழ்வதே லட்சியம் என்ற களிப்பான மனோநிலையில் பல்லாயிரம் ஆண்டுகள், பதிநான்கு லோகங்களையும் ஆட்சி செய்து, கடைசியில் விஷ்ணுவின் அவதாரமான ராமனால் கொல்லப்பட்டு இறந்தான், ராவணன். என்னே ஒரு மகத்தானதொரு வாழ்க்கை! அது மட்டுமல்ல! சுதாமானைவப் போல் ராவணனும் மோக்ஷம் எய்தினான். இதில் ஒரு வித்தியாசம் என்னவென்றால், ராவணன், ஒரு கச்சிதமான அசுர வாழ்க்கையை அணு அணுவாக ரசித்து, அனுபவித்து நெடுங்காலம் வாழ்ந்தான். இருவரும் வாழ்ந்த வாழ்க்கை முறை வெவ்வேறு, ஆனால், அடைந்ததோ, மோக்ஷ நிலை. அதாவது, பாதை வேறு, பயணம் வேறாக இருந்தாலும், கதிமோக்ஷம் ஒன்றுதானே!

இதில் எது உசத்தி? என் பார்வையில், ராவணனின் அசுர மார்க்கம், சுதாமாவின் பக்தி மார்க்கத்தைக் காட்டிலும் பன்மடங்கு மேலானது என்பேன். ராவணன் பன்னிரண்டு லட்சம் ஆண்டுகள் ஆட்சி செய்தான் என்று ராமாயணம் கூறுகிறது. இது வெறும் கற்பனையாகவோ, மிகைப்படுத்தப்பட்ட புனைவாகவோ இருக்கலாம். அத்தனை ஆண்டுகள் உயிர்வாழ்வது எவருக்குமே சாத்தியமில்லை. ஆயினும், இந்தக்கதை சொல்லும் கருத்தும் அதன் ஆழமும் மிகத் தெளிவு.

அசுரப் பாதையைப் பின்பற்றி வாழ்வது என்று நீங்கள் முடிவு செய்த பிறகு, யதார்த்தத்துக்குப் புறம்பாக, காலம் காலமாக

போதிக்கப்பட்ட சில பல தாத்பர்யங்கள் உங்களை எதிர்கொள்ள நேரிடலாம். இது இப்படி இல்லை, அது அப்படி இல்லை என்ற ரீதியிலான வாதப் பிரதிவாதங்கள் உங்களை அச்சுறுத்தலாம். இதில் தெளிவான சிந்தனையோட்டம் மிக மிக அவசியம். புராணங்களும் இதிகாசங்களும் தொன்றுதொட்டு கூறப்பட்டு வரும் உபதேசங்களும் தவறென்று சொல்ல வரவில்லை, நான். ஆனால், அந்தக் கதைகளையும், அவற்றில் சொல்லப்பட்டுள்ள கருத்துக்களையும் எந்தக் கண்ணோட்டத்தில் பார்க்கிறோம், ஏற்கிறோம் என்பதுதான் முக்கியம். வழி வழியாக, அவரவர் சுபாவங்களுக்கும், மனோபாவங்களுக்கும், சொந்தக் கருத்துகளுக்கும் ஏற்ப அவை சித்தரிக்கப்பட்டுள்ளன என்பதுதான் உண்மை. அவற்றையெல்லாம் அப்படியே ஏற்றுக்கொள்ளும்படியானதொரு கருத்துத் திணிப்பு வலைக்குள் சிக்கி நாமும் காலம் காலமாக உழன்று கொண்டிருக்கிறோம் என்பதும் மறுக்க முடியாத உண்மை.

அசுவமேத யாகம் பற்றி புராணங்களில் கேள்விப்பட்டிருப்பீர்களல்லவா? இந்த யாகத்தை நடத்தும் மன்னர்கள், யாகத்தில் பலியிடுவதற்கென்று தேர்ந்தெடுக்கப்பட்ட குதிரையை, தாங்கள் கைப்பற்றத் திட்டமிட்டிருக்கும் பகுதிகளில் திரிய விடுவார்கள். அந்தக்குதிரை திரியும் இடமெல்லாம் அவர்களுக்குச் சொந்தம் என்பதுதான் அசுவமேத யாகத்தின் மரபு. இதை ஏற்கும் மற்ற மன்னர்கள், யாகத்தை நடத்திய மாமன்னனின் கொற்றத்துக்கு அடங்கி நடப்பார்கள். எதிர்க்கத் துணியும் மன்னர்கள், யாகம் நடத்தும் மன்னனுடன் போர்புரிய வேண்டிய கட்டாயத்துக்குள்ளாவார்கள்.

தேவர்களாகக் கருதப்படுபவர்களும் இதற்கு விதிவில்லக்கல்ல. பேராசையும் அதற்கான குறிக்கோளும் இல்லையென்றால், நாடேது, ஆட்சியேது! தம் ராஜ்ஜியத்த்தை விரிவாக்குவதற்காக இத்தகைய யாகங்களையும் யக்ஞங்களையும் நடத்திய மன்னர்கள் பற்றிய ஏராளமான கதைகளைப் புராணங்களில் காணலாம். பல ரிஷிகள் இந்த யாகத்துக்கு எதிர்ப்புத் தெரிவித்தார்கள். இதை அநியாயம்

என்றார்கள். இதை நியாயப்படுத்திய சார்வாகரை அக்கிரமக்காரர் என்று முத்திரை குத்தினார்கள்.

புராண காலத்தின் ஆசைகள், குறிக்கோள்களை ஒப்பிடும்போது, தற்காலத்தில் ஆசைகள் குறிக்கோள்கள் என்னவாக இருக்கும்? அதே போன்று வளமான, வசதியான, சுகமான வாழ்க்கை, விஸ்தாரமான வசிப்பிடம், விலையுயர்ந்த கார், என்பதுதானே? அவர்களைப் பொறுத்தவரை அது பாவத்தில் சேர்த்தியில்லை என்றால், நமக்கும் அதேதானே? கிடைத்தது போதும், உள்ளது போதும் என்று ஒவ்வொருவரும் நினைத்தால், நாடு முன்னேறுமா? பொருளாதாரம் முன்னேறுமா? வளர்ச்சி என்பதே இருக்காதே! அப்படிப்பட்ட மனோநிலை தொடர்ந்தால், பழையபடி மக்கள் வனாந்திரங்களில் குரங்குகள் போல், கிடைத்ததைக் கொறித்துத் தின்று வாழவேண்டியதுதான். தகுமா இதெல்லாம்?

மதங்களை நோக்குகையில், ஒவ்வொரு மதமும் தம் வழிபாட்டு மையங்களின் விரிவாக்கங்களுக்கான முனைப்புகளில் தீவிரமாக ஈடுபட்டன. இந்தியாவில் வைஷ்ணவம், சைவம், புத்தம், ஜைனம், கிறிஸ்துவம், இஸ்லாம் என்று வெவ்வேறு மதங்கள் தம்மை பெரிதாக ஸ்தாபித்துக்கொள்ள பெரும்பாடு பட்டன. இதில் முன்னேற்றம் என்பதைவிட அமைதியையும் ஒற்றுமையையும் குலைக்கும் சூழ்நிலைதான் அதிகமானது என்ற உண்மையும் காலத்தின் சான்று. ஐரோப்பாவிலும் மத வேறுபாடுகள் குதியாட்டம் போட்டன. எந்த ஒரு மதமும் உள்ளதைக் கொண்டு நிறைவடைந்ததாக சரித்திரம் இல்லை. இவற்றையெல்லாம் கடந்து, ஒவ்வொரு மதமும், "பேராசை கூடாது, பொறாமை கூடாது, உள்ளதைக்கொண்டு திருப்தியடைய வேண்டும்" என்று மனித சமுதாயத்தில், தானுண்டு தன் வேலையுண்டு என்று வாழ்பவர்களை மூளைச்சலவை செய்வதில் மும்முரம் காட்டுகின்றது.

நாட்டு முன்னேற்றம், பொருளாதார வளர்ச்சி என்று எடுத்துக்கொண்டால், முதலாளித்துவக் கொள்கையுடைய நாடுகள் பெருவளர்ச்சி கண்டுள்ளதைப் பார்க்கிறோம். ஆனால், பல்வேறு

பேராசை தவிர்த்தல்

நாடுகளில், சமூகவுடைமை, அதாவது சோஷியலிஸம், கம்யூனிசம் எனும் ரீதியிலான பொது நலம் என்ற போர்வையில், மனித இனத்தின் அடிப்படை ஆசைகளையும், அபிலாஷைகளையும், உணர்வுகளையும் சிதைக்கும் வண்ணம் மக்களிடையே திணிக்கப்பட்ட, ஒருசார்புள்ள கோட்பாடுகள், அந்தந்த நாடுகளின் வளர்ச்சிக்குத் தடையாய் நின்றன, என்பதும் காலத்தின் சான்று. மாறாக, வேட்கை, சினம், பேராசை, மோகம், கர்வம், பொறாமை போன்ற அசுர குணங்களைத் தழுவி, அதன்படி வாழ்க்கை முறைகளை நெறிப்படுத்திய நாடுகள் அபரிமிதமான முன்னேற்றமும் வளர்ச்சியும் கண்டன. இன்றளவும் இதுதான் நிலை.

தறிகெட்டதொரு பேராசை பேரழிவைத்தரும், என்ற மதபோதகர்களின் கூற்றில் ஏதோ நியாயமிருப்பதாகப் புலப்பட்டாலும், அப்படியொரு பேராசை எழுவதற்கு சாத்தியமில்லை என்றே சொல்ல வேண்டும், ஏனெனில், அளவுக்கு மீறிய எதுவும், எல்லை தாண்டிய எதுவும் ஏற்கத்தக்கதல்ல என்ற உண்மையை பொது அறிவு கொண்ட எவரும் ஒப்புக்கொள்வர். ஆனால், அதீத ஆன்மீக உணர்வும், பற்றற்ற நிலையும் அளவுக்கு மீறும் பட்சத்தில், வேட்கை, கோபம், உந்துதல், பேரசை, கர்வம், போட்டி மனப்பான்மை, பொறாமை ஆகிய குணங்கள் அறவே அற்றுப் போகும் நிலை உருவானால், அதுவும் மனித இனத்தின் அழிவையும் முடிவையும் நோக்கியே இட்டுச் செல்லும் என்பதும் ஏற்கத்தக்கதுதான் அல்லவா!

அசுரப்பாதையில் பயணித்து, வசதி வாய்ப்புகளுடன் வாழ்வின் இன்பங்களைத் துய்த்து, நிறைவுடன் மடிவதா, அல்லது பாரம்பரிய உபதேசங்களின் கூற்றுகளைப் பின்பற்றி, உள்ளது போதும் என்ற மனநிலையில் ஒப்புக்கு வாழ்ந்து மடிவதா என்பதை அவரவர் தீர்மானிக்கட்டும்.

பேராசை, உத்வேகம் என்பது நம் மரபணுவிலேயே உள்ளது என்பதை அறிந்துகொண்டால், பொருள் சார்ந்த இவ்வுலகத்தில் வெற்றியுடன் திகழலாம். எந்த அளவிற்கு உங்களுக்குள் ஆர்வமும்,

முனைப்பும் ஒருசேரக் கிளர்த்தெழுகிறதோ, அந்த அளவுக்கு நீங்கள் வெற்றிகளையும் குவிக்கலாம் என்பது திண்ணம்.

பேராசையையும் லட்சியத்தையும் செதுக்குவது எப்படி

இதற்கான முதல் விதிமுறை: பெரிதாகச் சிந்தியுங்கள்.

ஆம், கட்டுப்பாடுகளைத் தகர்த்தெறிந்து, மிகப்பெரிதாக சிந்தியுங்கள். ராவணனைப்போல் சிந்திக்க முற்படுங்கள். கைலாயம் உங்களுடையதுதான்!

இரண்டாவது விதிமுறை: உங்கள் குறிக்கோளை கர்வத்துடன் பேணுங்கள். எவரிடமும் யாசிக்க வேண்டிய அவசியமில்லை. அசுரராகிய நீங்கள் சுதாமா இல்லை, யாசித்து கடவுளின் அருளைப் பெறுவதற்கு. ராவணாக மாறி, கைலாயத்தைப் பெயர்த்தெடுக்கக் கடவுளிடம் உரிமைப்போராட்டம் நிகழ்த்துங்கள். ஆணவம் கொள்ளுங்கள். தன்னம்பிக்கை கொள்ளுங்கள். தோல்வி பயம் அறவே கூடாது. தோல்வி என்பது அனைவருக்கும் உரித்தானது. அது இயற்கையின்நியதி. உச்சத்தைத் தொடுவதும் அதில் நிலைப்பதுமே நமது குறிக்கோளாக இருக்க வேண்டும். ஈடற்ற, இணையற்ற ஆற்றலும் வளமும் பெற்று, பன்னிரண்டு லட்சம் ஆண்டுகள் ஆட்சி செய்து, புகழுடன் வாழ்ந்து அழியாப் புகழுடன் மறைந்த ராவணனைப் போல் வாழ முற்படுங்கள். தேவையற்ற, அர்த்தமற்ற சட்டதிட்டங்களுக்கு உட்பட்டு ஒரு எலியைப் போல் ஒரு வளைக்குள், மாய வலைக்குள், வரையறைகளுக்குள் சிக்கி, ஒளிந்து, ஒடுங்கி வாழ்ந்து, பத்தோடு பதினொன்றாக மடிவதற்கா நாம் பிறப்பெடுத்தோம்?

வழக்கமான நீதி போதனைகள் உங்களைக் கட்டுப்படுத்துவதைத் தவிர்க்கும் முறை

அசுர குணம் கொண்டு, வெற்றிகரமாகத் திகழவேண்டும் என்ற எண்ணம் கொண்டவர்களை ஒடுக்குவதற்காகக் கையாளப்படும் ஒரு யுக்தி, அவர்களுக்குள் ஒரு பயத்தை ஏற்படுத்துவதுதான்.

அதாவது, மரணபயத்தை விதைப்பது. யதார்த்தமாகவும், அறிவு பூர்வமாகவும், தர்க்கரீதியாகவும் சற்றே யோசித்தால், இந்த சதிவலையிலிருந்து தப்பித்து வெளியே வரலாம்.

லட்சியமும் குறிக்கோளும் அர்த்தமற்றவை என்று சித்தரிப்பதற்காக புனையப்பட்ட ஒரு ஈனத்தனமான கதையைக் காணலாம் வாருங்கள்.

தன் பேராற்றலினாலும், விடா முயற்சியினாலும் உந்தப்பட்டு பல நாடுகளை தன் ஆதிக்கத்தின் கீழ் கொண்டு வந்தவன் மாவீரன் அலெக்ஸாண்டர். அவனுக்கும் ஒரு இறுதிக்காலம் வந்தது. இறக்கும் தருவாயில், தனக்கு நெருக்கமானவர்களை அழைத்து மூன்று கோரிக்கைகளை வைத்தான். முதல் கோரிக்கை: மருத்துவர்கள்தான் தன் சவப்பெட்டியை சுமந்து செல்ல வேண்டும். இரண்டாவது கோரிக்கை: தன் படையெடுப்பினாலும் ஆக்கிரமிப்புகளினாலும் ஈட்டிய தங்கம், வைரம், வைடூரியம் உள்ளிட்ட பொருட்களை, தன் இறுதி யாத்திரைக்கான பாதையின் இருமருங்கிலும் மக்களின் பார்வைக்கு வைக்கப்பட வேண்டும். மூன்றாவது கோரிக்கை: தன் கரங்கள் இரண்டும் சவப்பெட்டியிலிருந்து வெளியே தெரியுமாறு தொங்கவிடப்படவேண்டும்.

இக்கோரிக்கைகள், அவனுக்கு நெருக்கமானவர்களை ஸ்தம்பிக்கச் செய்தன. இதற்கான காரணத்தை எவரேனும் கேட்பார்களா என்று சற்றே நிதானித்தான், அலெக்ஸாண்டர். சிறிது தயக்கத்திற்குப் பின் அவர்களில் ஒருவன் கேட்டேவிட்டான்.

தன் இறுதி மூச்சை விடுவதற்கு முன் அலெக்ஸாண்டர் சொல்வானாயினான்:

"எந்த மருத்துவரும் என் உயிரைக் காப்பாற்ற வல்லவர் இல்லை. அனைத்தும் இறைவனின் விருப்பம். அதனால், மருத்துவர்கள் தங்கள் தோல்வியை ஒப்புக்கொள்ளும் வகையில் என் சவப்பெட்டியைச் சுமக்கட்டும்.

பேராசை கொண்டு, பல நாடுகளை வென்றேன், பல பொருட்களை என் வசமாக்கினேன். நான் போகும்போது எதையும் கொண்டு செல்ல இயலாது என்பதே பேருண்மை. ஆகவே, என் இறுதி யாத்திரைக்கான பாதையை அப்பொருட்களால் அலங்கரியுங்கள். அதைக் காண்பவர் பார்வையில் அவை வைடூரியக் கற்களாகத் தெரியலாம், ஆனால், எவ்வகையிலும் இனி, எனக்குப் பயன்படாத அவை யாவும் வெறும் கூழாங்கற்களே.

பிறந்த போது வெறும் கைகளுடன்தான் பிறந்தேன். போகும்போதும் வெறும் கைகளுடன்தான் போகின்றேன். அதனால் என் வெற்றுக் கரங்களை அனைவரும் பார்க்கட்டும்."

இவ்வாறு கூறிவிட்டு தன் இறுதி மூச்சைவிட்டான், அலெக்ஸாண்டர்.

பேராசை பேரழிவு தரும் என்ற கருத்தை வலியுறுத்துவதற்காக, ஒரு பய உணர்வை விதைப்பதற்காக இந்தக் கதை சொல்லப்படுவது உண்டு.

இப்போது நாம், அலெக்ஸாண்டரின் இறுதி வார்த்தைகளை, அசுரவழிக் கண்ணோட்டத்தில் பார்ப்போம், வாருங்கள்.

முதலாவதாக, எந்த மருத்துவரும் எவருடைய மரணத்தையும் தடுத்து நிறுத்த முடியாது. மரணம் என்பது இயற்கையின் நியதி. பிறந்தவர் அனைவரும் இறக்கத்தான் வேண்டும். எந்த மருத்துவரும் எவருக்கும் இறவாநிலைக்கான மருத்துவம் வழங்க முடியாது. இதுவரை அதற்கான மருத்துவ நுணுக்கமோ, அறிவியல் நுட்பமோ கண்டுபிடிக்கப்படவில்லை. ஒருவேளை, எதிர்காலத்தில் சாத்தியப்படலாமோ, என்னவோ!

அலெக்ஸாண்டர் என்ற மாவீரன், பேராசை கொண்டவனாக இருந்தாலும் சரி, இல்லாவிட்டாலும் சரி, மரணமடைந்திருப்பான் என்பது நிச்சயம். பேராசை கொண்டு, பல நாடுகளை வென்ற மாவீரனாகத் திகழாமல், கிரீஸ் நகரத்தில் ஒரு பிரஜையாக இருந்திருந்தால், ஒரு குமாஸ்தாவாகவோ, விவசாயியாகவோ,

பேராசை தவிர்த்தல்

பிச்சைக்காரனாகவோ வாழ்ந்து மடிந்திருப்பான். சரிதானே? அதற்கு மாற்றாக, வேறு எவனோ ஒருவன் பேராசை கொண்டவனாகத் திகழ்ந்து, ஏதோ ஒரு படையெடுப்பின் போது, அலெக்ஸாண்டரைக் கொன்றிருப்பான். அப்படிப்பட்ட, அடக்கமான, பணிவான, சாதாரணமாக வாழ்ந்த அலெக்ஸாண்டரையும் ஒரு மருத்துவரால் காப்பாற்றியிருக்க முடியாதுதானே?

"என்றோ ஒரு நாள் மரணம் நிச்சயம், ஏனிந்த ஆசைகளும், முயற்சிகளும்," எனும் வீணாய்ப்போன விரக்தி உபதேச வலைக்குள் சிக்காதீர்கள். பக்திமான், பேராசை கொண்டவர், அற்பர்கள், தீயவர்கள், ஞானிகள் என்று யாராயிருப்பினும் மரணம் அவர்களை எடுத்துச் செல்லும். அதற்கு பாகுபாடு கிடையாது.

மொட்டு மலராகிப் பூத்துக் குலுங்குவது ஒரு நாள்தான். அதனால் பூத்துக்குலுங்காமல், வண்ணமயமாய்க் கவர்ந்திழுக்காமல் உதிர்கிறதா? வண்ணத்துப்பூச்சியின் ஆயுட்காலம் சிலநாட்கள்தான். சிறகடித்துப் பறக்காமல் ஒடுங்கிக் கிடக்கிறதா? செடிகள், மரங்கள் முதலான அத்தனை தாவரங்களும், பறவைகள், விலங்கினங்கள் போன்ற அத்தனை உயிரினங்களும் அவ்வாறேதான்.

ஆகையால், அந்த அதீதப் பேராசையும், பேராற்றலும், லட்சிய வேட்கையும்தான் அலெக்ஸாண்டரை ஒரு மாவீரனாக, ஈடற்றவனாக உலகிற்கு எடுத்துக் காட்டியது.

இரண்டாவதாக, அயர்வும் சலிப்பும் தரும் அந்த விளங்காத தத்துவங்கள். அத்தனை வெற்றியடைந்தும் அலெக்ஸாண்டர் போகும்போது எதையும் கொண்டு போக முடியவில்லை என்ற வெட்டி வேதாந்தம். எவருமே எதையுமே கொண்டுபோக முடியாது என்பதுதானே நியதி! இதுதான் அசுரப்பார்வை. செல்வம், புகழ், தர்மம், நற்செயல், தீச்செயல் என்று இவை எதுவுமே நம் கூட வராதுதானே! எதையும் கொண்டு போக முடியாது என்பதால், வாழ்நாளில் எந்த முனைப்பும் இன்றி வாழ்ந்து மடியவேண்டுமா, என்ன? நீங்கள் சேகரிப்பது, வைடூரியக் கற்களோ, கூழாங்கற்களோ, எதுவுமே கூட

வராது என்றாலும், வைடூரியக் கற்களை ஏன் சேகரிக்கக்கூடாது? அது உங்கள் வருங்கால சந்ததியினருக்கு உபயோகமாக இருக்குமல்லவா? நானே அவ்வப்போது நினைப்பதுண்டு: என் முன்னோர்கள் எனக்கான பாதையில் வைடூரியங்களை விட்டுச் சென்றிருந்தால், நான் எழுத்தாளனாக உருப்பெறும் காலங்களில் அது எனக்குப் பயனுள்ளதாக அமைந்திருக்குமே!

மூன்றாவதாக, தான் வெறும் கைகளுடன் செல்வதாக அலெக்ஸாண்டர் மக்களுக்கு எடுத்துரைத்தான் எனும் கதை. அவன் வெறும் கைகளுடன்தான் போகிறான் என்பது மக்களுக்குத் தெரியாதா, என்ன! அரசனோ, ஆண்டியோ, புண்ணியவானோ, மகாபாவியோ, நீ எதுவாக இருந்தாலும், எவராக இருந்தாலும் வெற்றுக் கைகளுடன்தான் போக வேண்டும். இதில் என்ன தனித்தத்துவம்? நீங்கள் இறந்தபின் உங்கள் சடலம் என்ன கொண்டு போகிறது எனபதல்ல விஷயம். இருக்கும்போது எப்படி அனுபவித்தீர்கள் என்பதுதான் முக்கியம். இந்தப் பேருண்மையை மறுப்பவர்களுக்கு கல்வி எதற்கு? பணி எதற்கு? தொழில் எதற்கு? திருமணம் எதற்கு? பிள்ளைப்பேறு எதற்கு? ஆடை அணிகலன்கள் எதற்கு? வாகனம் எதற்கு? செல்வம் எதற்கு? பிறந்துவிட்டோம் என்றால் அப்படியே வாளாவிருந்து ஒரு நாள் செத்துப்போக வேண்டியதுதானே!

மிகப்பெரிய தத்துவ மேதையான ஆல்பர்ட் கேமஸ் சொன்னார்: "தத்துவார்த்தமான பிரச்சினை என்று ஒன்று உள்ளதென்றால், அது தற்கொலைதான்." வாழ்வோ, தாழ்வோ, வாழ்க்கையைத் தொடர்வது ஏன்? காலை எழுந்ததும் அன்றாடக் கடன்கள், கடமைகள், பின்னர் உணவு, பின்னர் அலுவலகமோ, தொழிற்கூடமோ, மாலையில் மீண்டும் வீடு திரும்பி, உணவு உண்டு, பின் உறக்கம். மீண்டும் மறுநாள் அதே நிகழ்வுகள். சலித்துப்போகுமா இல்லையா? அதே அன்றாட நிகழ்வுகளை வெற்றியாளர்கள் அணுகும் முறையைப் பாருங்கள். அதீத போட்டி மனப்பான்மை, வென்றே தீர வேண்டும் என்ற வெறி, அடைந்தே தீர வேண்டும் என்ற லட்சியம் போன்ற அசுர குணங்களோடு ஒரு

நாளில் 17 மணி நேரத்திற்கு மேல் உழைக்கிறார்கள். சலிப்போ, அலுப்போ இல்லாமல்! அவர்களின் குறிக்கோள் வெற்றி மட்டுமே. இடையில் வரும் தோல்விகளால் அவர்கள் அசரமாட்டார்கள். எண்பது வயதானாலும் தொண்ணூறு வயதானாலும், அடுத்த வெற்றியைத் தொடர்ந்து அவர்களுக்கென்று திட்டங்கள், அதற்கான செயல்முறைகள் எனும் விதமான வாழ்க்கை முறை. அவர்களைச் செலுத்துவது அவர்களுக்குள் உறைந்திருக்கும் அசுர குணம். முழு ஆற்றல், புதிய தெம்பு. எப்போதும்! ராவணன் பன்னிரண்டு லட்சம் ஆண்டுகள் ஆட்சி செய்தான் என்பதும் உண்மைதானோ!

பேராசை மற்றும் குறிக்கோளை சீர்ப்படுத்துவது எப்படி

1. உங்களை நம்புங்கள்.

யார் என்ன சொன்னாலும் உங்கள் லட்சியத்தில் உறுதியாக நின்று நிறைவேற்றும் மனவுறுதியும் தன்னம்பிக்கையும் கொண்டு செயலாற்றுங்கள். உங்களை நிலை நிறுத்திக்கொள்ளுங்கள். பலர் உங்கள் நம்பிக்கையைச் சிதைக்க வாய்ப்புண்டு. இடம் கொடாதீர்கள். தன் மகன்களுக்குக் கட்சியில் முக்கியத்துவம் கொடுக்கும் ஒரு அரசியல்வாதியை அது குறித்துக் கேட்டபோது உடனடியாக அவர் அளித்த பதில்: என் மகன்களுக்கு நான் முக்கியத்துவம் அளிக்காமல், எதிர்கட்சிக்காரனா அளிப்பான்?

உங்கள் தனித்திறனும், மேன்மையும், உங்களைத் தவிர துல்லியமாக எவரும் அறியார். அப்படித்தானே? உங்களைப் போட்டியாகக் கருதுபவர்கள் உங்கள் மேன்மையை மெச்சிக்கொள்வார்களா? அது ஒரு போதும் நடக்காதல்லவா?

கேத்தரின் ஸ்டாக்கெட் எழுதிய 'தி ஹெல்ப்' அதாவது 'உதவி' எனும் புதினத்தில் ஒரு இல்லத்தில் உதவியாளராகப் பணியாற்றும் பெண், அங்குள்ள குழந்தைகளிடம் சொல்வதாக ஒரு மேற்கோள் காணப்படுகிறது: "நீ கருணையுள்ளம் கொண்டுள்ளாய். அழகாய் இருக்கிறாய். உனக்கு முக்கியத்துவம் உண்டு. ஒவ்வொரு நாள் விடியும் போதும், உயிரற்று உன் உடல் பூமியில் சாயும்

வரையில், நீ இந்த முடிவுடன் செயல்படுவாய். உன்னிடம் நீயே இந்தக் கேள்வியைக் கேட்டுக்கொள்வாய். "அந்த மூடர்கள் என்னைப்பற்றிச் சொல்வதை இன்று நான் நம்பப்போகிறேனா?"

இதை உங்கள் படுக்கைக்கு அருகில் பார்வைக்கு வைத்து ஒவ்வொரு காலையிலும் காணுங்கள்.

2. உங்கள் திறமைகள் மீது நம்பிக்கை கொள்ளுங்கள்

உங்கள் ஆற்றலும் பலவீனமும் உங்களுக்கு அத்துப்படியாகத் தெரிவதும் புரிவதும் அவசியம். நம் உள்ளுணர்வின் ஆற்றலுடன் தொடர்பு கொள்வதற்கான பாரம்பரிய ஸ்லோகம் ஒன்று உண்டு. என் தந்தை எனக்குக் கற்றுக்கொடுத்தது. அந்த ஸ்லோகம் இதுதான்:

"கராக்ரே வசதே லக்ஷ்மி, கர மத்யே சரஸ்வதி, கரமூலே து கோவிந்தா, ப்ரபாதே கரதர்ஷனம்"

அதாவது, என் உள்ளங்கையின் மேற்புறத்தில் செல்வச் செழிப்புக்கான கடவுளாகிய லக்ஷ்மிதேவி குடியிருக்கிறாள். என் உள்ளங்கையின் நடுப்புறத்தில் அறிவையும் ஞானத்தையும் வழங்கும் கடவுளாகிய சரஸ்வதிதேவி குடியிருக்கிறாள். என் உள்ளங்கையின் அடிபாகத்தில் காக்கும் கடவுளாகிய கோவிந்தன் குடியிருக்கிறார் என்ற அர்த்தம் பொதிந்த ஸ்லோகம். காலை கண் விழித்ததும் உங்கள் உள்ளங்கைகளை தரிசியுங்கள். கடவுளின் ஸ்வரூபங்கள் அங்கு குடியிருக்கின்றன. என் ஊழ்வினை, என் செயல்கள், என் சிந்தனைகள், நான் ஈவது, என் பிறவிப்பயனைக் கணிக்கும் அடிநாதம், இவை யாவும் என் பிராப்தத்தை நிர்ணயிக்கின்றன. வேறு எதுவும் இல்லை. என் முடிவை, நான் அடைய வேண்டிய உயரங்களை, நான் எய்தவேண்டிய உய்வை நிர்ணயிப்பது என் கைகளில்தான் உள்ளது.

3. தனிப்பட்ட இலக்குகளை நிர்ணயம் செய்யுங்கள்

வெற்றிக்கான உங்கள் பார்வை என்ன என்பதைக் கண்டறியுங்கள். உங்களைப் பற்றிய உயர்வான எண்ணமும்

உங்கள் திறனைப் பற்றிய சுயசிந்தனையும் இல்லையென்றால், வெற்றி என்பது மற்றவர்கள் உங்களுக்கு விளக்கம் சொல்லக்கூடிய ஒரு பொழிப்புரை ஆகிவிடும். உங்கள் நண்பர்கள், உடன் பணியாற்றுபவர்கள், வாழ்க்கைத் துணை, ஏன், பெற்றோர்களானாலும் சரி, வெற்றிக்கான உங்கள் பார்வையை யாரும் நிர்ணயிக்க அனுமதிக்காதீர்கள்.

தன் பெற்றோர் விரும்பியதை சித்தார்த்தர் செவிமடுத்திருந்தால் அவர் கபிலவஸ்துவின் ஒரு சாதாரண இளவரசராக வாழ்ந்து மடிந்திருப்பார்.

காந்திஜி, இந்த சமுதாயக் கோட்பாடுகளின் கோணத்தில் வெற்றிக்கான வழியைத் தேடியிருந்தால், ஒரு சாதாரண வழக்கறிஞராக பிரிட்டிஷ் இந்தியாவின் ஆங்கிலேய அரசுக்கு அடிபணிந்து நடந்திருப்பார்.

இளவரசனாக விளங்கிய நசிகேதன், யக்ஞத்தில் நடக்கும் முரண்பாடுகளைக் கண்டு தன் தந்தையாகிய வஜஸ்ரவ முனிவரிடம் உரிமையுடன் கேள்வி கேட்டு, தான் வகுத்த பாதையில் பீடு நடை போட்டுச் செல்கிறான்.

சமயப்பற்றுள்ள ஒரு யூதராக ஏசுபிரான் தன்னை பாவித்திருந்தால், அவர் ஒரு தச்சராகவோ அல்லது ஆடு மேய்ப்பவராகவோ வாழ்ந்திருப்பார்.

எதிர்ப்பாளர்கள் கையில்தான் உலகம் சுழல்கிறது. அசுரன் என்பவன் எதிர்ப்பாளன். தன்னை அறிந்தவன். டைலான் தாமஸ் படைத்த கவிதை வரிகளை நினைவு கூர்ந்து பாருங்கள்:

'அந்த நல்லிரவுக்குள் மென்மையாகச் செல்லாதீர்கள்.

வெளிச்சம் குறைவதை எதிர்த்துக் கோபம் கொள்ளுங்கள்'

மேன்மையில்லாததை, சாதாரணப் போக்கை, சலிப்பு தரும் வழக்கமான புலம்பல்களை, சராசரிக்குக் கீழுள்ளவற்றை, எளிதாக ஏற்கப்படும் விஷயங்களை, எதிர்த்திடுங்கள்.

4. உங்கள் மதிப்பை, தனித்தன்மையை உணருங்கள்.

தன்மதிப்பும் சுயகௌரவமும் மிக அவசியம். நீங்கள் உங்களை உணர்வது மேலும் அவசியம். உங்களால் என்ன முடியும், உங்கள் தன்னம்பிக்கையின் தன்மை என்ன என்பதை மற்றவர்கள் அளவிட அனுமதிக்காதீர்கள்.

ராமாயணத்தில், மற்றுமொரு அக்னிபரீட்சைக்கு சீதாதேவியாகப்பட்டவள் உட்பட்டிருந்தால், மீண்டும் அயோத்தி நகரின் ராணியாகத் திகழ்ந்திருப்பாள். அவள் தன் கணவனை உயிருக்குயிராக நேசித்தாள். தன் இரட்டைக்குழந்தைகளான லவனையும் குசனையும் மிகவும் நேசித்தாள். அவள் கற்புக்கரசி என்பதை ராமன் அறிவான். அதை ராமன் அறிவான் என்பதை சீதையும் அறிவாள். ஆயினும் புறப்பட்டுச் சென்றாள் சீதை, கானகம் நோக்கி. அவளுடைய சுயகௌரவம், தன்மதிப்பு அவளுக்கு மிக முக்கியமாகப்பட்டது. 'இதுவே உனக்கு நன்மை தரும், இதுவே உனது வெற்றிக்கான வழி' என்றபடியான எவரின் போதனைகளையும் அவள் ஏற்கவில்லை. அவள் பூமித்தாயின் கருவுக்கே மீண்டும் திரும்பினாள்.

ராமனும் லக்ஷ்மணனும் சொன்ன சொல்லை மீறியவள்தான், சீதை. அது தாய்மை உள்ளத்தின் தாக்கம். ராவணன், மாறுவேடத்தில் ஒரு அதிதி போல் வந்து யாசகம் கேட்டான். யாசகம் கேட்டவன் பசியுடன் திரும்பச் செல்வதை சீதாதேவி விரும்பவில்லை. உணவிட்டாள், கடத்தப்பட்டாள். இலங்கையில் ராவணன் மாளிகைக்கு ஒருபோதும் சென்றாளில்லை. அசோக வனத்தினில், மரத்தடியில் மழை, வெயில் என்று எதையும் பொருட்படுத்தாது வீற்றிருந்தாள். அசோக வனத்தில் ஹனுமான் அவளை சந்தித்து அழைத்துச் செல்வதாய்க் கூறியபோது கூட, அது ராமனின் கௌரவத்துக்கு இழுக்கு எனக்கூறி மறுதளித்தாள். ராவணனை வென்று தன்னை மீட்டுச்செல்வதே ராமனுக்கு அழகு என்று உணர்த்தினாள்.

மீண்டு வந்ததும், எவனோ ஒருவனின் அவதூறுப் பேச்சுக்கு இடம் கொடுத்து, ராமன் அவளை அக்னிபரீட்சைக்கு

உள்ளாகச் சொன்னபோது கூட அவள் தன் சுயகௌரவத்தை விட்டுக்கொடுக்கவில்லை. அவள் அப்போது கர்ப்பமாக இருந்தாள், ஆயினும் தன் நிலைக்காக இறைஞ்சவில்லை. தலை நிமிர்ந்து நின்றாள். கானகம் சென்றாள், தன் குழந்தைகளை கல்வி கற்க வைத்தாள். அவர்களை ஈடுஇணையற்ற வீரர்களாக வளர்த்தெடுத்தாள்.

இதற்கு மேலும் உள்ளுணர்வின் ஆற்றலுக்கான உவமை வேண்டுமா? இதற்கு மேலும் மென்மையான முறையில் தன்னிலை உணர்வது மட்டுமல்லாமல் அதை மற்றவர்களுக்கும் உணர்த்துதல் சாத்தியமா? நம் புராண இதிகாசங்களில் சீதாதேவியின் ஆற்றலும் தனித்தன்மையும் தன்னிகரற்றதாகப் போற்றப்படுகிறது.

மஹாபாரதத்தில் திரௌபதியின் நிலை வேறுபட்டது. அவளுக்கு ஏற்பட்ட அவமானத்துக்குப் பழிக்குப் பழிவாங்க, தன் கணவர்களை ஏவினாள். திரௌபதியின் தன்மானத்திற்கு நேர்ந்த இழுக்கு, மஹாபாரதப் போராக உருவெடுத்தது. ஆனால், அவளுடைய குழந்தைகள் பலியாகும் துர்ச்சம்பவமும் நடந்தேறியது.

சீதாதேவியுடைய தன்மானத்துக்கு நேர்ந்த இழுக்கு, அவளுடைய தனிப்பட்ட ஆற்றலையும் மேன்மையையும் உலகுக்கு உணர்த்தியது.

ஆகவே, சீதாதேவியை உங்கள் தன்மதிப்புக்கும் சுயகௌரவத்துக்கும் உதாரணமாகக் கொள்ளுங்கள்.

அசோக வனத்தில், சீதையின் மனதை மாற்றும் நோக்கத்துடன் ஒரு நாள் அவளை நெருங்குகிறான், ராவணன். அதுவும் ராமனாக தன்னை உருமாற்றிக்கொண்டு! சீதையை நோக்கி அவன் நடக்கும்போது, ஏதோ வித்தியாசமான ஒரு உணர்வு அவனை ஆட்கொள்கிறது. அவன் ராமானாக மாறுவதை உணர்கிறான்! ஆம்! தன்னை ராமனாக உருமாற்றிகொண்டு சென்றதால், ராமனைப் பற்றியே சிந்தித்ததால், அவன் ராமனாக

மாறியிருந்தான்! அப்படியே ஸ்தம்பித்து நின்றான். ஆஹா! என்னே ஒரு மாற்றம், என்று நினைத்தவன், சுதாரித்தான். நான் ராமனாக மாறுவதாவது! நான் ராவணன் அல்லவா! அதுதானே என் சுயம்! என் கம்பீரம்! என் தோரணை! உடனேயே தன் உருமாற்றத்தைக் கலைத்துக்கொண்டு தானாக, அதாவது ராவணனாக நிலைத்தான்.

ராமனுடன் இறுதிப்போர் புரியவேண்டியதான நிலையில் ராவணனுடைய மனைவி மண்டோதரி, அவனை, ராமனிடம் சரணாகதி அடைந்து தன் உயிரைக் காப்பாற்றிக்கொள்வது உத்தமம் என்று கோரிக்கை வைத்தாள். உடனடியாக மறுத்தான் ராவணன். "நான் ராவணனாக வாழ்ந்தேன், ராவணனாகவே மடிவேன். என்னுடைய வாய்ப்புகளை நான்தான் முடிவுசெய்வேன். அதன் முடிவு என்னவாக இருந்தாலும், முடிவு என் கையில்தான்," என்று நெஞ்சுரத்துடன் பதிலளித்தான்.

பாண்டவர்கள் ஐவரில் யாருடன் மோதுவது என்று முடிவு செய்யும் வாய்ப்பு துரியோதனனுக்கு வழங்கப்பட்டது. அவன் பீமனைத் தேர்ந்தெடுத்தான். அவன் நகுலனையோ, சகாதேவனையோ தேர்ந்தெடுத்து அவர்கள் இருவரில் ஒருவருடன் மோதியிருந்தால், சுலபமாக வெற்றி பெற்று, ஹஸ்தினாபுரத்தை ஆளும் வாய்ப்பை பெற்றிருக்கலாம். அவன் பீமனைத் தேர்ந்தெடுத்ததற்கான காரணம், தன்னைப் பற்றிய தன்மதிப்பு, சுயகௌரவம். நகுலனுடன் மோதி வெற்றியடைந்திருந்தால், அர்ஜுனனைப் போல் அவனும் ஒரு சந்தர்ப்பவாதியாக இருந்திருப்பான். அர்ஜுனனாகப்பட்டவன், கர்ணன் நிராயுதபாணியாக, சேற்றில் சிக்கியிருந்த தன் தேர்ச்சக்கரத்தை மீட்கும்போது அவனை பின்புறத்திலிருந்து தாக்கினான். துரியோதனன், ஒருவேளை சகாதேவனைத் தேர்வு செய்து சண்டையிட்டிருந்தால், யுத்த சமயத்தில் யானை ஒன்று இறந்ததை, தன் குருவாகிய துரோணரின் மகன் அஸ்வத்தாமன் இறந்ததாகப் பொய் சொல்லி அவரை நிலைகுலைய வைத்த யுதிஷ்டிரனுக்கும் அவனுக்கும் வித்தியாசம் எதுவும் இருந்திருக்காது.

அவன் மற்றொரு மன்னனாக இருந்திருப்பான். அவ்வளவே. அவன் துரியோதனன். அவன் அவனாகவே இருந்து மடிந்தான்.

5. மாற்றங்களை ஏற்றுக்கொண்டு புதிய அனுபவங்களைப் பெறுங்கள்

உங்களைத் தேடி வாய்ப்புகள் வரும்போது அவற்றைத் திறந்த மனதுடன் எதிர்கொள்ளுங்கள். திறம்படக் கையாண்டால், உங்களுக்காகவே புதிய கதவுகள் திறக்கப்படக்கூடும்!

என் தந்தை, ஒரு நாடோடிக்கதை சொல்லக் கேட்டிருக்கிறேன்.

ஒரு கிராமத்தில் ஒரு பாழடைந்த திகில் வீடு இருந்தது. நள்ளிரவு வரை அந்த வீட்டில் எந்தச் சலனமும் இருக்காது. அமைதி தவழும். ஆனால் சரியாக நள்ளிரவு நேரத்தில், ஊரெங்கும் உறக்கத்தில் ஆழ்ந்திருக்கையில், திடீரென்று அந்த வீட்டின் மாடியிலிருந்து ஒரு கூக்குரல் கேட்கும்: "இந்தா பிடிச்சுக்கோ" என்ற அலறல் தொடர்ந்து கேட்கும். அந்தக் குரல் கேட்கவே பயங்கரமாக, திகிலூட்டும் விதமாக ஒலிக்கும். இந்த அலறல் சத்தத்திற்கு பயந்து அக்கம் பக்கம் வீடுகளில் குடியிருந்தவர்கள் தங்கள் வீடுகளைக் காலி செய்து கொண்டு போகலாயினர். பகல் நேரத்தில் கூட அந்த வீட்டினருகில் போக எவரும் துணியவில்லை. அந்த வீட்டின் மாடியை ஒரு சாத்தான் ஆக்கிரமித்திருந்தது.

ஒரு நாள், ஒரு வியாபாரி அந்த் ஊருக்கு வர நேர்ந்தது. அவன் அசுரவழியைப் பின்பற்றுபவன். தான் வந்த வேலை முடிந்ததும் புறப்படத்தயாரானபோது அந்த பேய் வீட்டைப்பற்றிக் கேள்விப்பட்டான். அந்த வீட்டில் இரவில் தங்கி என்னவென்று பார்த்துவிட முடிவு செய்தான். ஊரார் அவனை எச்சரித்தார்கள். பின் விளைவுகள் விபரீதமாக இருக்கும் என்றார்கள். கோரமான மரணம் ஏற்படும் என்று படபடத்தார்கள். அந்த வியாபாரி அதையெல்லாம் பொருட்படுத்தாமல் அந்த வீட்டில் தங்கினான். சரியாக நள்ளிரவு நேரத்தில் அந்த அலறல் கேட்டது. அது விசும்பலாகவும், பெருமூச்சாகவும் மாறி, உரத்த சிரிப்பாகத் தொடர்ந்து, பின்னர்

பெருங்கூச்சலாக ஒலித்தது. முதுகுத்தண்டு சில்லிட்டாலும், தன் தைரியத்தைக் கைவிடவில்லை, அந்த வியாபாரி. திடீரென்று அந்தக் குரல் வார்த்தைகளாய் ஒலித்தது. "இந்தா பிடிச்சுக்கோ."

எந்த சவாலுக்கும் தயாராக இருந்தான், அசுரவழியைப் பின்பற்றும் அந்த வியாபாரி. உடனே, "சரி, போடு," என்று பதிலுக்குக் கூவினான். என்ன நடக்கிறது, அந்த சாத்தான் என்ன போடப்போகிறது என்று எதுவும் அறியாமல், விதிர்விதிர்ப்புடன் காத்திருந்தான். தான் மூச்சு விடும் சத்தம் மட்டும் அவனுக்குக் கேட்டது. எது நடந்தாலும் சரி, எதிர்கொள்வோம், எதுவும் இல்லை என்றால், வந்த வழியே செல்வோம், என்ற முடிவுடன் இமை கொட்டாது காத்திருந்தான்.

திடீரென்று அவன் முன் 'பொத்' தென்று ஏதோ விழுந்தது. தூசி பறந்தது. கூர்ந்து கவனித்தான். ஒரு பெட்டி! அதைத் திறந்தான். ஆபரணங்களும் ரத்தினக் கற்களும் நிறைந்திருந்தன. அந்தச் சாத்தானுக்கு ஏதோ சாபம் போலும், அந்தப் பெட்டியை விட்டொழித்தால்தான் அந்த சாபம் நீங்குமோ என்னவோ! அதிலிருந்து விடுபடுவதற்காகத்தான் தினமும் இரவில் அவ்வாறு கூச்சலிடுகிறதோ, என்னவோ! யார் தைரியத்துடன் தன் கூச்சலுக்கு செவிமடுத்து அந்தப் பெட்டியை ஏற்கிறார்களோ, அவர்களுக்குத்தான் அதை வழங்கவேண்டும் என்ற நியதியோ என்னவோ! அந்த வியாபாரி, அசுரவழியைப் பின்பற்றி, "சரி போடு, சரி தூக்கி எறி, சரி கொடு," என்று தைரியத்துடன் மொழிந்ததால், அவனுக்கு அந்தப் புதையல் கிட்டியது.

வாழ்க்கை வழங்குவதை வேண்டாம் என்று மறுக்காதீர்கள். செய்வதைப் பெருமையுடன் செய்யுங்கள். நம்பிக்கையுடன் சீற்றம் கொள்ளுங்கள். வாழ்நாள் முழுவதிலும் சீற்றத்தைக் கைவிடாதீர்கள். கவனம்: சீற்றம் கொள்வதில், இடம், பொருள், ஏவல் பார்ப்பது அவசியம். புதிய அனுபவங்களை எதிர்கொள்ளுங்கள். வாழ்க்கை ஒருமுறைதான். இதோ, அது உங்கள் கையில்! இப்போது! இன்று! சொர்க்கம் அடைவதற்கான உறுதி, நரகம் அடைவோமோ என்ற பயம், அடுத்த ஜன்மத்தில் நல்ல வாழ்க்கை

அமையும், என்று எதற்கும் எந்த உத்தரவாதமும், சான்றும், ஆதாரமும் இல்லை. இதெல்லாம், உங்களுக்கான வசதிகளையும் வாய்ப்புகளையும் கிடைக்கவிடாமல் செய்பவர்களின் அபத்தமான கட்டுக் கதைகள். வாழ்க்கையின் வசந்தத்தை, அழகை, எழிலை, கவிதை நயத்தை, அதற்கேற்ற ஜதியை, அதன் சுகந்தத்தை, நறுமணத்தை, அணு அணுவாய் ரசித்து அனுபவியுங்கள். புதியது எதுவாக இருந்தாலும் அதை ஏற்றுக்கொள்ளும் மனப்பக்குவத்தை வளர்த்துக்கொள்ளுங்கள்.

6. உங்கள் செயல்கள் எதுவாயினும் அதற்கு நீங்கள்தான் பொறுப்பு

ஒரு காரியத்தை வெற்றிகரமாகச் செய்து முடிப்பது உங்கள் கையில்தான் உள்ளது. எந்த ஒரு முயற்சியும், எதிலும் வெற்றியோ, தோல்வியோ, அதற்கு நீங்கள்தான் பொறுப்பு. அதில் உங்களுடன் மற்றவர்கள் எத்தனை பேர் இணைந்திருந்தாலும், முழுப்பொறுப்பையும் நீங்கள்தான் ஏற்கவேண்டும். இதுதான் ஆளுமை என்பது. அசுரவழியைப் பின்பற்றுபவர்கள் எந்த செயலுக்கும் அதன் விளைவுகளுக்கும் தாமே பொறுப்பேற்பவர்களாக இருப்பார்கள். அசுரர்களுக்கு ஊழ்வினை, விதிப்பயன் என்பதெல்லாம் கிடையாது. நம்முடைய விதியை நிர்ணயிப்பதில் நமக்கும் பங்குண்டு. பின்னடைவுகள், அசம்பாவிதங்கள், சோகங்கள், துன்பங்கள், தோல்விகள் ஏற்படலாம். ஆனால், நம் வாழ்க்கைக்கு நாமே பொறுப்பு. நம் மீது வீசப்படுவதை நாம் தவிர்க்க முடியாது. ஆனால், அதற்கான எதிர்வினையாற்றுவது நம் கையில்தான் உள்ளது. யாசகம் கேட்டுப் பெறுவதற்கு நாம் குசேலன் அல்ல. அது அசுரவழி அல்ல. நாம் கைலாயத்தை நோக்கி வீறு நடை போட்டு, அதைப் பெயர்த்துத் தூக்க முயலும் ராவணனைப் போன்றவர்கள். நாம் நசுக்கப்பட்டால், நம் குடலின் குழாய்களை வீணைத் தந்திகளாக்கி கானம் இசைப்போம். பரமசிவனிடம் ராவணன் பெற்றது போல் சந்திரஹாசாவைப் போன்ற ஆயுதத்தைப் பெற்று உலகை வெல்வோம். நம் விதிப்பயன் என்று இரக்கப்பட்டு யாரும் நமக்கு அதிர்ஷ்டத்தைப் பிச்சையிட வேண்டியதில்லை.

7. தவறுகளை அடையாளம் கண்டு, அங்கீகரித்து, அவற்றிலிருந்து கற்றுக்கொள்ளுங்கள்

தவறுகளிலிருந்து கற்றுக்கொண்டு தெளிவு பெறுவது நம்மை வலுவாக்கும். கற்பதிலும் தெளிவு பெறுவதிலும் சிறிதளவும் தயக்கமோ, குற்ற உணர்வோ தேவையில்லை. அவை நமக்கு வாழ்க்கைக்கான பாடங்களையும் கற்றுத்தரும்! அசுரர்கள் தவறுகள் செய்வார்கள். நிறைய தவறுகள்! அபத்தமான தவறுகள்! ஆம், விடா முயற்சிகளில் தவறுகள் சகஜம்தான். ஒவ்வொரு முறை தவறு செய்யும்போதும், ஒரு பாடம் கற்கிறோம். குழந்தைகள் தட்டுத்தடுமாறி நடக்கும்போது விழுவதும், சுதாரித்து, ஒரு மழலைச்சிரிப்புடன் எழுந்து நடப்பதும் போலத்தான். நாமும் தவறுகளால் துவளாமல், எழுந்து நின்று, நடந்து, விரைவாக ஓடும் வரை கற்றுக்கொள்ளலாம்! விதியாகப்பட்டது உங்களை அடித்து வீழ்த்தும்போதெல்லாம், எழுந்து நின்று, அதன் முகத்தில் குத்துங்கள்.

வேலை போச்சா? அந்தப் பாழாய்ப்போன வேலை போனால் போகட்டும். அதைவிடச் சிறந்த வேலை அல்லது எதையாவது நூறு மடங்கு பயன் தரக்கூடியதைச் சொந்தமாகச் செய்து சாதிக்கலாம்! பங்காளி (பார்ட்னர்) ஏமாற்றி விட்டானா? ஒரு கை பார்க்கலாம், வாருங்கள்! சகுந்தலாவை நினைவு படுத்திக்கொள்ளுங்கள். காளிதாசனின் காவியத்தில் காணப்படும் சகுந்தலை அல்ல. வியாசர் வியந்த துணிச்சல் மிகுந்த சகுந்தலா. வியாசரின் மஹாபாரதத்தில், துஷ்யந்தனாகப்பட்டவன் தன் காதலி சகுந்தலாவை தனக்கிடப்பட்ட சாபத்தால் மறக்கவில்லை, மாறாக, அவள் வயிற்றில் வளரும் கருவுக்கு அங்கீகாரம் கொடுக்க மறுத்தான். அசரவில்லையே, சகுந்தலா! கலங்கவுமில்லை. தன்னை ஏற்கும்படி துஷ்யந்தனிடன் மன்றாடவில்லை. தான் செய்த தவறுக்குத் தான்தானே பொறுப்பேற்க வேண்டும்! ஒரு வைராக்கியத்துடன் தன் தந்தையின் ஆஸ்ரமத்துக்கு வந்து சேர்ந்தாள். குழந்தையைப் பெற்றெடுத்து வளர்த்து ஆளாக்கினாள். அந்தக்குழந்தைதான் பரதன். அவன் வழி

வந்தவர்கள்தான், நாமெல்லாம். அதாவது பாரதீய வாசிகள் அல்லது இந்தியர்கள். அதுதான் நம் வம்சாவழி. கடந்த நூற்றாண்டுகளில் நாம் கேள்விப்பட்ட கதைகள் என்ன? குசேலரின் கதை போதிக்கப்பட்டது, நமக்கு. தன் விதியை மாற்றுவதற்கு தன் நண்பராகிய கிருஷ்ணனின் உதவியை நாடியதும், யாசகம் பெற்றதும் பெருமையாகச் சொல்லப்பட்டன. அக்கதைகளெல்லாம், நம் தேசம் அந்நியர்களால் ஆக்கிரமிக்கப்பட்டு அவர்கள் நம்மை ஆண்டபோது சொல்லப்பட்டவை. பாரத தேசத்தின் பக்தி மிகுந்த காலகட்டத்தில் அந்நிய படையெடுப்புகளும், ஆக்கிரமிப்புகளும், அந்நியர்களின் ஆட்சியும் நம்மை அடிமைப் படுத்தி வைத்திருந்தது. இந்தக் கதைகளெல்லாம் நம்மை தாழ்ந்தவர்களாகவும், கையேந்துபவர்களாகவும் சித்தரிக்கப்பட்டவை போலவே அமைந்தன. ஆனால், உண்மையில் நம்முடைய பாரம்பரியம் அதுவல்லவே! நாம் பரதனின் வழி வந்தவர்கள். நம் அன்னையர்கள் சீதை வழியிலும் சகுந்தலை வழியிலும் வந்தவர்கள். பக்தி நயத்துடன் ராமாயணத்தில் சித்தரிக்கப்பட்டது போல் அல்ல சீதையின் நிஜ ஸ்வரூபம். வால்மீகி ராமாயணத்தில் சொல்லப்பட்டது போல் வைராக்கியமும் தனித்தன்மையும் கொண்டவள் நாம் பின்பற்றும் சீதை. நம் உண்மையான பாரம்பரிய உயர்வை நாம் மறக்கவே கூடாது!

8. சின்னச் சின்ன வெற்றிகளையும் கொண்டாடுங்கள்

நம் வெற்றிப்பாதையில் நாம் நிகழ்த்தும் ஒவ்வொரு சாதனையையும் அனுபவித்துக் கொண்டாடுங்கள். அவை யாவும் நமக்கு உத்வேகமாகவே அமையும். மலை போல் இடையூறுகள் வந்தாலும் பனி போல் மறையும் அவையெல்லாம்! வெற்றிக்கான ஒரு குறிப்பேடு கைவசம் இருக்கட்டும். எப்போதெல்லாம் வெற்றி கண்டீர்களோ, அந்தத் தருணங்களைக் கொண்டாடி, அந்தப் புகைப்படங்களை உங்கள் வரவேற்பறையில் பொருத்துங்கள். ஒவ்வொருவருக்கும், பெருமைக்கான ஒரு சாய்மானச் சுவர் அவசியம் தேவை. உங்கள் சாதனைகளுக்காகப் பெருமிதம் கொள்ளும் முதல் நபர்

நீங்கள்தான். சிறியதோ, பெரியதோ, வெற்றிகள் சாதனைகள் ஒவ்வொன்றையும் கொண்டாடுங்கள். அத்துடன் தோல்விகளையும் கொண்டாடுங்கள். என்ன வியப்பாக இருக்கிறதா? வாழ்க்கையே கொண்டாட்டம்தான், அசுரர்களைப் பொறுத்தவரை! மேலே படிக்கப் படிக்கத் தெரிந்து கொள்வீர்கள். இந்தப் பாதையின் பெயர் ஆனந்த மார்க்கம். அதாவது, பேரின்பத்துக்கான ராஜபாட்டை.

போலி உபதேசம் 8

மோகம் தவிர்த்தல்

மத சம்பிரதாயம் என்ற போர்வையில் மக்களை வசியப்படுத்துவதில் அனைத்து மதங்களும் ஒன்றுக்கொன்று சளைத்ததல்ல. இந்த நோக்கில் பிரயோகிக்கப்படும் அஸ்திரங்களில் பிரதானமானது, நாம் வாழும் உலகின் யதார்த்தங்களுடன் ஒன்றவிடாமல் மக்களை மூளைச் சலவை செய்வதுதான். "எல்லாம் மாயை, எதுவும் நிரந்தரமில்லை, நம்மைச் சுற்றியுள்ள பொருட்கள் மீது ஆசை கூடாது" என்பது போன்ற வெட்டி உபதேசங்கள் மூலம் மக்கள் அலைக்கழிக்கப்படுவது அன்றாட நிகழ்வு. அதாவது, நம்மைச் சுற்றியுள்ளவையெல்லாமே மாயை, அவற்றின் மீது மோகம், அதாவது இச்சை கொள்வது கூடாது. ஆசை நம்மை அலைக்கழிக்கும், எவையெல்லாம் இன்பம் தருகிறதோ, அவற்றைப் புறக்கணிக்க வேண்டும், மறுக்க வேண்டும் என்று விதவிதமாக உபதேசங்கள், காலம் காலமாக நம்மைச் சூழ்ந்து சங்கடத்துக்குள்ளாக்குவதைப் பார்க்கிறோம். வாழ்க்கை அவலம் நிறைந்தது. நம் பிறப்பே நம் ஊழ்வினை, அதாவது நாம் செய்த பாவத்தின் தொடர்ச்சி, ஒரு மாயை, ஒரு தண்டனை, நிஜமான வாழ்க்கை மரணத்துக்குப் பின்னர்தான் துவங்குகிறது, மறு ஜன்மம் என்பது போன்ற விசித்திரமான, சற்றும் ஆதாரமில்லாத தகவல்களை நாம் அன்றாடம் கடந்து வருகிறோம்.

ஆப்ரஹாம் தோன்றல் சார்புள்ள மதங்களான யூதம், கிறிஸ்துவம், இஸ்லாம் போன்ற மதங்களைப் பொறுத்தவரை, ஆதாம்

எனும் மனிதனை, கடவுள் தூசியிலிருந்து படைத்தார் என்று சொல்லப்படுகிறது. அவனுடைய விலா எலும்பிலிருந்து ஏவாள் எனப்படும் பெண்ணுருவைப் படைத்தாராம். அவர்கள் பாவமற்றவர்கள். ஏதுமறியாத வெகுளிகள். தீமை என்றால் என்னவென்றே அறியாத அவர்கள் அது காரணமாக வெட்கத்தையும் அறிந்திருக்கவில்லை. அவர்கள் ஈடன் தோட்டத்தில் வாழ்ந்தனர். பலவிதமான மரங்களும், செடி கொடிகளும், செழிப்புடன் பூத்துக் காய்த்து, பழுத்துக் குலுங்கின. அவற்றைச் சுற்றி பறவைகளும், மிருகங்களும் வளைய வந்தன. அந்த இடம் ஒரு சொர்க்கபுரியாக இருந்தது. அங்கு தங்குதடையின்றி உலா வரலாம், எந்தக் கனியை வேண்டுமானாலும் பறித்துப் புசிக்கலாம் என்று கடவுள் அவர்களிடம் சொன்னார். ஆனால், அறிவார்த்தம் எனப்படுகிற மரத்திலிருந்து மட்டும் கனியைப் பறித்துப் புசிக்கலாகாது, அது தீமை விளைவிக்கும் என்றும் எச்சரித்தார்.

ஆதி ஆகமம் இவ்வாறு கூறுகிறது:

தோற்றங்களின் கதை

ஒருநாள், பாம்பு உருவில் வந்த சாத்தான், ஏவாள் எனப்படும் அந்தப் பெண் முன் தோன்றியது.

"கடவுள் உங்களிடம் இங்குள்ள மரங்களிலிருந்து கனிகளைப் பறித்து உண்ணக்கூடாது என்று சொன்னாரா?" என்று பாம்பு வினவியது.

"அப்படியில்லை. எந்த மரத்திலிருந்து வேண்டுமானாலும் கனிகளைப் பறித்துப் புசிக்கலாம். ஆனால், தோட்டத்தின் நடுவிலுள்ள, அதோ, அந்த மரத்தின் கனிகளை மட்டும் புசிக்கலாகாது, என்று சொன்னார். அதைப் புசித்தால் மரணம் நிகழும் என்றும் சொன்னார்," என்று பதிலிறுத்தாள், ஏவாள்.

"அப்படியெல்லாம் மரணம் நிகழாது," என்றது, பாம்பு. அந்தக் கனியைத் தின்றால் உன் அறிவுக் கண்கள் திறக்கும். நன்மைக்கும்

தீமைக்கும் உள்ள வித்தியாசம் புரியும். நீ கடவுளுக்கு சமமாக முடியும்," என்று சொன்னது, பாம்பு.

ஏவாள் அந்த மரத்தைப் பார்த்தாள். வண்ணமயமாய், அழகாய் இருந்த பழங்களிலிருந்து சிலவற்றைப் பறித்து உண்டாள். ஆதாமுக்கும் சில பழங்களை உண்ணக்கொடுத்தாள். அது அறிவும் தெளிவும் வழங்கும் மரமாதலால், அந்தக் கனிகளை உண்ட பிறகு, தாங்கள் ஆடையின்றி இருக்கிறோம் என்பது அவர்கள் இருவருக்கும் புரிந்தது. உடனே, மரத்திலிருந்து இலைகளைப் பறித்து அவற்றைத் தொடுத்து ஆடையாக்கி அணிந்து கொண்டனர். அப்போது, கடவுளின் வருகையை உணர்ந்த அவர்கள், ஒரு மரத்தின் பின்னால் நின்றனர்.

"எங்கே இருக்கிறாய், ஆதாம்?" என்று வினவினார், கடவுள்.

"தாங்கள் வருவதைப் பார்த்தோம், ஆடையின்றி இருந்ததனால் மரத்தின் பின்னால் நிற்கிறோம்," என்று சொன்னான், ஆதாம்.

"நீங்கள் நிர்வாணமாய் இருப்பதாகச் சொன்னது யார்? அந்த மரத்தின் கனிகளைத் தின்றீர்களோ?" என்று கேட்டார், கடவுள்.

"ஏவாள் எனக்குக் கொடுத்த பழங்களை நான் தின்றேன்," என்றான், ஆதாம்.

"என்ன காரியம் செய்யத் துணிந்தாய்?" என்று ஆதங்கத்துடன் கேட்டார், கடவுள்.

"அந்தப் பாம்பு வந்தது, அது என்னை வஞ்சித்து விட்டது," என்றாள், ஏவாள்.

"நீ உன் வயிறு பூமியில் பட ஊர்ந்து செல்லக் கடவதாக, தூசியை உண்ணக் கடவதாக, உனக்கும் அந்தப் பெண்ணுக்கும் பகைமை உண்டாவதாக, உன் வழித்தோன்றல்களின் தலைகள் அவளுடைய வாரிசுகளால் நசுக்கப்படும். நீ அவர்களின் பாதங்களைத் தீண்டக்கடவாய்," என்று பாம்பைச் சபித்தார், கடவுள்.

"நீ கருவுற்று, குழந்தகள் பிறக்கும் வரை வேதனை அனுபவிக்கக் கடவாய். ஒவ்வொரு குழந்தை பிறக்கும்போதும், நீ கடுமையான வலியும் வேதனையும் அனுபவிப்பாய்," என்று, ஏவாளைச் சபித்தார்.

"எந்த மரத்தின் கனிகளை உண்ணாதே என்று நான் சொன்னேனோ, அந்த மரத்தின் கனிகளை, உன் மனைவி சொல் கேட்டு உண்டாய். இந்த மண்ணின் புனிதம் உன்னால் அகன்றது. இனி, இதில் விளைபவற்றிலிருந்து நீ உண்ணக்கடவாய். இதிலிருந்து முட்களும், கோரைகளும் கூட விளையும். நீ அரும்பாடுபட்டு, பயிர் செய்து, அது விளைந்து அதிலிருந்து உண்பாய். தூசிலிருந்து நீ உருவானாய், அந்தத் தூசுக்கே நீ திரும்பக் கடவாய்," என்று ஆதாமைச் சபித்தார்.

ஆசையும் வேட்கையும் கொண்டதால் ஆதாமுக்கும் ஏவாளுக்கும் இந்நிலை உருவாயிற்று. அவர்களுக்கு ஆலோசனை சொன்ன பாம்புக்கு அந்நிலை உருவாயிற்று. இதுதானே இந்தக் கதையின் முடிவு?

ஒரு அசுரனுக்கு இதில் சந்தேகங்கள் எழுவது சாத்தியம். அந்த மரத்தின் கனிகளால் தீமை விளையும் என்றால், அந்த மரத்தை உருவாக்க வேண்டிய அவசியம் என்ன? பசியும் தேவையும் ஏற்படும்போது அந்தக் கனியை மனிதன் புசிப்பான் என்பது கடவுளுக்குத் தெரியாதா என்ன?

ஆதாம் ஏவாள் அந்தக் கனிகளைப் புசிக்காதிருந்திருந்தால், அவர்களுக்கு நன்மை தீமை தெரிந்திருக்காது. ஜன்மத்துக்கும் அந்த ஈடன் தோட்டத்தில்யெ, நிர்வாணமாய் உலவிக்கொண்டிருந்திருப்பார்கள். அவர்களின் அந்த உந்துதலால்தான் உலகம் உருவாயிற்று. பலவித முன்னேற்றங்களும், சமுதாய வளர்ச்சியும் உருவாயிற்று. சாத்தானுக்கு நன்றி சொல்ல வேண்டும்.

வாழ்க்கை என்பது பாவங்கள் நிறைந்ததுதான். ஐயமில்லை. ஆனால், எத்தனை கோடி இன்பங்கள் நிறைந்திருக்கின்றன,

இவ்வுலகில்! மரணம், மறுஜன்மம், பாவம், புண்ணியம் என்றெல்லாம் நினைத்து நிகழ்காலத்தை, அதாவது நாம் வாழும் காலத்தை வீணடிப்பது தேவைதானா? எதிர்காலத்தைப் பற்றிய பயமும் கவலையும் கொள்வதுதான் மாயை.

மாயை என்பது வேதங்களைப் பொறுத்தவரை மூன்று கொடிய விஷங்களில் ஒன்றாகக் கருதப்படுகிறது. பற்றுதல் அல்லது பேராசை, மற்றும் துவேஷம் அல்லது வெறுப்பு, இவை, மற்ற இரண்டு கொடிய விஷங்களாகக் கருத்தப்படுகின்றன.

மோகம் எனும் உணர்வைப் பற்றி நம் இந்திய ஆன்மீக ஆசான்கள் மிகவும் பிரயத்தனப்பட்டு பல்வேறு கருத்துகளைச் சொல்லியிருக்கிறார்கள். பகவத்கீதையில் இந்த ஸ்லோகம் கூறுவதாவது:

"அநேக சித்தா விப்ராந்த மோஹா – ஜலஸமவ்ரிதா
ப்ரசக்தா காமா போகேஷு பதந்தி நரகே ஷுசௌ"

பல்வேறு சிந்தனைகளின் மாயையில் உழன்று, மோகத்தின் வலையில் சிக்குண்டு, ஐம்புலன்களின் உந்துதல்களுக்கு அடிமையாகி, கடைசியில் நரகத்தில் வீழ்வரே.

பஜகோவிந்தத்தில், ஆதிசங்கரர், ஈர்க்கும் தொனியில் இந்தச் செய்யுளைச் சொல்லியிருக்கிறார். மோகத்தைக் கொன்றுவிடு என்கிறார். அது ஒரு மாயை, அது நரகத்திற்கு வழி கோலும் என்று வலியுறுத்துகிறார்.

மோகம் எனப்படும் இச்சையானது மாயை எனப்படும் நிச்சயமற்ற தன்மையுடன் இணைக்கப்படுகிறது. வாழ்க்கை துயர் மிகுந்ததாகவே சித்தரிக்கப்படுகிறது. வாழ்க்கைச் சக்கரம் குறித்த பகவத்கீதை ஸ்லோகம் பின்வருமாறு:

"புனரபி ஜனனம், புனரபி மரணம், புனரபி ஜனனீ, ஜடரே சயனம்"

"மீண்டும் பிறப்பு, மீண்டும் இறப்பு, மீண்டும் மீண்டும் தாயின் கருவில் உதித்து, மோகத்தின் வலையில் சிக்கி உழல்கிறாய்"

என்று ஆதிசங்கரர் கூறி எச்சரிக்கிறார். கோவிந்தனை வழிபட்டு பிரார்த்தனை செய்வதன் மூலம் மட்டுமே இந்த வாழ்க்கைச் சக்கரத்திலிருந்து மீள முடியும் என்கிறார்.

அசுரப்பாதை என்ன சொல்கிறது? ஏன் இந்த உலகத்தில் அனுபவிக்க எத்தனையோ கோடி இன்பங்கள் உள்ளனவே! இயற்கையின் பிரம்மாண்டம், சூரியனும், நிலவும், நட்சத்திரங்களும் உதிப்பது, மறைவது, மலைகள், ஆறுகள், கடல்கள், மலர்கள், பறவைகள், விலங்குகள், இசை, கவிதை, காதல், மரணம் போன்ற எல்லாமே ஒரு நியதிக்குட்பட்டதுதானே? இதை அனுபவிப்பதில் என்ன தயக்கம்? ஏன் மறுக்க வேண்டும்? ஒரு நியதிக்குட்பட்டதை அதனுடன் ஒன்றறக் கலந்து அனுபவிப்பது ஒரு கொடுப்பினைதானே! மரணம் தவிர்க்க முடியாததென்றால், பிறப்பும் தவிர்க்க முடியாததுதானே! இதை மறுதளிக்க வேண்டிய அவசியம் என்ன? இவையெல்லாம் மாயை என்றால், அதை எனக்கு அருள் செய், என்பதுதான் அசுர சிந்தனை.

வாழ்க்கையின் அர்த்தத்தைப் புரிந்து கொண்டு மகிழ்வுடன் வாழ்வோம். வாழ்வின் அற்புதங்களைக் கொண்டாடுவோம். இதுதான் அசுரவழியின் ஆளுமை எண்ணம்.

மாயையின் மெய்ப்பொருள்

பரப்பிரம்மத்தை நோக்கி உங்கள் மனதை ஒருமுகப்படுத்துங்கள். இறை சிந்தனையுடன் தியானம் செய்யுங்கள். மோகத்தைக் கட்டுப்படுத்த முடிகிறதா என்று பாருங்கள். நீங்கள் நினைப்பதற்கு முன்னரே, மாயையின் வலைக்குள் சிக்கி உழல்வதை உணர்வீர்கள். உலகம் ஒரு மாயை. பரப்பிரம்மமே சாஸ்வதம். இந்த மந்திரத்தை உச்சாடனம் செய்யுங்கள். "பிரம்ம சத்யம், ஜகத் மித்யா."

இவ்வுலகம் ஒரு மாயை என்பதாக வலியுறுத்தும் தத்துவ விளக்கங்களை நாம் பலமுறை கேட்டிருப்போம். ஜகத் மித்யா என்றால், உலகே மாயம் என்று பொருள். நாம் நுகரும் பொருட்கள்,

அன்பு, வெறுப்பு போன்ற யாவும் மாயை. பிரம்மம் மட்டுமே சத்தியம், என்று தொடரும், இதுபோன்ற விளக்கங்கள்.

அசுரப்பார்வை இதற்கு முற்றிலும் மாறானது. ஞானோபதேச விளக்கங்களில் எவையெல்லாம் நம் கண்களுக்குத் தெரிகிறதோ, புலன்களால் உணர முடிகிறதோ, அவையெல்லாம் மாயை என்றும், ஊழ்வினை, மறுஜன்மம், போன்ற ஆதாரமே இல்லாத விஷயங்களே சாஸ்வதம் என்றும் சொல்லப்படுகிறது. ஆனால், அசுரப் பாதையைப் பொறுத்தவரை, நாம் எதைக் காண்கிறோமோ, எதை உணர்கிறோமோ, நம் உயிர் உள்ள வரை அவை மட்டுமே நிஜம். சரிதானே?

பாண்டவர்களும் கௌரவர்களும் தாங்கள், தம்முடைய ராஜ்ஜியத்தைக் கைப்பற்றி அரசுரிமை பெறுவதற்காகத்தானே போரிட்டார்கள்? ஆத்ம ஞானமும் மோக்ஷமும் பெறுவதற்கல்லவே! ராமனும் தன் மனைவியை மீட்டெடுக்கத்தான் போர் தொடுத்தான்.

ஒருவேளை பாண்டவர்கள் சந்நியாசம் பூண்டு பிரம்மத்தை நாடிச் சென்றிருந்தால் எப்படி இருந்திருக்கும் என்று கற்பனை செய்து பாருங்கள். உண்மையில் அர்ஜுனன் அதைத்தான் விரும்பினான். ஆனால், அவன் மனதை மாற்றி வீறு கொண்டு போரிட வைத்தவர் கிருஷ்ண பகவான். பாண்டவ சகோதரர்கள் அனைத்தையும் விட்டு, பற்றற்று, பிரம்மத்தை நாடிச் சென்றிருந்தால், மஹாபாரதமே இல்லையே!

அதே போலத்தானே, சமுத்திரத்தைக் கடைந்து அமிர்தம் எடுத்து, அதன் மூலம் சாகாவரம் பெற்று உய்வடைய வேண்டும் தேவர்களும் அசுரர்களும் ஒன்றுபட்டனர். அவர்களுடைய குருவாகப்பட்ட ரிஷிகள் அவர்களிடம் அதெல்லாம் மாயை என்று எடுத்துக் கூறி, அமிர்தம் எடுக்கும் ஆசையைத் துறந்து விடுமாறு ஏன் வலியுறுத்தவில்லை? அமிர்தம் எடுப்பதை விடுத்து ஆத்ம விசாரத்தை நாடிச் செல்லுமாறு அவர்களை ஏன் வலியுறுத்தவில்லை? அதன் மூலம் அவர்கள் ஆத்மாவை பரமாத்மாவுடன் ஒன்றிணைத்திருக்கலாமல்லவா?

போலி உபதேசம் 9

இன்பத்தையும் துன்பத்தையும் மறுத்தல்

மோகம், அதாவது இச்சை என்பது சபலம். ஒரு உந்துதல். மனிதனாகப் பிறந்த அனைவருக்கும் சபலம் ஏற்படுவது இயல்பு. அது இயற்கையின் நியதி. அது மோகத்தின் ஆற்றலும் கூட. ஆகவே, புலன்களினால் உந்தப்பட்டு அதன் விளைவாக ஏற்படும் சபலத்தைத் தவிர்க்கவேண்டும் என்ற உபதேசத்தைக் கேட்டால், புராணங்களைப் புரட்டிப்பார்ப்பான், அசுரன். சபலத்துக்கு உடன்படாத எவராவது உண்டா என்று.

அசுரர்களும் தேவர்களும் சமுத்திரத்தைக் கடைந்து அமிர்தம் எடுக்க முனைகையில் அசுரர்களுக்கு அமிர்தம் கிடைத்தால் அவர்களின் கொட்டம் அளவுக்குமீறிச் செல்லும் என்ற எண்ணத்தில் மஹாவிஷ்ணுவிடம் தஞ்சமடைந்த தேவர்க்கு அனுசரணையாக இருக்கவேண்டிய நிர்ப்பந்தத்திற்கு ஆளானார், மஹாவிஷ்ணு. அதைத் தொடர்ந்து அவர் மோகினி ரூபம் எடுத்து தேவர்களை மயக்க, அவர்களும் சபலத்திற்கு உட்பட்டார்கள்.

மோகினியாகப்பட்டவள் பரமசிவனின் பார்வையில் பட, அவர், மோகினி மீது மோகம் கொண்டார். மோகினி ரூபம் எடுத்த மஹாவிஷ்ணுவிற்கும் பரமசிவனுக்கும் பிறந்தவர்தான் தர்மசாஸ்தாவாகிய ஐயப்பன்.

மேனகை எனும் அப்சரஸ் மீது துர்வாசருக்கு ஏற்பட்ட சபலம் காரணமாகப் பிறந்தவள்தான் சகுந்தலை.

மீனவப் பெண்ணாகிய சத்யவதியின் மீது பராசர முனிவர் கொண்ட சபலத்தின் காரணமாகப் பிறந்தவர்தான் வியாசர்.

சபலம் ஒரு இயற்கையின் உந்துதல். யாருக்குத்தான் வராது சபலம்! மலர்களைத் தேடி வண்டுகள், வண்ணத்துப்பூச்சிகள் செல்வதற்கு சபலம்தான் காரணம். உடல் சங்கமம் ஏற்படுவதற்கும், ஆணுக்கோ, பெண்ணுக்கோ எதிர் பாலர்மேல் ஏற்படும் சபலம்தான் காரணம். மயில் தோகை விரித்து ஆடுவதும், மலர்கள் பனியில் மலர்ந்து குலுங்குவதும், எண்ணற்ற நிறங்களில் வண்ணப்பறவைகள் என்று எல்லாமே மோகம்தான். வாழ்வின் ஒவ்வொரு துடிப்பிலும் ஏதோ ஒரு விதமான சபலம், அதற்கான திருப்தி. இது மாயை என்றால், இருக்கட்டும் விடுங்கள். இது போன்ற மோகங்களும் அதனால் உருவாகும் சபலங்களும் இல்லையென்றால், வாழ்க்கைக்கு அர்த்தமில்லை.

புராண, தத்துவார்த்தக் கதைகளிலும், ஆய்வு ஏடுகளிலும், சொல்லப்பட்டுள்ள கருத்துகளைக் காட்டிலும், நாடோடிக் கதைகளில் காணப்படும் புனைவுகளிலும், அதன் முடிவுகளிலும், அதனால் கிடைக்கும் நீதிகளிலும் வாழ்க்கைக்குத் தேவையான அறிவார்ந்த, யதார்த்தமான ஞானத் தெளிவு கிடைக்கப்பெறும் என்பது என் அனுபவம். அசுரர்களுக்கும் அசுரிகளுக்குமான ஒரு நாடோடிக்கதை, இதோ, இங்கே:

குடும்பஸ்தன் மற்றும் அவனுடைய இடுப்புத் துணியின் கதை

சீடன் கண்ணீருடன் நின்றான். அவனுடைய குரு இமயமலைக்குப் புனிதயாத்திரை செல்கிறார். அந்தக் காலத்தில் புனிதப்பயணம் மேற்கொள்வது என்பது இடர்மிகுந்ததாகவும், ஆபத்தானதாகவும் கருதப்பட்டது. வழிப்போக்கர்களையும், பயணம் செல்பவர்களையும் வழிமறித்து வழிப்பறி செய்யும் தீயவர்களும்

கொள்ளைக்காரர்களும், பொருட்களைக் கொள்ளையடிப்பது மட்டுமல்லாமல், அவர்களைக் கொலை செய்த சம்பவங்களும் நடந்ததுண்டு. அது மட்டுமின்றி, புயல், வெள்ளம், பனிச்சரிவு போன்ற இயற்கைச் சீற்றங்களினாலும் பலர் உயிரிழந்ததுண்டு. யானைகளால் மிதிபட்டும், கொடிய விலங்குகளால் தாக்கப்பட்டும், புலி, சிறுத்தை போன்ற விலங்குகளுக்கு இரையாவதும் போன்ற சம்பவங்களும் நிகழ்ந்ததாக அவ்வப்போது தகவல்கள் வந்து சேரும்.

"இதோ பார். வாழ்க்கை நிரந்தரமானது அல்ல. என் உயிரைப் பற்றிக் கவலைப்படாதே," என்றார் குரு.

ஆனால், உள்ளுக்குள் குருவும் கவலையடைந்தார். தான் பயணம் மேற்கொள்வது குறித்து தன்னுடைய சீடன் இந்த அளவுக்கு ஆதங்கம் கொள்வான் என்பதை அவர் எதிர்பார்க்கவில்லை. தன்மேல் அவன் கொண்ட பற்று அவரை நெகிழ்ச்சிக்குள்ளாக்கினாலும், தன்னை அறிந்து கொள்ளும் ஞானத் தெளிவுக்கான கல்வியைப் பயிலும் அவன் இவ்வாறு உணர்ச்சி வசப்படுதல் சரியல்ல என்று அவர் நினைத்தார். அவனுடைய மார்க்கத்திலிருந்து அவன் வழுவாமல் இருக்க வேண்டி சில அறிவுரைகளை போதித்தார்.

"நீ வாழும் இடத்தின் மீதும், நீ அணியும் உடைகள் மீதும், ஏன், ஏடுகளின் மீது நீ எழுதும் எழுதுகோல் மீதும் பற்று கொள்ளாதே. உன்னைச் சுற்றியுள்ள பொருட்களை துச்சமாக மதி. எந்த ஒரு பொருள் மீதும் இச்சை கொள்ளாதே. எந்தப் பெண்ணையும் இச்சையுடன் ஏறெடுத்தும் பாராதே. பிரம்மச்சரியம் கொள்."

குருவின் சொற்களைக் கேட்டு நெகிழ்ந்தான், சீடன். அவருடைய போதனைகளைச் சிரமேற்கொண்டு பின்பற்றுவதாக உறுதியளித்தான். சீடனின் முகத்தில் புலப்பட்ட தெளிவைக் கண்டு மகிழ்ந்தவாறே புறப்பட்டார், குரு.

இரவு முழுவதும் உறக்கம் வராமல் தவித்தான், சீடன். தன் குருவின் வார்த்தைகள் அவன் செவிகளில் ரீங்கரித்துக் கொண்டிருந்தன. மோகத்தின் வலையிலிருந்து விடுபடுவதற்கான ஒரே வழி,

தன்னுடையது என்று எதையும் வைத்துக்கொள்ளாமல் ஒழித்துக் கட்டுவதுதான் என்ற முடிவுக்கு வந்தான். தான் வசித்துவந்த குடிலுக்குத் தீ வைத்தான். தன் உடைமைகள் அனைத்தையும் தீயிலிட்டுப் பொசுக்கினான். பரவச நிலையை அடைந்தான். மோகத்தை வென்றுவிட்டதாக களிப்பெய்தினான். தன் கடைசி உடைமையும் தீயில் பொசுங்கி சாம்பலாவதை எந்த ஒரு உணர்வும் இல்லாமல் கவனித்தான்.

அருகிலுள்ள ஆற்றில் குதித்து சிறிது நேரம் நீந்தினான். நீர் சொட்டச் சொட்ட கரையேறினான். கைகள் இரண்டையும் விரித்து, சூரிய உதயத்தைப் பார்த்தபடி நின்றான்.

"இதோ, அனைத்தையும் துறந்த ஒரு பிரம்மஞானி வந்திருக்கிறேன். மாயாலோகத்தின் இச்சைகளைத் துறந்து வந்து நிற்கிறேன்," என்று வாய்விட்டு உரக்கச் சொன்னான். சற்று தூரத்திலிருந்த கிராமத்திலிருந்து சேவல் கூவும் சத்தம் கேட்டது. ஆசீர்வாதமாக உணர்ந்தான். "ஜகதானந்தம், பரமானந்தம்," அதாவது இந்த ஜகமே பேரின்பம், பெரும் சக்தியே பேரின்பம் என்று சொல்லிக்கொண்டு நடனமாடினான்.

சிறிது நேரம் கழிந்ததும் பசியெடுத்தது. அந்த கிராமத்தை நோக்கி நடந்தான். அவன் உடுத்தியிருந்த ஈரத்துணிகள் அவன் தோளில் சுமையாகத் தெரிந்தன. உடனே யோசனை தட்டியது. 'அடடா, நான் அனைத்தையும் துறந்தவன் என்பது உண்மையல்ல. என்னிடம் இந்தத் துணிகள் இருக்கின்றனவே' என்று எண்ணி வெட்கமடைந்தான். 'நான் என் குருவுக்கு உண்மையாக இருக்கவில்லை' என்று நினைத்தவாறே, அந்தத் துணிகளை வீசியெறிந்துவிட்டு, நிர்வாணமாக அந்தக் கிராமத்தைச் சென்றடைந்தான். எந்த வேலையும் செய்ய மனம் ஒப்பவில்லை, ஏனென்றால், பிரம்மச்சாரிகள் யாசகம் பெற்றுதான் உண்ணவேண்டும் என்பது நியதி.

ஒவ்வொரு வீடாகச் சென்று பிச்சை கேட்டான். அவன் ஏதாவது வேலை செய்து அதன்மூலம் உண்ணலாமே, என்று சிலர்

சொன்னபோது, தான் இந்த உலகத்தின் மீதுள்ள பற்று, பாசங்களைத் துறந்த பிரம்மச்சாரி, ஆகவே, தன்னுடைய தேவைகளானது, அருந்த நீர், உண்ண உணவு, சுவாசிப்பதற்கான காற்று, இவ்வளவே என்று தெளிவாகக் கூறினான். யார் வீட்டுக் கதவை அதிகமாகத் தட்டினானோ, அந்த வீட்டிலுள்ளவர் அவனுக்குச் சிறிது உணவை ஈந்தார் அவருக்கு நன்றி கூறி அகன்றான், அந்த சீடன். இவ்வாறு ஒவ்வொரு நாளும் ஒவ்வொரு வீட்டின் கதவைத் தட்டி யாசகம் கேட்டான்.

கிராமத்து மக்களுக்கு ஒரு குழப்பம். அவன் வெறும் கோவணத்துடன் வளைய வந்தாலும், அவனுடைய நடவடிக்கைகளில் பணிவும், அமைதியும் தென்பட்டது. அவன் முகத்தில் ஒரு தேஜஸ் ஜொலித்தது. ஆயினும், ஆண்டிக் கோலத்தில் ஒருவனை தன் வீட்டு வாயிலில், அதிகாலை நேரத்தில் கண்விழித்ததும் காண ஒருவரும் விரும்பவில்லை.

ஒரு நாள், கிராமத்து மக்கள் கூடி இது பற்றி விவாதித்தனர். அந்த சந்நியாசிக்கு ஒரு இடுப்புத்துணியை வழங்கி அணிந்துகொள்ளச் சொல்லுவோம் என்று முடிவு செய்தனர். அவனிடம் அதைப் பற்றி பிரஸ்தாபித்து, அதை அணிந்து கொள்ளும்படி வேண்டினர். சந்நியாசிக்கு அதில் உடன்பாடில்லாவிட்டாலும், அவர்களின் கோரிக்கையை ஏற்று அந்த இடுப்புத் துணியை வாங்கி அணிந்துகொண்டான்.

அடுத்த நாள் காலையில் ஏதோ சுரண்டுகிற மாதிரி சத்தம் கேட்டு எழுந்தான். அந்த அதிகாலையில் இருட்டு பிரியாத சிறிதளவு வெளிச்சத்தில் ஒரு எலி, தன் இடுப்புத் துணியைக் குதறிக்கொண்டிருப்பதைக் கண்டான். ஒரு சிறிய கல்லெடுத்து வீசியெறிந்து அதைவிரட்டினான். துணியைஎடுத்துப்பார்த்தான். அது கந்தலாகியிருந்தது. அவன் மிகவும் வேதனையடைந்தான். நாளை பிட்சை எடுக்க எப்படிச் செல்வேன் என்று கவலையடைந்தான். அருகிலிருந்த ஆலமரத்தின் இலைகளைப் பறித்து அவற்றை மரப்பட்டைகளைக் கொண்டு தைத்து ஆல இலைகள் கொண்ட

ஆடையாக்கி அணிந்துகொண்டான். கிராமத்தினர் அவனைக் கண்டு நகைத்தனர்.

கிராமத்துப் பெரியவர் ஒருவர் அவனைத் தனியே அழைத்து அவன் நிலைக்கான காரணம் கேட்க, அவன் நடந்தைச் சொன்னான். எலியைக் கொல்வது பாவம் என்பதால் அதை விட்டுவிட்டதாகச் சொன்னான். ஆனாலும் தன் ஒரே இடுப்புத் துணியையும் அது குதறியதால், அதன் மீது கடுங்கோபம் கொண்டான்.

கிராமத்துப் பெரியவர் தன் வீட்டினுள் சென்று ஒரு பூனையைத் தூக்கி வந்து அவனிடம் கொடுத்தார். "இதுதான் அதற்குத் தீர்வு" என்று சொல்லி அவனிடம் கொடுத்தார். "நீ எலியைக் கொல்ல வேண்டிய அவசியம் இல்லை. அந்த காரியத்தை உனக்காக இது செய்யும். எலியைக் கொல்வதுதான் பூனையின் சுபாவம், அதுதான் அதன் தர்மம், அதனால், அந்தப் பாவம் உன்னைச் சேராது," என்றார். கூடவே, இரண்டு இடுப்புத் துணிகளை அவனிடம் கொடுத்து, "எதற்கும் மாற்றுக்கு ஒன்று இருக்கட்டும்", என்றார். பூனையையும், இடுப்புத்துணியையும் தயக்கத்துடன் பெற்றுக் கொண்டான், அந்த சந்நியாசி. தான் தங்கியிருந்த மரத்தடிக்குத் திரும்பினான். பூனையின் கண்கள் நீல நிறத்தில் ஜொலித்தன. அதன் உடல் ஸ்பரிசம் பட்டுப்போல் மிருதுவாக இருந்தது.

பூனையைத் தன் அருகிலேயே வைத்துக் கொண்டான். அது அங்குமிங்கும் ஓடியது. மரத்தினருகில் பறந்த பட்டாம்பூச்சிகளுடன் துள்ளிக் குதித்து விளையாடியது. சந்நியாசி அகமகிழ்ந்து போனான். இரவில் ஏதோ சத்தம் கேட்டு எழுந்தான். பூனை எலியைத் துரத்திக்கொண்டிருந்தது. "அப்படித்தான், அப்படித்தான், அதைப் பிடி, கொல்," என்று கூவினான். பூனை-எலி விளையாட்டு தொடர்ந்தது. கடைசியில் பூனை எலியைக் கடித்துக் கொன்றதும் அவன் கைதட்டி ஆர்ப்பரித்தான். பூனையின் நெற்றியில் முத்தம் கொடுத்தான். பூனையும் அகமகிழ்ந்தது.

ஒரு நாள், சந்நியாசியாகப்பட்டவன் ஏதோ ஒருவித சந்தோஷ உணர்வுக்கு ஆட்பட்டிருந்தான். கிராமத்தினர் அவனுக்கு மேலும்

இன்பத்தையும் துன்பத்தையும் மறுத்தல்

சில இடுப்புத் துணிகளைக் கொடுத்திருந்தனர். அவற்றில் அன்று எதை அணிவது என்று யோசித்து, சிவப்பு நிற இடுப்புத் துணியைத் தேர்ந்தெடுத்து, அதை அணிந்து ஆற்று நீரில் தன் பிம்பத்தை நோக்கினான். "சிவப்பு நிறம் என் தோல் நிறத்துக்கு எடுப்பாக உள்ளது," என்று உரக்கச் சொன்னதும், பூனை அதை ஆமோதிக்கும் தொனியில் 'மியாவ்' என்றது. ஒரு பாடலை முணுமுணுத்தவாறே, கிராமத்தை நோக்கி நடந்தான்.

அவன் திரும்ப வந்தபோது வழக்கமாக அவனை வரவேற்கும் பூனை அன்று வரவில்லை. விட்டேத்தியாக நடந்து கொண்டது.

அடுத்த நாள், கிராமத்திற்குச் சென்றபோது இதைப்பற்றி அந்தப் பெரியவரிடம் கூறினான். அவர் உடனே சிரித்தபடி, அதற்குப் பசிக்கும், பால் கொடுக்க வேண்டும் என்று சொல்லி, ஒரு பானை நிறையப் பால் நிரப்பிக் கொடுத்தனுப்பினார். அதை எடுத்துச் சென்று தன் பூனைக்குப் பால் வார்த்தான், சந்நியாசி. அது பாலை திருப்தியுடன் குடித்தது. அவனுக்கும் பால் குடிக்க வேண்டும் போல இருந்தது. அவன் வெகு நாட்களாகப் பாலை ருசிக்கவில்லையாதலால் பானையில் மீதமிருந்த பாலைக் குடித்தான். பானையை நன்றாகக் கழுவி மரத்தின் ஒரு கிளையில் மாட்டினான். இன்னொரு கிளையில் தன் இடுப்புத் துணிகளை மாட்டி வைத்திருந்தான். அவை உலர்ந்துவிட்டதா என்று தொட்டுபார்த்தான். இன்னும் இரண்டு இடுப்புத் துணிகள் இருந்தால் நல்லது என்று நினைத்தான். நீல நிறத்தில் ஒன்று இளஞ்சிவப்பில் ஒன்று. உள்ளவற்றை மாற்றி மாற்றி உடுத்துவது சலிப்பைத் தந்தது.

அடுத்த நாள், கிராமத்தினரிடம் இரண்டு பானைகளில் பால் வேண்டுமென்று கேட்டான். ஒன்று பூனைக்கு, ஒன்று தனக்கு. கிராமத்தினர் அவனுக்கு மேலும் பன்னிரண்டு இடுப்புத் துணிகளை அளித்திருந்தனர். மகிழ்ச்சியுடன் மரத்தடிக்குத் திரும்பினான், சந்நியாசி. இப்போது அவனுடைய தேவைகள் அதிகமாகியிருந்தது. பிரம்மத்தை அறிய, அமைதியாக உட்கார்ந்து தியானம் செய்ய

முடிந்தது. தன் குரு திரும்ப வருவதற்குள் பிரம்மவித்யாவை அறிந்து கொள்ள வேண்டும் என்று தீர்மானித்தான். தினமும் கிராமத்துக்கு நடந்து செல்வது சிரமமாக இருந்தது அவனுக்கு. இடுப்புத் துணிகளைத் துவைப்பது, பானைகளைக் கழுவி வைப்பது என்று வேலை அதிகமானது. தினமும் இரண்டு பானைகளிலும் பால் நிரப்பி எடுத்து வருவது கடினமான காரியமாகப் பட்டது. ஒரு முறை கால் தடுக்கி விழுந்ததில் இரண்டு பானைகளும் உடைந்து போயின. அவற்றுக்கு மாற்றாக வேறு இரண்டைக் கேட்டுப் பெற்றான். கிராமத்தினர் ஒன்றும் சொல்லவில்லை என்றாலும், அவனுக்கு சங்கடமாக இருந்தது.

கிராமத்துப் பெரியவர் மீண்டும் உதவினார். ஒரு பசுவை அவனுக்குத் தானமாகக் கொடுத்தார். அது அவனுக்கு வசதியாகப் போயிற்று. பால் பானைகளை இனி தினமும் சுமந்து வர வேண்டிய அவசியம் இல்லை. பசுவினிடம் தினமும் பால் கறந்தான். அதற்காக நேரம் ஒதுக்க வேண்டி வந்தது. ஆனால், அவனுக்கும் அவன் பூனைக்கும் வேண்டிய அளவுக்கும் மேல் பால் கிடைத்தது. பானையில் பாலுக்கு உறையூற்றி தயிராக்கினான். பால் நிறைய இருந்ததால், மேலும் சில பானைகள் தேவைப்பட்டது. கிராமத்திலுள்ளவர் ஒருவர் தயிரிலிந்து வெண்ணை எடுத்து, அதிலிருந்து நெய் தயாரிக்குமாறு ஆலோசனை சொன்னார். அதையும் செய்தான். போகப் போகத் தேவைக்கு மேல் நெய் சேர்ந்தது. எது சாப்பிட்டாலும், நெய் சேர்த்துக்கொண்டு சாப்பிட்டான்.

வேத உச்சாடனம் செய்வதற்கான நேரம் கிடைக்கவில்லை அவனுக்கு. பசுவைக் குளிப்பாட்டுவது, பால் கறப்பது, பசுவை மேய்ச்சலுக்குக் ஓட்டிச் செல்வது, பல வண்ணங்களில் சேர்ந்துள்ள இடுப்புத் துணிகளை துவைப்பது, பானைகளைக் கழுவுவது என்று தினமும் நேரம் கடந்தது. பிட்சைக்குப் போவதற்குக்கூட நேரம் கிடைக்கவில்லை இப்போதெல்லாம். சில நாட்களாக கிராமத்துப் பக்கம் செல்லாததால், கிராமத்துப் பெரியவர் அவனைத் தேடி வந்தார். அவனால், தன்னந்தனியாக எல்லா வேலைகளையும்

செய்ய முடியாது, அதனால் ஒரு பணிப்பெண் இருந்தால் நல்லது என்று கூறி கிராமத்திலிருந்து ஒரு பெண்ணை அவனுக்கு உதவியாக அனுப்பி வைத்தார். அன்றாட வேலைகளை அவள் செய்யட்டும், அவன் பிரம்மத்தை அறிவதில் கவனம் செலுத்தலாம், என்று சிலாகித்தார்.

ஒரு மாதம் சென்றதும் அந்த கிராமத்துப் பெண் தான் செய்த வேலைக்கான ஊதியம் கேட்டாள். சந்நியாசியாகப்பட்டவனுக்கு ஒன்றும் புரியவில்லை. கிராமத்துப் பெரியவரிடம் தஞ்சம் புகுந்தான். அவர் அந்தப் பெண்ணுக்கு ஊதியம் வழங்கினார். இரண்டு மாதம் கடந்தது. கிராமத்திலுள்ளவர்கள் இதென்ன தண்டச் செலவு என்று முணுமுணுக்க ஆரம்பித்தனர். கிராமத்துப் பெரியவர் அவனிடம், இந்த சங்கடத்தைத் தவிர்க்க ஒரு வழியுண்டு, அது அந்தப் பெண்ணை அவன் திருமணம் செய்து கொள்வதுதான், என்று கூறினார். அப்படி நடந்தால், அவளுக்குச் சம்பளம் தர வேண்டிய அவசியமில்லை, என்று கூறினார். சந்நியாசி ஏற்கனவே கிராமத்தாரிடம் கடன் பட்டிருந்தான். அந்தக் கடனை அடைக்க, அவனிடமிருந்த நெய்யை பக்கத்து ஊர் சந்தையில் விற்றுவிடலாம் என்று அந்தப் பெரியவர் உபாயம் சொன்னார்.

அந்த கிராமத்துப் பெண்ணை அவன் திருமணம் செய்து கொண்டான். கிராமமே அந்தத் திருமணத்தில் கலந்து கொண்டு தம்பதிகளை வாழ்த்தியது. வந்தவர்களுக்கெல்லாம் விருந்தளித்தான், குடும்பஸ்தனாகிவிட்ட அந்த மாஜி சந்நியாசி. அதன் மூலம் மேலும் கடன் பெருகியது. இது போதாதென்று அவனுடைய மனைவி மரத்தடியில் வாழ்க்கை நடத்த மறுத்தாள்.

"திடீரென்று பாம்பு வந்தால் என்ன செய்வது? மழை வந்தால் எங்கு ஒதுங்குவது?" என்று கேள்விகளை அடுக்கினாள். மாஜி சந்நியாசி அதையெல்லாம் இதுவரை நினைத்துக்கூட பார்க்கவில்லை. ஆனாலும் அவள் சொல்வது சரிதானே! ஒரு குடிசை எழுப்பினால் நல்லது என்று நினைத்தான். ஒரு சாதாரண குடிசை போதும் என்று நினைத்தான். ஆனால் அவன் மனைவியோ, ஒரு முற்றம்

தேவை, அதில் உட்கார்ந்துதான் அரிசியில் கல் பொறுக்க முடியும் என்று தெரிவித்தாள். சமையலறை வேண்டும் என்றாள். தன் அம்மி, உரல், பாத்திரங்கள் போன்றவற்றை வைக்க மற்றொரு அறை தேவைப்படும் என்று அபிலாஷைப் பட்டாள். பசுவைப் பராமரிக்க ஒரு மாட்டுத்தொழுவம், தன் பெற்றோர் மற்றும் இதர விருந்தாளிகள் வந்தால் தங்குவதற்கு மற்றொரு அறை, மாதவிடாய்க் காலங்களில் தான் ஒதுங்குவதற்கு ஓர் அறை, பூஜை அறை, அவனுடைய ஏடுகளை வைப்பதற்கு ஒரு அறை, பூனைக்கு ஒரு படுக்கை, என்று தேவைகளின் பட்டியல் நீண்டது. இதற்கெல்லாம் பணம் வேண்டுமே, என்ன செய்வது என்ற கவலை அவனை ஆட்கொண்டது. கிராமத்தில் வட்டிக்குப் பணம் தருபவனிடம் பணம் கடனாகப் பெற்றான். வட்டி அதிகம்தான், என்ன செய்வது! தன் தோழிகளின் கேலிக்கு ஆளாகக் கூடாது என்று சொல்லி, அந்த இடுப்புத்துணிகளை விடுத்து நல்ல ஆடைகள் அணியுமாறு அவனை வற்புறுத்தினாள், அவன் மனைவி. அவளுக்கென்று நல்ல புடவைகளை வாங்கினாள். அவனுடைய கடன் சுமை அதிகமானது.

அவர்களின் அன்றாடத் தேவைக்கேற்ற பணம் அவர்களிடம் இப்போது இல்லை. அவனால் தூங்க முடியவில்லை. கடன் கொடுத்தவன் வட்டி வாங்குவதற்காக வர ஆரம்பித்தான். முதலில் கனிவாகப் பேசியவன், போகப்போக கடுமையாகப் பேசத் தொடங்கினான். வட்டியை ஒழுங்காகச் செலுத்துமாறு கண்டிப்புடன் கூறினான். அவன் மனைவி ஆலோசனை சொன்னாள். நெய் விற்பதற்கு கிராமத்துப் பெரியவரின் உதவி வேண்டாம், அதை விற்றுக் கொடுப்பதற்கான அவருடைய பங்கை அவர் எடுத்துக்கொள்வார், அதனால் நெய் முழுவதையும் அவனே விற்பது நல்லது என்றாள். பக்கத்து ஊர் சந்தைக்கு நெய் கொண்டு செல்வதற்கு ஒரு மாட்டு வண்டி வேண்டுமே! அதற்காக மேலும் கடன் வாங்கினான். அவனுடைய பசு கன்று ஈன்றது. அதனால், மாட்டுத் தொழுவத்தை விரிவுபடுத்த வேண்டி வந்தது. வண்டி கட்டி நெய் எடுத்துச் சென்று விற்றாலும் ஒரு பயனும் இல்லை.

அன்றாடச் செலவுகளையும் தாண்டி அவனால் கடனுக்கு வட்டி கட்ட முடியவில்லை.

சந்தையில் பெரிய வண்டிகளில் நெய் விற்பனையாளர்கள் வந்ததால், இவனுடைய சில பானைகளை வாங்குவதற்கு யாரும் முன்வரவில்லை. நெய் வியாபாரிகளில் ஒருவன், இவனுக்கு ஓர் உபாயம் சொன்னான். நெய்யைக் கொண்டு இனிப்பு வகைகள் செய்து விற்றால் அதிக லாபம் பெறலாம், என்றான். கணவனும் மனைவியும் இனிப்புகள் செய்தார்கள். வியாபாரம் ஆனாலும், வாடிக்கையாளர்கள் தேவைகளின் அளவு பெருகியதால், ஒரு மாட்டு வண்டியில் கொண்டு போகும் இனிப்புகள் போதவில்லை. அதிகமான அளவில் இனிப்புகள் செய்ய சில உதவியாளர்களை நியமிக்க வேண்டி வந்தது. குறுகிய காலத்திலேயே, ஆற்றங்கரையில் ஒரு புதிய இனிப்புக் கடை திறக்கும் நிலை வந்தது. மனைவியும் கணவனும் அதை ஒட்டிய அவர்களின் கனவு இல்லத்துக்குக் குடி பெயர்ந்தார்கள். குழந்தைகள் பிறந்தன. வீட்டை விரிவு படுத்த வேண்டியதாயிற்று. ஒரே ஒரு விஷயம் மட்டும் நடக்கவில்லை. ஆம்! பிரம்மத்தை அறிவதற்கான தியானம் செய்ய அவனால் முடியவில்லை. உலகே மாயம், வாழ்க்கை ஒரு மாயை என்று முடிவுசெய்து துறவு வாழ்க்கை வாழ நினைத்தவன் அசுர வாழ்க்கை வாழ்ந்து கொண்டிருந்தான்.

இந்நிலையில், குருவாகப்பட்டவர் தன் புனித யாத்திரையை முடித்துக் கொண்டு திரும்ப வந்து கொண்டிருந்தார். தன் சிஷ்யன் பிரம்மவித்யாவை கசடறக் கற்றிருப்பான் என்ற நம்பிக்கையுடன் அவனைப் பார்க்கச் சென்றார். அவனைப் பற்றி விசாரித்து அந்த இடத்தைச் சென்றடைந்ததும் அதிர்ச்சியடைந்தார். குடில் இருந்த இடத்தில் பெரிய கட்டிடம் இருந்தது. வேலையாட்கள் இனிப்பு தயாரிப்பில் மும்முரமாக இருந்தார்கள். ஜிலேபி, ரசகுல்லா போன்ற இனிப்புகளின் நறுமணம் பரவியிருந்தது. மாட்டுத் தொழுவத்தில் ஏராளமான பசுக்களும், காளைகளும் இருந்தன. தாழ்வாரத்தில் குழந்தைகள் விளையாடிக்கொண்டிருந்தன.

வழுக்கைத் தலையுடனும், தொப்பையுடனும் ஒரு மனிதன் முற்றத்தில் சாய்வு நாற்காலியில் அமர்ந்திருந்தான். ஒரு பணியாள் அவனுக்கு விசிறிக்கொண்டிருந்தான். கிராமத்துப் பெரியவரிடமும், கடன் கொடுப்பவனிடமும் அவன் சகஜமாக உரையாடிக்கொண்டிருந்தான். அவர்கள் மூவரின் மனைவிகள், விஸ்தாரமான அந்தத் தாழ்வாரத்தின் மற்றொரு இடத்தில் அமர்ந்து தாயக்கட்டம் விளையாடிக்கொண்டிருந்தார்கள். பணியாட்களுக்கு ஒரு மேற்பார்வையாளன் உத்தரவுகள் பிறப்பித்துக் கொண்டிருந்தான். சில குமாஸ்தாக்கள் கீழே அமர்ந்து பணத்தை எண்ணிக்கொண்டிருந்தார்கள்.

குருவாகப்பட்டவரைக் கண்டதும் அந்த வழுக்கைத் தலையன் ஒரு மந்தகாசப் புன்னகையுடன் எழுந்து நின்றான். எங்கும் அமைதி நிலவியது. குருவின் கண்களில் கண்ணீர் தளும்பியது. குரல் உடையக் கேட்டார் அந்த குரு: "மகனே, உன் பிரம்ம வித்யா என்னவாயிற்று?"

"ஒரு இடுப்புத்துணிக்காக, அதை முற்றிலும் இழந்தேன்," ஒரு சங்கடப் புன்னகையுடன், வைரக் கற்கள் பதிக்கப்பட்டிருந்த தங்க மோதிரங்கள் அணிந்த தன் கைகளால் தன் வழுக்கைத் தலையைத் தடவியபடி பணிவுடன் சொன்னான் சீடன்.

ஒரு வார்த்தை கூடப் பேசாமல் வந்தவழியே திரும்பினார், குரு.

அவருக்காக இனிப்பும், குளிர்பானமும் கொண்டு வருவதற்காக உள்ளே சென்ற சீடனின் மனைவி திரும்ப வந்தவுடன், வந்தவர் திரும்பச் சென்றுவிட்டதை அறிந்து, அவர் யாரெனக் கேட்டாள்.

"நாமெல்லோரும் இந்த மாயா உலகின் அற்ப மாயைகளில் சிக்கித் தவித்துக்கொண்டிருக்கிறோம். அவர் பிரம்மத்தைத் தேடிச் செல்கிறார்," என்று சொல்லியபடி தன் மனைவியின் கன்னத்தைக் காதலுடன் கிள்ளினான். அவன் மனைவி சற்றே குழப்பத்துடன், ஒரு பாடலை மெதுவாகப் பாடியபடி அங்கிருந்து அகன்றாள். அவன், இனிப்புகள் தயாரிக்கப்படும் தொழிற்கூடத்துக்குச் சென்று

அங்கிருந்த ஒரு இனிப்பை எடுத்துத் தின்றான். வாயில் இனிப்பின் சுவை பரவியதும் அவன் சொல்வானாயினான்: "இந்த மாயை இனிப்பாகத்தான் உள்ளது. யாருக்கு வேண்டும், பிரம்மத்தின் உய்வு?" அவனுடைய பூனை அவன் கூற்றை ஆமோதிக்கும் வகையில் அவனுடைய காலை ஸ்பரிசித்தது.

மகரிஷிகள் சொன்னதும், சொல்வதும் சரிதான். வாழ்க்கை ஒரு மாயைதான். ஆனால், வாழ்க்கையை நாம் எப்படிக் கையாளுகிறோம் என்பதில் சூட்சுமம் அடங்கியுள்ளது. துறவு வாழ்க்கை வாழ விரும்புபவர்களுக்கு இந்த உபதேசங்கள் பொருந்தலாம். கிரகஸ்தர்களுக்கு எப்படிப் பொருந்தும். அவரவர் மனநிலையைப் பொறுத்ததுதான் வாழ்க்கை. இவ்வாறாக பிரம்மத்தைத் தேடி வந்தவன், இனிப்பு வியாபாரியாக மாறினான். ஒரு இடுப்புத் துணி அவன் போக்கையே மாற்றியது. அவன் லட்சியத்தையே புரட்டிப் போட்டது.

பஜ கோவிந்தத்தில் ஆதி சங்கரர் சொல்வதாவது:

"ஜடிலோ முண்டே லுஞ்சித கேஷா, காஷாயம்பரா பஹுக்ரித வேஷா, பஷ்யானபி சானா பஷ்யாதி மூடா, உடரே நிமித்தம் பஹுக்ரித வேஷா"

"குருவாகப்பட்டவர்கள் தலைமுடி சிரைத்து, காஷாயம் எனும் கமண்டலமும் தண்டமும் ஏந்தி வருவார்கள், ஆனால் மூடனே, இந்த வேஷத்தைப் பலர் தன் வயிற்றுப் பிழைப்புக்காகவே செய்கிறார்கள்" என்பது இந்தச் செய்யுளின் பொருள்.

தற்கால ஆசான்களும், மதகுருமார்களும் எல்லாவிதமான சுகபோகங்களையும் பெற்று அனுபவித்து வாழ்வதைக் கண்கூடாகப் பார்க்கிறோமல்லவா? பற்றும், பாசமும், மோகமும் தவிர்க்கப்படவேண்டியவை, அகற்றப்படவேண்டியவை என்று இவர்கள்கூறுவதுபிறருக்குத்தான்என்பதைகண்டுகொள்ளுங்கள். இதில் இன்னொரு பக்கமும் இருக்கிறது, அதாவது இது போன்ற மதகுருமார்கள் தமக்காக மட்டுமே செல்வங்களையும்

வசதிகளையும் பெருக்கிக்கொள்ளவில்லை, இதன் மூலம் பல ஸ்தாபனங்களை உருவாக்குகிறார்கள். பல விமான நிறுவனங்கள், கப்பல் நிறுவனங்கள், பன்னாட்டு நிறுவனங்கள் போன்ற வர்த்தக மையங்களிலும் இவர்களின் பங்குகளும் ஆளுமையும் நிறைந்துள்ளன. இதனால் பலபேருக்கு வேலை வாய்ப்புகளும், வாழ்வாதாரமும் கிடைக்கிறது. வேதங்களும் தத்துவ விசாரங்கள், விளக்கங்கள் போன்ற உய்வு நிலைக்கான உபதேசங்கள், மஹாரிஷிகளால், சந்நியாசிகளுக்காக வடிவமைக்கப்பட்டவை. அதுவும் கோடிகளில் ஒருவரான ஆதிசங்கரர், புத்தர் போன்றவர்களுக்கே இது பொருந்தும். இவ்வுலக வாழ்க்கைப் பயணத்தில் சிக்கி, உழன்று, வெற்றிகளையும் சாதனைகளையும் படைக்க முனையும் நம்மைப்போன்றவர்களுக்காக அல்ல.

பந்தபாசத்தை சீர்ப்படுத்துவது எப்படி

பல்வேறு மதங்களின் புனித நூல்களில், நிரந்தரமில்லாத இந்த உலக வாழ்க்கை ஒரு மாயை என்பதாக தத்துவார்த்தமாக விவரிக்கின்றன. ஆனால் பாருங்கள், இந்து மதத்தில் சில நியமங்களும், ஸ்லோகங்களும், மந்திரங்களும் பொருள், செல்வம், வசதி வாய்ப்புகள், ஆனந்தம், மகிழ்ச்சி, நலம், வளம், ஆற்றல், ஆளுமை போன்ற இனிமையான வாழ்க்கைக்குத் தேவையான அனைத்தையும் பெறுவதற்காகவே சொல்லப்பட்டிருக்கின்றன. புராணங்களில், வெற்றிகளையும், வசதிகளையும், ஆட்சிகளைக் கைப்பற்றுவதற்காகவும் பல மன்னர்கள், யாகங்களும், வேள்விகளும் நடத்தினர். பிரம்மத்தை அடையவும், பிறப்புக்கும் இறப்புக்கும் இடையிலுள்ள வாழ்க்கைச் சங்கிலியை அறுத்தெறியவும் யாரும் முற்பட்டதாகத் தெரியவில்லை.

இந்து சமய ஸ்லோகங்களும், மந்திரங்களும் பெரும்பாலும் சமஸ்க்ருத மொழியிலும், தமிழ் மொழியிலும் எழுதப்பட்டிருப்பதால், நம்மில் பலருக்கு அதற்கான முழுப்பயன் கிடைக்க வாய்ப்பில்லை. இந்த மந்திரங்கள், நம்மை நாமே வலுப்படுத்திக்கொள்ளவும், நம் ஆற்றலை மேம்படுத்திக்கொள்ளவும் படைக்கப்பட்டுள்ளன.

இத்தகைய ஸ்லோகங்களை உங்களுக்குத் தெரிந்த மொழியில் நீங்கள் மொழிபெயர்ப்பு செய்து கொள்ளலாம். கூகுள் மொழிபெயர்ப்பு உங்களுக்கு உதவக்கூடும். இந்த மந்திரங்களை அவை எந்த மொழியில் படைக்கப்பட்டுள்ளனவோ, அந்த மொழியிலேயே உச்சாடனம் செய்வதுதான் முறையாகும் என்று சிலர் சொல்வார்கள். இதுபோன்ற வாதங்களைத் தவிருங்கள். அந்தந்த மொழிகளில் உச்சாடனம் செய்தால்தான் அதிர்வுகள் கிடைக்கும் என்று சொன்னால், சப்தங்கள் நிறைந்த இந்த உலகத்தில் என்னதான் ஸ்பஷ்டமாக உச்சாடனம் செய்தாலும் அது துல்லியமாக, உள்ளது உள்ளபடி உச்சரிக்கப்பட்டது என்று அறுதியிட்டுச் சொல்ல முடியாது. எனவே, மொழி பெயர்த்து, உச்சாடனம் செய்யுங்கள். உங்கள் திருப்திக்காக, உங்களுக்குள் உருவாகும் விடாமுயற்சிக்கான ஆற்றலுக்காக.

நான் சொல்லப்போகும் இந்த மந்திரத்தை அப்படியே உச்சாடனம் செய்ய வேண்டும் என்பது இல்லை. வால்மீகியின் இளம் பிராயத்து வாழ்க்கை ஒரு சான்று. நாரதரிடம், வால்மீகி, தனக்கு 'ராமா' என்று உச்சரிக்க வராது என்று சொல்ல, நாரதர் அவரை 'மரா, மரா' என்று உச்சரிக்கச் சொன்னார். அதை உச்சரிக்கும்போது அதை சரிவரப் புரிந்துகொண்டாரா இல்லையா என்பது முக்கியமல்ல. அதை சிரமேற்கொண்டு உச்சரித்தார் என்பதுதான் முக்கியம். பின்னர் அவரே ராமாயண காவியத்தை எழுதும் நிலைக்கு உயர்ந்தார்.

இஷ்ட தெய்வம் என்றொரு கிரமம் இந்து வாழ்க்கை முறையில் உண்டு. கடவுள் மனிதனைப் படைத்தார் என்பதையும் கடந்து, மனிதன் கடவுள்களைப் படைத்தான், இந்து வாழ்க்கை முறையில்! விநாயகர் சதுர்த்தி, துர்க்கா பூஜை, ஓணம் போன்ற பண்டிகை நாட்களில் பக்தர்கள் தங்கள் இஷ்ட தெய்வங்களின் திருவுருவங்களை களிமண் கொண்டு செய்வது வழக்கம். பண்டிகை முடிந்ததும் அவ்வுருவ வடிவங்களை கடல் அல்லது ஏரி, ஆறு, குளம் போன்ற நீர்நிலைகளில் கரைத்து விடுவார்கள்.

இதுதான் வழிபாட்டு முறை. லக்ஷ்மிதேவியைப் போற்றும் இந்த ஸ்லோகத்தை நீங்கள் உங்கள் மனதுக்குள் காட்சியாகக் கற்பனை செய்துகொண்டு, உங்கள் செல்வ நிலை பெருகுவதற்காக எப்படி உச்சாடனம் செய்வீர்களோ, அதை உங்களுக்கே விட்டுவிடுகிறேன். இந்த மந்திரங்கள், நாம் நினைத்ததை அடைந்த பிறகு நம்மை அந்த இடத்தில், அந்த நிலையில் வைத்துப் பார்த்து அதை நிஜமாக்க முனைவதற்காகத்தான்.

மந்திரம் 1: ஓம் ஸ்ரீம் மஹாலக்ஷ்ம்யை நமஹ

இந்த மந்திரம் மஹாலக்ஷ்மியை வழிபடுவதற்கான மிக எளிமையான உச்சாடனம்.

"செல்வத்துக்கான கடவுளுக்குத் தலை வணங்குகிறேன்" என்பதுதான் இதற்கான சரியான மொழிபெயர்ப்பு.

எவ்வளவு பொருள் சார்ந்ததாகவும், நடைமுறைக்கு உகந்ததாகவும் பொருத்தமாக உள்ளது பார்த்தீர்களா? செல்வத்துக்கான கடவுளின் திருவுருவத்தை தங்க ஆபரண அலங்காரங்களுடன் பார்க்கிறீர்கள். லக்ஷ்மிதேவியின் திருவுருவத்தை கற்பனையில் எப்படி தரிசிக்க வேண்டும் என்று எனக்கு போதிக்கப்பட்டதை உங்களுக்கும் சொல்கிறேன். பலனளிக்கிறதா என்று பாருங்கள்.

லக்ஷ்மிதேவியின் திருவுருவம் ஒரு ஓவியமாக, நான்கு கரங்களுடைய, சர்வ லட்சணமும், கடாக்ஷமும் கொண்ட ஒரு பெண், தாமரை மலர் அருகே நிற்பது போன்று சித்தரிக்கப்பட்டிருக்கும்.

ஏன் தாமரை மலர்? தாமரை மலர், சேறு நிரம்பியிருக்கும் குளத்தில்தான் மலர்கிறது. அதாவது, கடக்க முடியாத நிலையைக் கடந்து செல்வது என்ற ஒரு அசாத்தியச் செயலுக்கு ஒரு உதாரணமாய்த் திகழ்கிறது, தாமரையின் மலர்ச்சி. சூரிய கிரணங்கள் வீசும் ஒளியின் தகதகப்பில், ஏரியிலோ, குளத்திலோ, தேங்கிக்கிடக்கும் நீரின் அடிமட்டத்திலுள்ள சேற்றிலிருந்து கிளர்ந்தெழுந்து, மலர்ந்து, வசீகரிக்கும் எழிலுடன் காட்சியளிக்கும்

தனித்தன்மை கொண்டது, தாமரை மலர். சேறு படிந்த நீரில் தோன்றினாலும், சூரிய வெளிச்சத்தையும், உயிர்ப்புக்கான ஆற்றலையும் பெற்று, நீர்மட்டத்திற்கு மேல் சிலிர்த்தெழுந்து, மொட்டுவிட்டு மலர்ந்து, நறுமணம் பரப்பும் தாமரையின் மகரந்தமும் அதில் ஊறும் தேனும், வண்டுகளையும், பட்டாம்பூச்சிகளையும் ஈர்க்கிறது.

நீங்களும் சூரிய வெளிச்சத்தையும் உயிர்ப்பையும் எதிர்நோக்கி, நீர்மட்டத்திற்கு மேல் கிளர்ந்தெழுந்தால், லக்ஷ்மிதேவியின் கடாக்ஷம் உங்களுக்கும் கிட்டும். உங்கள் பிறப்புக்கும் இதற்கும் சம்பந்தமில்லை. நீங்கள் சேற்றில் அமிழ்ந்திருக்கலாம், நீரின் அடியில் மூழ்கியிருக்கலாம். உடனே சிலிர்த்தெழுங்கள். மலருங்கள், மணம் பரப்புங்கள். தேனை உற்பத்தி செய்யுங்கள். உயிர்த்தெழுங்கள்.

லக்ஷ்மிதேவியின் நான்கு கரங்களில், ஒரு கரத்தில், ஒரு குடம் நிறைய தங்க நாணயங்களை வைத்திருப்பாள். அது எதைக் குறிக்கிறதென்றால், செல்வச் செழிப்பு உங்களுக்கு அருளப் பெற்றவுடன், பெருந்தன்மையுடன், உங்கள் கரங்களும் தாராளமாக ஈவதற்குத் தயாராக வேண்டும். தேவி, தனது இரண்டாவது கரத்தில் ஒரு வெள்ளைத்தாமரையை ஏந்தியிருப்பாள். இதைக் காட்சிப்படுத்திப்பாருங்கள். நீங்கள் பெறும் செல்வம், இதைப்போன்று தூய்மையாக இருத்தல் வேண்டும். தேவியின் மூன்றாவது கரத்தில் வீற்றிருப்பது, ஒரு தாமரை மொட்டு. இது வளர்ச்சியைக் குறிக்கிறது. நன்மைகள் நிகழப்போவதைச் சொல்கிறது. நான்காவது கரத்தில் காட்சியளிப்பது, சங்கு. இதோ, என்னிடம் அனைத்தும் உள்ளது என்று சங்கேதமாக வெளிப்படுத்துவதற்கான முத்திரைச்சின்னம். உங்களிடம் சேர்ந்துள்ள செல்வத்தைப் பிரகடனப்படுத்துங்கள். தர்மம், நீதி போன்ற நெறிமுறைகளுக்குட்பட்டு, உரிமையுடன் நீங்கள் செல்வம் ஈட்டியதைப் பறைசாற்றுங்கள். மறைக்க வேண்டிய அவசியமில்லை.

இந்த மந்திர உச்சாடனத்தையும் அதில் பொதிந்துள்ள அர்த்தத்தையும் எனக்கு விளக்கிச் சொன்னது என் தந்தை. அவரே எனக்கு

குருவாகவும் விளங்கினார். நான் முன்னரே சொன்னபடி இதில் மதம் சார்ந்து எதுவும் இல்லை. நீங்கள் காணும் காட்சிகளுக்கேற்ற உவமைகளும் அர்த்தங்களும் உள்ளதைப் புரிந்து கொள்வது உங்கள் சாதுரியம்.

மந்திரம் 2: ஓம் லம்போதராய நமஹ

"பெரிய தொந்தி உடையவரை வணங்குகிறேன்." யானைத்தலை உடைய கடவுளாகிய கணபதியை நினைக்கும்போது அந்த வடிவம் உணர்த்துவதை மனதில் பதிய வையுங்கள். விக்கினங்களை அகற்றும் கடவுளாக விநாயகர் வணங்கப்படுகிறார். எந்தக்காரியத்தையும் தொடங்கும் முன் அவரைத் தொழுவது நன்மை தரும். அதற்குக் காரணம் உண்டு:

பெரிய காதுகள்: கவனமாகக் கேட்பது

கூர்மையான கண்கள்: கவனமாகப் பார்ப்பது

நீளமான மூக்கு (தும்பிக்கை): விவரம் அறிதல்

மறைந்திருக்கும் வாய்: குறைவாகப் பேசு

யானைத் தலை: அதிக நினைவாற்றலுடன், குழுவினருடன் ஒருங்கிணைந்தும், தனியாகவும், தேவைக்கேற்ப செயல்படும் தன்மை

அங்குசம்: (மேல் இடது கையில் உள்ள கோல்): ஒழுக்கம் தேவை

கயிறு–(மேல் வலது கையில்): குறிப்பிட்ட கால வரையறைகளுக்குள், குறிக்கோளை அடைய கடுமையாய் உழைத்தல். ஆரம்பத்தில் கடினமாகத் தோன்றும் எத்தகைய சவாலையும் எதிர்கொண்டு சுலபமாக வெற்றியடைந்து சாதனை படைப்பது

மோதகம் – (கொழுக்கட்டை) – கீழ் வலது கையில்: உங்களுக்கு சக்தி வழங்கும் உணவு

கோடரி – கீழ் இடது கையில்: தடங்கல்களைத் தயக்கமின்றி, அச்சமின்றி, வெட்டியெறிவது

இன்பத்தையும் துன்பத்தையும் மறுத்தல்

பெருத்த வயிறு: விருப்பமானதை உண்டு, அருந்தி, ஆனந்தம் கொள்வது

எலி – மூஞ்சூறு: பலவீனமானவர்களைக் காப்பாற்றுவது – பல தருணங்களில் அவர்களே உறுதுணையாய் இருப்பார்கள்

அதனால்தான் எந்த ஒரு வேலையைத் தொடங்கினாலும் விநாயகரைத் துதிப்பது வழக்கமாயிற்று. ஒவ்வொரு உறுப்பும் எப்படி விவரிக்கப்படுகிறது என்பதையும் அதற்கான காரணத்தையும் அறிந்து கொள்ள வேண்டும். இதை மனதில் காட்சிப்படுத்தாமல், ஒவ்வொரு அம்சத்தையும் துல்லியமாக உணராமல் வெறுமனே உச்சாடனம் செய்வதால், நம்மை மீறிய ஏதோ ஒரு தெய்வீக அதிர்வு ஏற்படும் என்றும், ஏதோ ஒரு மந்திரச் சக்கரம் சுழன்று அற்புதம் நிகழ்ந்து, உங்களுக்கு அபூர்வ சக்தி கிடைக்கும் என்றும் ஒரு ஒப்புக்கு நம்பலாமே தவிர, நீங்கள் நினைத்தபடி எதுவும் நடக்க வாய்ப்பில்லை. இதன் உட்பொருளை உங்கள் உள்மனதில் ஆழமாகப் பதிந்துகொள்ளாமல், புரிந்துகொள்ளாமல் உச்சாடனம் செய்வதால், இந்த மந்திரங்கள் எந்தப் பலனும் அளிக்கப்போவதில்லை.

சமஸ்கிருதமும், இலக்கிய நயம் வாய்ந்த பண்டைத் தமிழும் தாய்மொழிகளாகத் திகழ்ந்த ஆதிகாலத்தில் இந்த மந்திரங்களை எழுதியவர்கள், இவற்றின் உட்பொருளையும், இவற்றை உச்சாடனம் செய்வதால் ஏற்படக்கூடிய பலாபலன்களையும் பூரணமாக உணர்ந்து, தமக்குத் தேவையானவற்றையும், வேண்டியவற்றையும் காட்சிப்படுத்திப் பார்த்து, விரும்பியவற்றையெல்லாம் பெற்று மகிழ்ந்தார்கள். இதை விடுத்து, ஒரு புரோகிதரை அழைத்து அவரை மந்திரங்கள் ஓதச்சொல்லிவிட்டு, உங்கள் கையில் கைபேசியை (மொபைல் ஃபோன்) வைத்து ஆராய்ந்துகொண்டிருந்தால், பலன் மொத்தமும் உங்களை அல்ல, அந்தப் புரோகிதரைத்தான் சேரும்.

ஆகவே, நீங்கள் விரும்பியதை மனதுக்குள் காட்சிப்படுத்திப்பாருங்கள். உங்கள் குறிக்கோளை இறுகப்பற்றிக்கொண்டு அதையடையக்

கடுமையாக உழைத்திடுங்கள். நீங்கள் அடையவேண்டியதைப் பட்டியலிடுங்கள், முடிந்தால், ஓவியமாக வரைந்து பாருங்கள். செல்வ செழிப்பு, ஆற்றல், ஆளுமை, பதவி, அன்பு என்று மனித இனம் எதையெல்லாம் இயல்பாகவே அடைய விரும்புமோ, அதையெல்லாம் அடைய வேண்டும் என்று விரும்புவதற்காகக் கூச்சப்படாதீர்கள். அவையெல்லாம் விரும்பத்தகாதவையாக இருந்தால், அவற்றை அடைவதற்காக ரிஷிகளும், மகான்களும் இத்தனை மந்திரங்களைப் படைத்து அவற்றிற்கான பலன்களைச் சொல்லியிருக்க மாட்டார்கள். சரிதானே?

தேவைக்கேற்ப நிச்சலனமாய் இருப்பது எப்படி

அசுர வழியில், வெற்றிக்காகத் தொடர்ந்து, அயராது பாடுபடும்போது, சில சந்தர்ப்பங்களில் மாற்றுவழிகளை நாடும் அவசியம் ஏற்பட வாய்ப்புண்டு. சந்தர்ப்ப சூழ்நிலைக்கேற்ப வளைந்து கொடுத்துப் போவதற்கான மனநிலையை ஸ்திரப்படுத்திக் கொள்வதுதான், அசுரப்பாதையின் முக்கிய சாராம்சம். சில சந்தர்ப்பங்களில் விட்டுக்கொடுப்பது, அல்லது 'போகட்டும் விடு' என்பது போன்ற நிச்சலனமான மனநிலையும் அவசியமாகிறது. அதாவது கூடுமான வரை உணர்ச்சி பூர்வமான சலனங்களுக்கு ஆட்படாமல் இருக்க மனதை ஸ்திரப்படுத்திக்கொள்வது அவசியம். வாழ்க்கையில் நிரந்தரப் பிரிவுகள் என்பது தவிர்க்க முடியாதது. நாம் அன்பு வைத்திருக்கும் ஒருவர் இறந்து போக நேரிடலாம். அதுபோன்ற தருணங்களில் அதீத பந்தபாசம் காரணமாக, சோகமும் துக்கமும் தொடர்ந்தால், எவராயினும் நிறைவான வாழ்க்கை வாழ முடியாது. அவர்களுடன் நாம் பகிர்ந்து கொண்ட இனிமையான தருணங்களையும், அனுபவங்களையும் நினைவில் கொள்ளலாம். இது மனித மனத்தின் இயல்பு. ஆனால், அவர்கள் நம்முடன் இல்லை என்பதை ஏற்றுக்கொள்ளும் மனப்பக்குவம் மிக மிக அவசியம். ஆம், எஞ்சியுள்ள நமது வாழ்க்கையை நாம் கருத்தில் கொள்ள வேண்டும். நமக்கும் ஒரு நாள் முடிவு வரும் என்ற பேருண்மையை மனப்பூர்வமாக உணரவேண்டும்.

போனவர்கள் போனவர்கள்தான். அவர்கள் நினைவுகள் தரும் வேதனை தொடரும் என்பது தவிர்க்க முடியாததுதான். ஆயினும் நம்மைப் பற்றிய அக்கறையும் அவசியமாகிறது.

இறந்தவர்களுக்காக நடத்தப்படும் கிரியைகள் நம் குற்ற உணர்வை அகற்றும் வகையில் உருவாக்கப்பட்டுள்ளன. ஆதிசங்கரரைப் பற்றிய ஒரு கதை உண்டு.

பாரத தேசம் முழுதும் பயணப்பட்ட ஆதிசங்கரர், பல வேத விற்பன்னர்கள் மற்றும் கற்றுத் தேர்ந்த பண்டிதர்களுடன் பல்வேறு விவாதங்களில் ஈடுபட்டு அவற்றில் வெற்றி கண்டிருக்கிறார். ஒரு சமயம், பீகார் என்று தற்காலத்தில் பெயர்கொண்ட மாநிலத்தில் பயணப்படும்போது, மந்தனா மிஷ்ரா எனும் பண்டிதரின் வீட்டை அடைந்தார். அப்போது அவர், காலம் சென்ற தன் தகப்பனாருக்காக திவச காரியங்கள் செய்து கொண்டிருந்தார். ஆதிசங்கரர், அவரை விவாதத்துக்கு அழைத்தபோது, அவர், தன் தகப்பனாருக்கான திவச காரியங்களை முடித்து விட்டு வருகிறேனென்று சொல்ல, சங்கரர் நகைத்தார். திவசக்கிரியைகளில் படைக்கப்படுபவை அந்த முன்னோர்களைச் சென்று அடையும் என்பது என்ன நிச்சயம் என்றும், அந்த நம்பிக்கைக்கான ஆதாரம் என்னவென்றும் கேட்டார். சங்கரரின் கேள்விகளால் சலனப்பட்ட மந்தனா மிஷ்ரா, திவசக்கிரியைகளை அப்படியே நிறுத்திவிட்டு, சங்கரருடன் விவாதத்துக்குத் தயாரானார். மந்தனா மிஷ்ராவின் மனைவியாகிய உபய பாரதி, தன் கணவனைவிட அதிக அறிவாற்றலும் ஞானமும் கொண்டவள். தன் கணவனுக்கும் சங்கரருக்கும் நடைபெறும் விவாதத்துக்கான தீர்ப்பு வழங்கும் நடுவராக அமர்ந்தாள். விவாதத்தின் இறுதியில், சங்கரர் ஜெயித்ததாக அறிவித்தார். அவரைத் தன்னுடன் விவாதம் புரியத் தயாரா என்று சவால் விடுத்தாள்.

விவாதத்தில், திருமணம், காமசூத்திரம் போன்ற கேள்விகளால் சங்கரரைத் திணறடித்தாள். தான் ஒரு பிரம்மச்சாரியாதலால், திருமணம், தாம்பத்தியம் போன்ற விஷயங்களைப் பற்றித்

தமக்கு எதுவும் தெரியாது என்று ஒப்புக்கொண்டார், சங்கரர். வாழ்க்கையின் அடிப்படை இன்பங்களில் மிக முக்கியமாக விளங்கும் உடலுறவைப்பற்றி எந்த அனுபவமும் இல்லாத சங்கரருக்கு அதைப் பற்றி விவாதம் புரிவதற்கான தகுதி கிடையாது என்று உபய பாரதி திட்டவட்டமாக அறிவித்தாள். உபய பாரதியின் கூற்றில் நியாயம் இருப்பதைப் புரிந்து கொண்ட சங்கரர், இச்சை மற்றும் உடலுறவு குறித்து தான் அறிந்துகொள்வதற்கு ஆறு நாள் அவகாசம் கேட்டார்.

அதன் தொடர்ச்சியாக, இறந்த ஒரு மன்னனின் உடலில் புகுந்து அவன் மனைவியுடன் இணைந்து காமத்தைப் பற்றி அறிந்துகொண்டார். ஆறு நாட்கள் கழித்து உபய பாரதியுடன் விவாதத்தில் ஈடுபட்டு, அவளுடைய எல்லா கேள்விகளுக்கும் பதில் அளித்தார்.

விரைவிலேயே, மந்தனா மிஷ்ராவும் உபய பாரதியும் ஆதி சங்கரரின் சீடர்களாயினர். ஆதி சங்கரர், பாரத தேசத்தின் நான்கு திக்கிலும், சங்கர மடத்தை நிறுவியபோது, தெற்கில், சிருங்கேரி மடத்தின் அதிபதியாக மந்தனா மிஷ்ராவை நியமித்தார்.

கேரளாவில், ஆதிசங்கரரின் பூர்வீக கிராமத்தில், அவருடைய தாய் ஆர்யாம்பாள் காலமானபோது, காஷ்மீரத்தில் திக்விஜயத்தில் ஈடுபட்டிருந்த ஆதிசங்கரர், தன் கிராமத்திற்கு வந்து சேர்ந்தார். அவருடைய சீடரான மந்தனா மிஷ்ராவும் அவருடன் வந்தார். தன் தந்தைக்கு தான் செய்த திவசக்கிரியைகளுக்கான ஆதாரம் கேட்ட ஆதிசங்கரர், தன் தாய்க்கு ஈமக்கிரியைகள் செய்வதைக் கண்டு அதிசயித்து, அவரிடம் அதைப் பற்றிக் கேட்டார். ஆதிசங்கரர், புன்னகையுடன் கூறலானார்: ஈமக்கிரியைகளும் திவச காரியங்களும் இறந்தவர்களுக்காகச் செய்யப்படுவதல்ல, உயிருடன் இருப்பவர்களுக்காகச் செய்யப்படுவது. திவச காரியங்களில் உங்கள் முன்னோர்களுக்காகப் படைக்கப்படுபவை அவர்களைச் சென்றடையும் என்று நீங்கள் நம்புகிறீர்கள். நீங்கள் படைக்கும் எதுவும் அவர்களைச் சென்றடையாது.

அவர்களுக்கு இதுபோன்ற படையல்கள் தேவையுமில்லை. அவர்கள் போய்விட்டார்கள். அவர்கள் காலம் சென்றவர்கள். இந்தக் கிரியைகள் உங்களுக்காகத்தான் நீங்கள் செய்கிறீர்கள். வாழ்பவர்களுக்குதான் இந்தக் கிரியைகள்."

ஆம், இந்தக் கிரியைகள் வாழ்பவர்களுக்காகத்தான். 'போனால் போகட்டும் விடு' என்று சமாதானப் படுத்திக்கொள்வதற்காகத்தான். நம் அன்புக்குரியவர்களின் பிரிவை எண்ணி நிலைகுலையாமல், வாழ்க்கையின் போக்கில் நாம் நிறைவேற்ற வேண்டியவை குறித்து கவனம் செலுத்துவோமானால், மற்ற இடர்கள் நம்மை பாதிக்காமல், அவற்றை எளிதாகக் கடந்து செல்லலாம்.

உங்கள் பங்காளி உங்களை ஏமாற்றிவிட்டானா? போகட்டும் என்று விட்டுவிட்டு உங்கள் அடுத்த நடவடிக்கையில் கவனம் செலுத்துங்கள். முடிந்தால் அதைக் கொண்டாடுங்கள். உங்களைச் சுற்றியுள்ளவர்களுக்கு ஒரு விருந்து வைத்து மகிழுங்கள். இங்கு உங்கள் இருப்பு, உங்கள் சுயம், உங்கள் வெற்றிதான் முக்கியம். இது உங்களுடைய வாழ்க்கை. ஒரே ஒரு வாழ்க்கை. உங்களை வஞ்சித்தவர்களையும், உங்கள் மதிப்பை, அன்பை உணராதவர்களையும் அலட்சியப்படுத்துங்கள். மனதிலிருந்து அகற்றிவிடுங்கள். உங்களுக்கு நீங்கள் தேவை, சரிதானே?

உச்சபட்ச சுயகௌரவம் தேவை. நீங்கள்தான் சிறந்தவர், என்று மனதுக்குள் சொல்லிக்கொள்ளுங்கள். அதை மனதார உணருங்கள். நீங்கள் ஓர் அசுரன்.

பதவி உயர்வு கிடைக்கவில்லையா? வேலை போய்விட்டதா? மிக நல்லது. அதற்குக் கிரியை நடத்துங்கள். நண்பர்களுக்கு விருந்தளியுங்கள். கொண்டாடுங்கள். ஒரு அத்தியாயம் முடிந்து, மற்றொரு அத்தியாயம் தொடங்குகிறது. இனி என்றும் குதூகலம்தான், மகிழ்ச்சிதான், ஆனந்தம்தான்! நடந்ததை எண்ணி வருத்தம் எதற்கு? நீங்கள் அசுரர். வாழ்க்கையில் இனி எல்லா நன்மைகளும் பெற உங்களுக்குத் தகுதி உண்டு.

ஏதேனும் சரிவோ, நஷ்டமோ, பிரிவோ ஏற்படும் சூழ்நிலைகளில், அவற்றுக்குக்கிரியைகள் செய்து,கொண்டாடுங்கள்.மேன்மையுடன் விடை கொடுங்கள்.கிரியைகள் ஆரம்பிக்கும்போது தேவைப்பட்டால் அழுதுவிடுங்கள். ஆனால் கிரியைகள் முடியும்போது ஆர்ப்பரித்துச் சிரியுங்கள்: அது அசுரச் சிரிப்பாக இருக்கவேண்டும். மனம் விட்டு அட்டகாசமாகச் சிரிக்க வேண்டும்.

நம்முள் கிளர்ந்தெழும் ராவணனை இன்னும் பல்லாயிரம் ஆண்டுகள் யாரும் அசைக்க முடியாது. தடுத்து நிறுத்த முடியாது. ஆடுங்கள், பாடுங்கள், கொண்டாடுங்கள், ஆனந்தமடையுங்கள். வாழ்க்கை ஒரு முறைதான். அது இதுதான், இதுதான், இதுதான்!

இப்போது, வாழ்க்கைக்குத் தேவையான அசுர நெறிமுறைகள் என்னவென்பதைத் தொகுத்துத் தொடுத்துப் பார்ப்போம். இந்த நெறிமுறைகளை நான் வடிவமைக்கவில்லை. சார்வகா போன்ற முனிவர்களால் வடிவமைக்கப்பட்டது. இவற்றை வெகு காலத்திற்கு முன்னரே நெறிப்படுத்தித் தொகுத்து வைத்திருந்தார்கள்.

நெறிமுறைகளுக்கான அசுரர்களின் குறியீடு மற்றும் அவர்களின் வாழ்க்கை முறை குறித்த ஒரு கண்ணோட்டம்

அசுரப் பாதை, பேரின்பத்திற்கான பாதை. வாழ்க்கையைக் கொண்டாடுவதே அதன் சிறப்பு. இன்பம், துன்பம், அழகு, அழகற்றது, நன்மை, தீமை போன்ற அனைத்தையும் சமமாக பாவித்து, ஏற்று, ஒவ்வொரு நிமிடத்தையும் கொண்டாடுவதுதான் அசுரவழியின் அணுகுமுறை. இன்று, இப்போது, இங்கே என்று உள்ளது உள்ளபடி நம்பிக்கை கொண்டு செயல்படுவதே அசுரவழி.

அனைத்திலும் மோகம், எப்போதும் உயிர்ப்பு என்பதுதான் பேராற்றல் கொண்ட வாழ்க்கையின் கிரியா ஊக்கி. இதை யாரும் தவிர்க்க முடியாது. இதுவும், பொருள் சார்ந்த, மனநிறைவு சார்ந்த சாதனைகளைப் படைக்க வழி காட்டும் ஒரு ஆன்மீகப் பாதைதான். இந்த ஆன்மீகப் பாதை வாழ்க்கையின் எழிலையும், ஆனந்தத்தையும் கொண்டாடுவதற்காக போடப்பட்ட ராஜபாட்டை.

இன்பத்தையும் துன்பத்தையும் மறுத்தல்

உலகிலேயே, நம் புராணங்கள்தான் பொருள்சார்ந்த, லட்சிய வேட்கை சார்ந்த விஷயங்களை வலியுறுத்திப் படைக்கப்பட்ட தலைசிறந்த இலக்கியங்கள். காலம் செல்லச் செல்ல, பலர், அவரவர்கள் கருத்துகளைத் திணித்து, அவர்களுடைய மலிவான கோட்பாடுகளைப் பிரகடனப்படுத்தும் நோக்கத்துடன், இந்தியப் பண்பாடு ஒட்டுமொத்தமாக ஆன்மீகம் சார்ந்தது என்று முத்திரையிட்டு, அதன் பொருள்சார்ந்த வாழ்க்கைமுறைக்கான உயரிய வெளிப்பாடுகளை திரையிட்டு மறைக்க பெரிதும் பிரயத்தனப்பட்டார்கள்.

புத்தர், மஹாவீர், மற்றும் ஆதிசங்கரர் போன்றோரின் உயரிய கருத்துகளிலிருந்து தமக்குத் தோதாக சிலவற்றை மாற்றி வடிவமைத்து, அவற்றை உதாரணமாகக் காட்டி, இந்தியப் பண்பாடு, முழுவதுமாக ஆன்மீகம் சார்ந்தது என்று பிரச்சாரம் செய்தார்கள். நமது காவியங்களின் உண்மையான மூலப்படிவங்களை வாசிக்கும்போது, இந்தியப் புராணங்களின் மேன்மையைச் சிதைக்கும் நோக்கத்தில் இது போன்றோர் முனைந்தது தெள்ளத் தெளிவாகப் புரிகிறது. காமசூத்திரத்தைப் படைத்த நமது பண்பாட்டு நாகரிகம், லக்ஷ்மிதேவியை செல்வத்துக்கான கடவுளாகப் போற்றி வணங்கிய நமது பண்பாட்டு நாகரிகம், செய்யுள், கவிதை, உயரிய கலைகள் போன்ற ஈடு இணையற்ற பொக்கிஷங்களைப் படைத்த நமது பண்பாட்டு நாகரிகம், வெறும் ஆன்மீகம் சார்ந்ததாக ஒருக்காலும் சித்தரிக்கப்பட முடியாது என்பது தெள்ளத் தெளிவாகப் புரிகிறதல்லவா!

இந்தியா என்பது மொத்தமாகப் பண்பாட்டு நாகரிகங்களை செவ்வனே செதுக்கி, பின்பற்றிய ஒரு பாரம்பரியப் பெருமைகள் கொண்ட நாடு. ஆன்மீகம், இதில் ஒரு பகுதிதான். பாரத தேசத்தில் தொன்று தொட்டு வழங்கி வரும் கணக்கிலடங்காத, உன்னதமான கருத்துகளும், சிந்தனைகளும் அடங்கிய மாபெரும் காப்பியங்கள் மற்றும் காவியங்களின் ஒரு சிறு பகுதிதான் உபநிஷதங்கள் மற்றும் அதன் சார்பான இலக்கியப் படைப்புகள் என்றால் அது மிகையாகாது. இயற்கையில் இவையனைத்தும்

பிரம்மத்தைச் சார்ந்தவை. (இதற்கும் பிராமண இனத்திற்கும் எந்தவிதமான சம்பந்தமும் இல்லை. இது பிரம்மம் எனும் உன்னதக் கோட்பாட்டை வலியுறுத்துகிறது) இவை பிரம்மத்தை நாடித் துறவறம் மேற்கொள்வோருக்கு ஒரு வழிகாட்டியாகக் கருதப்படுகிறது. இவை நம்மைப் போன்ற சாதாரண மக்களுக்கானது அல்ல. இந்திய தேசத்தின் பண்டைக்கால வாழ்க்கை முறை எவ்வளவு இனிமையாகவும், நெறிமுறைகள் கொண்டதாகவும், மேன்மையாகவும் இருந்தது என்பதை, நம் புராதன இலக்கியங்களையும், புராண, இதிகாசங்களையும் படித்தால் அறிந்துகொள்ள முடியும். நமது பண்டைக்கால நாடோடிக்கதைகள், பஞ்சதந்திரக் கதைகள், ஜாதகா கதைகள், கதாசரித்சாகரம், சிலப்பதிகாரம் உள்ளடங்கிய ஏராளமான கதைகளையும், காவியங்களையும் படித்துப்பாருங்கள்.

மாயை என்றால் என்ன, மூடநம்பிக்கை என்றால் என்ன என்பதை உணர்ந்து, அதற்கும் யதார்த்த வாழ்க்கைக்கும் உள்ள வித்தியாசத்தைத் தெளிவாக அறிந்துகொண்டு அனைத்தும் துறந்த ஒரு சந்நியாசியாகப்பட்டவன், ஒரு செல்வம் மிகுந்த குடும்பஸ்தனாக மாறிய கதையை இந்த அத்தியாயத்தின் முற்பகுதியில் கேட்டு, கடந்து வந்தோம். மோகத்தின் பிடியில் சிக்கிய கடவுள் அவதாரங்கள் என்ன செய்தன? அவையும் பொருள் சார்ந்த விஷயங்களில் ஈடுபாடு கொண்டிருந்தனவா?

திருப்பதி பாலாஜி கோவிலின் கதை, இது பற்றிய ஒரு தெளிவைத் தரும்.

திருப்பதி மரபுக் கதை

எல்லை மீறிய, அளவுக்கு மிஞ்சிய, சற்றும் ஏற்க முடியாத, சகிக்க முடியாத கோபாவேசத்துக்குப் பெயர் போனவர் பிருகு முனிவர். இவர் ஒரு சமயம் மஹாவிஷ்ணுவை தரிசிக்கச் சென்றார். குரோதம், ஆணவம் போன்ற உணர்வுகளை வெல்ல முடியாத இவர், ஒரு மஹாமுனியாகக் கருதப்பட்டார். சொல்லப்போனால்,

இன்பத்தையும் துன்பத்தையும் மறுத்தல்

இவர் நம்மைப் போன்று சாதாரண மனிதர்தான். ஆனால் அதைப்பற்றிய குற்றவுணர்வு அவருக்குச் சிறிதும் கிடையாது. நம் புராணங்களில் எத்தனையோ முனிவர்கள், உப்புப்பெறாத, அற்ப விஷயங்களுக்காகக் கோபத்தின் உச்சிக்குச் சென்று பலருக்கு சாபமிட்டிருக்கிறார்கள். இதற்கு துர்வாசர் மற்றொரு சான்று.

பிருகு முனிவர், பிரம்மதேவனையும், பரமசிவனையும் பார்த்துவிட்டு, மஹாவிஷ்ணுவைப் பார்க்க வைகுந்தத்துக்கு வருகை புரிந்தார். பிருகு முனிவருக்கு அவருடைய பாதத்தின் அடியில் மற்றொரு கண் உண்டு. அவர் ஏற்கனவே பிரம்மாவும், பரமசிவனும் தனக்கு முறையாக மதிப்பு தரவில்லை என்று அவர்களைச் சபித்துவிட்டு வந்திருந்தார்.

வைகுந்தத்துக்கு வந்தவரை, காவலாளிகள் தடுத்து நிறுத்தினர். மஹாவிஷ்ணு, தன் மனைவியான மஹாலக்ஷ்மியுடன் பள்ளியறையில் இருப்பதாகத் தெரிவித்தனர். அத்து மீறி உள்ளே நுழைந்த பிருகு முனிவர், மஹாவிஷ்ணு, லக்ஷ்மிதேவியின் மடியில் தலைவைத்துப் படுத்து சயனித்திருந்தார். பிருகு முனிவரால் கோபத்தை அடக்க முடியவில்லை. மஹாவிஷ்ணுவின் நெஞ்சில் ஓங்கி உதைத்தார். தன் வருகை குறித்து எவரும் அறியவில்லை என்பதை அவரால் ஏற்க முடியவில்லை. காக்கும் கடவுளான மஹாவிஷ்ணு சுதாரித்து எழுந்தார். தன் மார்பில் உதைத்தது பிருகு முனிவர் என்று அறிந்ததும், அதை சகஜமாக எடுத்துக்கொண்டு அவரைப் பார்த்துப் புன்னகை புரிந்தார்.

பிருகு முனிவரைப் போன்ற ஒரு மஹா முனிவரை, போதிய மரியாதை, உபச்சாரங்களுடன் வரவேற்கவில்லை என்று அவரிடம் மனப்பூர்வமாக மன்னிப்பு கேட்டார், மஹாவிஷ்ணு. அவர் கோபத்தைத் தணிப்பதற்காக, அவருடைய கால்களைப் பிடித்துவிட்டார். பிருகு முனிவர் சற்றே சாந்தமாகி, மூன்று உச்ச தெய்வங்களில், அதாவது மும்மூர்த்திகளில், விஷ்ணுதான் போற்றத்தக்கவர் என்று தெரிவித்தார். என்னதான் இருந்தாலும், பிருகு முனிவர் நடந்து கொண்ட விதத்தை, தன் கணவராகிய

மஹாவிஷ்ணு சற்றும் பொருட்படுத்தாமல், அமைதியுடன், பெருந்தன்மையுடன் புன்னகைத்து, அவரை சாந்தப்படுத்த முனைந்ததை லக்ஷ்மிதேவியால் ஏற்க முடியவில்லை. அவள் உடனே, விஷ்ணுவையும் வைகுந்தத்தையும் விட்டு பூமியில் அவதரித்தாள்.

ஒரு குளத்தில், தாமரை மலரில், குழந்தையாக வீற்றிருந்த மஹாலக்ஷ்மியைக் கண்டெடுத்தான், ஆகாச ராஜா என்கிற சோழ மன்னன். அந்தக் குழந்தைக்கு பத்மாவதி என்று பெயரிட்டான். அந்தக் குழந்தை, அதன் அவதாரத்துக்கேற்ற தெய்வீக அழகுடன், பேரெழிலுடன் வளர்ந்து, வளைய வந்தது. இந்நிலையில், மஹாவிஷ்ணுவாகப்பட்டவர், தன் பத்தினியாகிய மஹாலக்ஷ்மியைத் தேடி பூலோகத்திற்கு வந்தார். திருமலையில், வகுளதேவி எனும் ஒரு பெண் துறவிக்கு மகனாக அவதரித்தார். அவர், ஸ்ரீநிவாசன் என்று பெயரிடப்பட்டார். ஒரு வனத்தில் வேட்டைக்காகச் சென்றபோது பத்மாவதியைக் கண்டு காதலில் விழுந்தார். அது ஒரு தெய்வீகக் காதல். இந்தக் காதல் கதையில், பரமசிவன், பார்வதி, விநாயகர் மற்றும் இதர கடவுள்கள், தங்களால் இயன்றதைச் செய்ய, பூமிக்கு இறங்கி வந்தனர்.

இது, மிகப்பெரியதொரு கதை. இங்கே அதைச் சுருக்கமாகச் சொல்வதானால், தன் மகள் பத்மாவதியை, ஸ்ரீநிவாசனுக்குத் திருமணம் செய்து வைக்கும்படி அசோகராஜா கேட்டுக்கொள்ளப்பட்டான். அவன் ஒரு நிபந்தனை விதித்தான். ஸ்ரீநிவாசன் ஒரு ஏழைப் பெண்ணின் மைந்தன். ஆனால், பத்மாவதி, சோழ நாட்டை ஆளும் சக்ரவர்த்தியின் ஸ்வீகார மகள். ஸ்ரீநிவாசன், தன் மகளுக்கு ஏற்றவன்தானா என்பதை அறிய, அவனுடைய மதிப்பையும், தகுதியையும், செல்வாக்கையும், சுயகௌரவத்தையும் நிரூபிக்கச் சொன்னான். அதாவது திருமணச் செலவு மொத்தத்தையும் ஸ்ரீநிவாசனே ஏற்க வேண்டும் என்று திட்டவட்டமாகக் கூறிவிட்டான். ஸ்ரீநிவாசனுக்கு இந்த நிபந்தனை பெரும் சவாலாக அமைந்தது.

அவன் மஹாவிஷ்ணுவின் அவதாரமாக இருந்தாலும், லக்ஷ்மிதேவியின் அருகாமை இல்லாவிட்டால், அவன் ஏழைதானே! பூமியின் மிகப்பெரிய செல்வந்தனான குபேரனின் உதவியை நாட முடிவு செய்தான், ஸ்ரீநிவாசன். குபேரன், யட்சர்களின் அரசன். தேவர்கள், அசுரர்கள், கந்தர்வர்கள், கின்னரர்கள், யட்சர்கள், தனவர்கள், மற்றும் மனிதகுலத்தினர் போன்ற அனைவரும் தங்கள் செல்வத்தை அவனிடம் இருப்பில் வைத்திருந்தனர். இவர்களில் சிலர், அவனிடம் கடன் பட்டிருந்தனர். குபேரன், அனைவருக்கும் பொருளுதவி அளிக்கச்சித்தமாக இருந்தாலும், அதிக வட்டி வசூலித்தான். ஆனால் ஸ்ரீநிவாசனுக்கு வேறு வழி தெரியவில்லை.

குபேரனின் மாளிகையைச் சென்றடைந்த ஸ்ரீநிவாசனை வரவேற்று உபசரித்தான், யட்சராஜனாகிய குபேரன். சிவனும் பிரம்மனும் ஸ்ரீநிவாசனுடன் சென்றிருந்தனர். தன்னால் முடிந்த அளவுக்குக் கலகம் செய்ய இதுவே சரியான தருணம் என்று நாரதரும் அவர்களுடன் சென்றிருந்தார். குபேரன் பெரிய செல்வந்தனாக இருந்தாலும், வியாபாரக் கணக்குப் போட்டான். லக்ஷ்மியாகிய பத்மாவதியை ஸ்ரீநிவாசன் மணந்தால் அவன் மேலும் செல்வந்தனாக முடியுமே!

கடன் தொகையைத் தர ஒப்புக்கொள்வதற்கு சிலபல நியமங்கள் உள்ளதாகத் தெரிவித்தான், குபேரன். என்னதான் சிவனும் பிரம்மனும் ஸ்ரீநிவாசனுக்காக உத்தரவாதம் தரத் தயாராக இருந்தாலும், கடன் தொகையை தரச் சம்மதிப்பதற்கு முன், தனக்குச் சில முக்கியமான விவரங்கள் தேவைப்படுவதாகச் சொன்ன குபேரன், திருமணத்திற்கு வருகை தரவிருப்பவர்களின் பட்டியலைக்கேட்டான். ஸ்ரீநிவாசன் விருந்தாளிகளின் பெயர்களைச் சொல்லச் சொல்ல, குபேரன் அவற்றைக் குறித்துக்கொண்டான்.

"குபேரா! மொத்தம் முப்பத்துமூன்று கோடி தேவர்கள் உள்ளனர். அவர்கள் அனைவரையும் நான் அழைத்தாக வேண்டும்," என்று ஸ்ரீநிவாசன் சொல்ல, குபேரன் எழுதிக்கொண்டான்.

"பலி மற்றும் பிரகலாதன் ஆகிய அசுரர்களை நான் அழைத்தாக வேண்டும். அவர்கள் எனக்கு நெருக்கமானவர்கள். அவர்களுடன் லட்சக்கணக்கான அசுரர்கள் வருவார்கள்," என்று சொல்ல, அதையும் குறித்துக்கொண்டான், குபேரன்.

"தேவர்களுக்கு எதிரிகளான ஏனைய அசுரர்களையும் அழைக்க வேண்டும். திருமண வைபவத்தில் இது போன்ற முரண்பாடுகளை மறந்து, அனைவரையும் ஒருங்கிணைக்க வேண்டும். அவர்களுக்குள் எந்த சச்சரவும் இல்லாமல் நான் பார்த்துக்கொள்கிறேன்," என்றார் பரமசிவன்.

நாரதர் தன் பங்குக்கு இடையில் புகுந்தார். "என் தேவனே, நீங்கள் மஹாவிஷ்ணுவின் அவதாரம் என்பது வெட்ட வெளிச்சம். தங்களுடைய கோடிக்கணக்கான பக்தர்கள் தங்கள் திருமணத்திற்கு வர ஆசைப்படுவார்களல்லவா? அவர்களைத் தவிர்ப்பது முறையல்ல," என்றார். அவர்களையும் பட்டியலில் சேர்த்துக்கொள்ளுமாறு ஸ்ரீநிவாசன் கூறினார்.

"பிரம்மா, சரஸ்வதி..." என்று இழுத்தார், நாரதர். "அவர்களையும் சேர்த்துவிட்டேன்," என்றான், குபேரன்.

நாரதர் ஒரு புன்னகையுடன் சொன்னார்: "ஸ்ரீநிவாசனின் பக்தர்களை அழைக்கும்போது பரமசிவனின் பக்தர்களையும் அழைப்பதுதானே, முறை? மணப்பெண்ணின் சகோதரனாகிய பரமசிவனின் பக்தர்களும் வந்தால்தானே, பெண் வீட்டாருக்கு ஒரு கௌரவமாக இருக்கும்!"

அவர்களையும் பட்டியலில் சேர்த்தான், குபேரன்.

"ஆஹ், மறந்துவிட்டேன், பரமசிவனின் அனைத்து பூதகணங்களையும் சேர்த்திடுங்கள்," என்றார், நாரதர். குபேரன் ஸ்ரீநிவாசனைக் கேள்விக்குறியுடன் நோக்கினான். ஸ்ரீநிவாசன் ஆமோதிப்புடன் புன்னகைத்தார்.

நாரத முனிவர் அதோடு விடவில்லை. "மனதுக்கு மகிழ்ச்சி தரும் கேளிக்கைகள், மிக அவசியமல்லவா? நடனம், இசை போன்ற

பொழுதுபோக்கு அம்சங்களுக்கான செலவு வேறு இருக்கிறது. அதோடு, அசுரர்களுக்கும், சிவபெருமானுடைய பூதகணங்களுக்கும் சோமபானம் தேவைப்படும்," என்றார்.

குபேரன், ஸ்ரீநிவாசனின் அனுமதிக்காகக் காத்திருந்தார். அவரோ, செய்வதறியாது திகைத்துப் போயிருந்தார். பரமசிவன் இதை உடனே ஆர்வத்துடன் ஆமோதித்தார்.

இதுவரை அமைதியாக எல்லாவற்றையும் கவனித்துக்கொண்டிருந்த பிரம்மதேவன், "இந்த உலகத்து ஜீவராசிகள் அனைத்தையும் நான்தான் படைத்தேன். நான் எல்லோருக்கும் தகப்பன் ஸ்தானம். உலகத்து ஜீவராசிகள் அனைத்தும் இந்தத் திருமணத்தில் கலந்துகொள்ள வேண்டும். அவர்களையும் பட்டியலில் சேருங்கள்," என்றார்.

என்னடா இது, விஷயம் கை மீறிப் போய்க்கொண்டிருக்கிறதே என்ற கவலையுடன் தன் சக மூர்த்திகளைப் பார்த்தார், ஸ்ரீநிவாசன். பத்மாவதி இதையெல்லாம் அங்கீகரிப்பாளா என்று தெரியவில்லையே! சுற்றியுள்ளவர்கள் போடும் திட்டங்களும், நீண்டு கொண்டே போகும் பட்டியலும் அவரை பயமுறுத்தின. இவற்றையெல்லாம் ஈடுகட்ட, தான் மணக்கப்போகும் லக்ஷ்மி அவதாரமான பத்மாவதியைத்தான் நம்பியிருந்தார். குபேரன், பட்டியலையும் திட்டங்களையும் ஆராய்ந்து கணக்குப்போட்டான். அதை மீண்டும் சரிபார்த்தான். சில நிமிடங்கள் கழித்து, திருமணத்திற்காகச் செய்ய வேண்டிய செலவின் மொத்தத் தொகையைச் சொன்னான். ஸ்ரீநிவாசன், பரமசிவனின் கைகளைப் பிடித்துக்கொண்டார். அவர் தலை சுழன்றது.

"செலவுத் தொகைக்கான மதிப்பீடு அதிகமாக இருப்பதாக உங்களுக்குப் பட்டால்..." என்று குபேரன் சொல்லி முடிக்கும் முன், நாரதர் இடைமறித்தார். "அதெல்லாம் ஒன்றும் இல்லை. அவர் மஹாவிஷ்ணுவின் அவதாரம். திருமணம் விமரிசையாக நடைபெற்றாக வேண்டும்," என்றார்.

"ஆமாம். எந்தக்குறையும் எப்படிப்பட்ட சலுகையும் தேவையில்லை. உங்கள் வரைமுறைகளைச் சொல்லுங்கள்," என்று குபேரனைப் பார்த்துச் சொன்னார், ஸ்ரீநிவாசன்.

"உங்களிடம் எதுவும் கேட்க மாட்டேன். ஆனால் நீங்கள் சொல்வதால் என் சட்டதிட்டங்களைச் சொல்கிறேன். இப்போது என்னிடமிருந்து பணத்தை, எப்படிப்பட்ட ஒரு மகிழ்ச்சியான மனநிலையில் பெறுகிறீர்களோ, அதே மகிழ்ச்சியான மனநிலையில் பணத்தைத் திரும்பக் கொடுக்கவேண்டும். இதுதான் என்னுடைய நிபந்தனை," என்றான், குபேரன்.

"அது சாத்தியமில்லை என்பதை நீ அறிவாய், குபேரா. பணத்தைப் பெறும்போது உள்ள மகிழ்ச்சி, திரும்பக் கொடுக்கும்போதும் இருக்கவேண்டும் என்பது நடைமுறைக்கு ஒத்து வராது. உன்னுடைய வட்டி விகிதத்தைச் சொல்," என்றார், ஸ்ரீநிவாசன்.

வட்டி விகித விவரத்தை, ஸ்ரீநிவாசனின் காதுகளில் சொன்னார், குபேரன்.

மறுவார்த்தை ஏதும் இன்றி, பணத்தைப் பெற்றுக் கொண்டு, குபேரனின் மாளிகையை விட்டு வெளியேறினார், ஸ்ரீநிவாசன்.

பதிநான்கு லோகத்திலிருந்து அனைவரும் வருகை புரிந்திருக்க, கல்யாணம் வெகு விமரிசையாக நடந்தேறியது. தன் மகளைத் திருமணம் செய்து கொள்ள ஸ்ரீநிவாசன் செய்திருந்த ஏற்பாடுகளைக் கண்டு சோழ மன்னன் அளவற்ற திருப்தியடைந்தான்.

திருமணத்திற்கு வருகை தந்த அனைவரும் விடை பெற்றுக்கொண்டு சென்ற பிறகு, பத்மாவதியிடம் நடந்ததைச் சொன்னார், ஸ்ரீநிவாசன். அதற்கு பத்மாவதி, திருமணத்திற்காகக் கடன் வாங்கி அத்தனை செலவு செய்ததில் தனக்குச் சிறிதும் உடன்பாடில்லை என்று கூறிவிட்டாள். மிக எளிமையாகத் திருமணம் நடந்திருக்கலாம் என்று கருத்து தெரிவித்தாள். தான், செல்வத்துக்குக் கடவுளான லக்ஷ்மிதேவியின் அவதாரமாக

இருந்தாலும் அது, மற்றவர்களுக்குத்தானே தவிர, தன் கணவனுக்காக அல்ல, என்ன இருந்தாலும், தான் அவருடைய பத்தினி. ஆகவே, மனைவியுடைய செல்வத்திலிருந்து எடுத்து கடனை அடைப்பது அவருடைய கௌரவத்துக்கு இழுக்கு என்றும், அது கேலிக்கும் நகைப்புக்கும் இடமாகும் என்றும் திட்டவட்டமாகச் சொன்னாள்.

அசந்து போனார், ஸ்ரீநிவாசன். அடடா, குபேரனுக்கு வாக்கு கொடுத்துவிட்டோமே, என்று உள்ளுக்குள் குமைந்தார்.

தன் மைத்துனரும், சிநேகிதருமான, பரமசிவனிடம் உதவி கேட்டார். ஏதோ பெரிய ஹாஸ்யத்தைக் கேட்டது போல் பெருங்குரலெடுத்துச் சிரித்தார், பரமசிவன். சிரிப்புக்கிடையே சொன்னார்: "நான் ஒரு யாசகன். புலித்தோலை அடையாக அணிபவன். பாம்புகளே என் ஆபரணங்கள். சுடுகாட்டில், மண்டையோடு மாலை அணிந்துத் திரிபவன். என்னிடம் பொருளுதவி கேட்டு வந்தால், நான் என்னவென்று சொல்வேன்? உன் நகைச்சுவை உணர்வுக்கு அளவே இல்லையா? உனக்கு விருப்பமென்றால், கைலாயத்தில் சிலகாலம் அமைதியாக ஓய்வெடுத்துக்கொள். குபேரன் உன்னை அணுக மாட்டான்."

ஸ்ரீநிவாசன் அங்கிருந்து புறப்பட்டு பிரம்மதேவனின் இருப்பிடத்துக்குச் சென்றார். பிரம்மதேவன் தியானத்தில் இருப்பதாக சரஸ்வதி தேவி சொன்னாள். தான் காத்திருப்பதாக ஸ்ரீநிவாசன் சொன்னதும், பிரம்மதேவன் தன் தியானத்திலிருந்து அடுத்த கல்ப காலத்தில்தான் விழித்தெழுவார் என்று கூறினாள். அடுத்த கல்பம் என்பது பல லட்சக்கணக்கான பூமி ஆண்டுகள் கழித்துதான் வரும்.

கனத்த இதயத்துடன், செய்வதறியாது திகைத்து, சிறிது யோசனைக்குப் பிறகு, குபேரனையே சந்தித்து வேண்டுகோள் வைக்கலாம் என்று நினைத்து, புறப்பட்டு, குபேரனின் மாளிகையைச் சென்றடைந்தார். காக்கும் கடவுளாகிய நானே

கொடுத்த வாக்கைக் காப்பாற்றவில்லை என்றால் உலகமே ஸ்தம்பித்துப்போகுமே, என்று நினைத்தபடி அழகாபுரியைச் சென்றடைந்தார். குபேரனின் மாளிகை வாசலை அடைந்தபோது, பழக்கமான குரல் "நாராயணா, நாராயணா,' என்று ஒலிக்க, திரும்பிப்பார்த்தார். அங்கே உதட்டில் சிறுபுன்னகையுடன் நாரத மகரிஷி நின்று கொண்டிருந்தார்.

அவரைக்கண்டதும் ஸ்ரீநிவாசனின் முதுகுத்தண்டிலிருந்து ஆத்திரம் அலைஅலையாய்ப் பொங்கியது. இந்த நாரதனால்தானே என் திருமணத்துக்காக அத்தனை செலவு செய்ய வேண்டியதாயிற்று! பேராசை கொண்ட குபேரனிடம் அதிக வட்டிக்குக் கடன் பட வேண்டியதாயிற்று! என்ன நெஞ்சழுத்தம்! என் வழியில் நின்று சிரித்துக்கொண்டிருக்கிறானே!

நாரதர் ஸ்ரீநிவாசனைப் பார்த்து வெகுளித்தனமாகக் கேட்டார்: "குபேரனிடம் முதல் தவணையைச் செலுத்த வந்திருக்கிறீர்களா?" ஒரு கணம், தன் சுதர்சன சக்கரத்தை எய்து, இந்தப் பிரக்ருதியைத் தாக்கிவிடலாமா, என்று நினைத்து, பின் அந்த யோசனையைக் கைவிட்டார், ஸ்ரீநிவாசன். நாரதர் அவருடைய நெருங்கிய சிநேகிதர் மட்டுமல்ல, பரம பக்தரும் கூட. அவரைக் காயப்படுத்த ஸ்ரீநிவாசன் விரும்பவில்லை. ஆனால், நாரதர் தொடர்ந்து நையாண்டி செய்தால், தான் எப்படி எதிர்கொள்ளப்போகிறோம் என்று தெரியாமல் குழம்பினார்.

"நாராயணா, உங்களிடம் பொக்கிஷம் இருக்கும்போது நீங்கள் கவலைப்படவேண்டிய அவசியம் இல்லையே," என்றார். ஸ்ரீநிவாசனின் முகம் இருண்டது. "லக்ஷ்மி பணம் தர மறுத்து விட்டாள். நான் பட்ட கடனுக்கு, தான் பொறுப்பேற்க முடியாது என்று கூறிவிட்டாள்," என்று பதிலளித்தார், ஸ்ரீநிவாசன்.

"நான் பொக்கிஷம் என்று குறிப்பிட்டது, அன்னை மஹாலக்ஷ்மியை அல்ல, உங்கள் பக்தர்களை," என்றார் நாரதர்.

உடனே நாரதரின் கைகளைப் பற்றிக்கொண்டார், ஸ்ரீநிவாசன். "நல்லவேளை, நீ வந்தாய், நல்ல வார்த்தை சொன்னாய். எங்கே வைத்திருக்கிறாய், அத்தனை பணத்தை?" என்று ஆவலுடன் கேட்டார்.

நாரதர், தன் கைகளை விடுவித்துக்கொண்டார். "நான் ஒரு சந்நியாசி. எனக்குப் பணத்தேவையெல்லாம் கிடையாது. இந்த வீணையைத் தவிர வேறொன்றும் என்னிடத்தில் இல்லை. ஆனால், கோடிக்கணக்கான உங்களுடைய பக்தர்கள் லக்ஷ்மிதேவியின் அருளை நாடிக் காத்திருக்கிறார்கள். தங்களிடம் பிரார்த்தனை செய்து கொண்டு அவர்கள் காணிக்கை செலுத்தினால், அதை இரண்டு மடங்காக்கித் திரும்பத் தருவாள், பத்மாவதி. அவர்களுக்குக் கிடைத்ததை உங்களுடன் பகிர வருவார்கள், உங்கள் பக்தர்கள். இப்படியாக, அவர்களுக்கு இரட்டிப்பாகக் கிடைக்கக் கிடைக்க, அவர்களும் உங்கள் பங்கைச் செலுத்திக் கொண்டே இருப்பார்கள். உங்களுடைய பெட்டகம் நிரம்பிக்கொண்டே இருக்கும். கடனைத் திரும்ப அடைப்பதைப் பற்றிய கவலை உங்களுக்கு இனிமேல் இல்லை," என்றார், நாரத மகரிஷி.

ஸ்ரீநிவாசனின் முகம் மலர்ந்தது. "முத்தான யோசனை சொன்னாய், நாரதா," என்று அவரைத் தழுவிக்கொண்டார். "தங்கள் சித்தம், என் பாக்கியம்," என்றார், நாரதர்.

"இந்த யோசனையை பிரம்மனுடனும் சிவனுடனும் கலந்தாலோசித்துத்த பிறகுதானே என்னிடம் கூறுகிறாய்?" என்று ஸ்ரீநிவாசன் கேட்க, இது லக்ஷ்மிதேவிக்கும் தெரியும், என்று சொல்லி புன்னகைத்தார், நாரத மகரிஷி.

திருப்பதி கோவிலுக்குச் சென்று வழிபடும் பக்தர்கள், தாம் ஸ்ரீநிவாசனின் கடனை அடைப்பதற்காக உதவுகிறோம், என்ற நம்பிக்கையுடன் உண்டியலில் காணிக்கை செலுத்துகிறார்கள். லக்ஷ்மிதேவியும் அவர்கள் செலுத்தும் பணத்தின் மதிப்பைவிட

இரண்டு மடங்காக அவர்களுக்குத் திரும்பக் கொடுப்பதாக ஐதீகம். பெரும் செல்வந்தர்கள் கோடிக்கணக்கில் காணிக்கை செலுத்துகிறார்கள். அவர்களுக்கு லக்ஷ்மிதேவி இரண்டு மடங்காகத் திரும்பக்கொடுக்கிறாள் போலும், ஏனென்றால், திருப்பதி உண்டியல் வருமானம், நாளுக்கு நாள் பெருகிக்கொண்டே இருக்கிறது என்பது ஆதாரபூர்வமான உண்மை. இங்கு வரும் பக்தர்கள் உங்களையும் என்னையும் போலத்தான், திருமணச் செலவுகள், கடனைத் திரும்பச் செலுத்துதல், மானப் பிரச்சினை, மற்றும் படாடோபமான வாழ்க்கைக்கான செலவுகளுக்காக நிறைய செல்வம் வேண்டி பிரார்த்தனை செய்பவர்கள்தான். திருப்பதி கோவிலுக்குச் செல்லும் பெரும்பாலான பக்தர்கள், செல்வமும் செழிப்பும் கிடைக்க வேண்டிக்கொண்டுதான் செல்கிறார்கள் என்பது மறுக்க முடியாத உண்மை.

பொதுவாக, கோவிலுக்குச் செல்பவர்களில் சிலர் தவிர மற்ற அனைவருமே, தம் வாழ்வில் பொருளாதார மேம்பாடு ஏற்பட வேண்டும், செல்வச் செழிப்பும், வசதி வாய்ப்புகளும் கிடைத்து, நிலைத்திட வேண்டும் என்றுதான் பிரார்த்தனை செய்து கொள்வார்கள். இது மிகவும் வழக்கமானதொரு வழிபாட்டு முறைதான். இதைத்தான் மோகம், அதாவது, ஈர்ப்பு, என்று சொல்கிறோம். இது போன்ற ஆசைகள், நியாயமானதுதானே!

இந்தக் கதையும் சபலத்தை மையமாகக் கொண்டதுதானே! தன் திருமணத்தை எளிமையக நடத்தி முடிக்கலாம் என்பது ஸ்ரீநிவாசனுக்குத் தெரியும். ஆனால், பத்மாவதியின் தந்தையாகிய சோழராஜனைத் திருப்தி படுத்துவதற்காக அதை ஆடம்பரமாக நடத்த வேண்டிய கட்டாயம் அவருக்கு ஏற்பட்டது.

அசுர வாழ்க்கையின் உதாரணமாகப் பார்க்க வேண்டும் என்றால், எத்தனை எத்தனை மதம் சார்ந்த மையங்களும் நிறுவனங்களும் ஸ்தாபிக்கப்பட்டு வெற்றிகரமாக இயங்குகின்றன, என்று பாருங்கள். தங்களை நாடி வரும் பக்தர்களை எளிமை வாழ்க்கை வாழச்சொல்லியும், ஆசைகளை விட்டொழிக்கச் சொல்லி

வலியுறுத்தியும் உபதேசம் செய்யும் இதன் ஸ்தாபகர்களும், ஆன்மீகத் தலைவர்களும், பெரிய பெரிய பங்களாக்களில் வசிப்பார்கள், விலையுயர்ந்த கார்களில் வலம் வருவார்கள். காணிக்கை செலுத்துமாறு வெட்கமோ, தயக்கமோ இன்றி கேட்பார்கள். சபல புத்தி படைத்த இவர்கள், மற்றவர்களுக்கு, சபலம் கூடாது என்று போதனை செய்வார்கள்.

பக்தர்கள் திருப்பதியில் ஸ்ரீநிவாசனுக்குக் காணிக்கை செலுத்துகிறார்கள். அப்படிச் செலுத்துவதால், லக்ஷ்மிதேவியின் அனுக்கிரகம் கிடைக்கிறது என்பது ஐதீகம். ஆக, அவர்கள் தங்களுக்குத் தேவையான செல்வ செழிப்பை நாடியே பிரார்த்தனை செய்கிறார்கள்.

ஸ்ரீநிவாசனும், பக்தர்கள் செலுத்தும் காணிக்கையைக் கொண்டு தான் குபேரனுக்குத் தரவேண்டிய கடனுக்கான வட்டியைச் செலுத்திக்கொண்டிருக்கிறார். இதுவும் ஆசையின் விளைவுதான்.

குபேரனைப் பாருங்கள். ஸ்ரீநிவாசனுக்குக் கடன் கொடுக்கும் அளவுக்கு செல்வந்தன். ஆயினும், அவரிடமிருந்து வட்டிப் பணத்தைத் தவணைமுறையில் பெற்றுக்கொண்டிருக்கிறார். செல்வம் குவிந்து கொண்டே இருக்கிறது. இதுவும் ஆசையின் விளைவுதான். பேராசை.

இயற்கையின் சிருஷ்டியிலேயே ஒன்றுக்கொன்று, அது தாவரங்களாகட்டும், பறவைகளாகட்டும், விலங்குகளாகட்டும், மனிதர்களாகட்டும், சபலத்தை அடிப்படையாகக் கொண்டே இயங்குகின்றன. ஒன்றில்லாமல் இன்னொன்றில்லை. இதுதான் உலக தத்துவம்.

சபலத்தைத் தூண்டும் மலராக இருங்கள். மலரை நாடும் வண்டாக இருங்கள். மகரந்தத்தையும் நறுமணத்தையும் ஜீவனையும் பரப்பிடுங்கள். உலகை வண்ணமயமாக்குங்கள். எதையும் கட்டுப்படுத்தாதீர்கள். மனம் போன போக்கில் வாழுங்கள். உங்கள் நீதியும் உங்கள் நியாயமும் உங்கள் அளவுக்கான கட்டுப்பாடும்

உங்களுக்குத் தெரியும். நல்ல நினைவுகளை விதையுங்கள். உங்கள் குடும்பத்தினரையும், நட்பு வட்டத்தையும், மகிழ்ச்சியில் ஆழ்த்துங்கள். அவர்கள் உங்களுடன் பகிர்ந்துகொண்ட அன்பையும், ஆதரவையும் நினைவில் கொள்ளுங்கள். இதுவே உங்கள் வாழ்க்கையை அற்புதமாக மாற்ற வல்ல விஷயங்கள்!

எதிர்காலம் குறித்த அச்சம் அசுரர்களுக்கு அறவே இல்லை.

யதார்த்தத்துக்கும் உண்மைக்கும் புறம்பான துர்ப்போதனைகளைக் கண்மூடித்தனமாக ஏற்று, அதைப் பின்பற்றுவதுதான் சரியானது என்று நம்பும் சில ஆசான்களும், அவற்றை வியாபாரமாக்கும் யுக்தியுடன் முனையும் சில ஆசாமிகளும், இவர்களால் மூளைச் சலவை செய்யபட்ட அப்பாவி மக்களும், உங்களைக் குழப்பி அச்சுறுத்த முயல்வார்கள். நீங்கள் மிகவும் விரும்பும் ஒன்றை இழக்க நேரிட்டால் என்ன செய்வீர்கள்? அதற்காக வருத்தப்படுவீர்களல்லவா? மனம் வெதும்புவீர்களல்லவா? நீங்கள் விரும்பும் ஒருவரை இழக்க நேரிட்டால் என்ன செய்வீர்கள்? நீங்கள் பாடுபட்டு சம்பாதித்து சேர்த்த பொருட்களும், உடைமைகளும் இயற்கையின் சீற்றம் காரணமாகவோ, வம்பு வழக்குகளாலோ, வஞ்சக சூழ்ச்சிகளாலோ பறிக்கப்பட்டால் என்ன செய்வீர்கள்? மிகவும் பற்றும் பாசமும் பிடிப்பும் வைத்து, இது போன்ற அசம்பாவிதங்கள் காரணமாக வருந்தவும், வேதனைப்படவும் நேரிட்டால் என்ன செய்வீர்கள்?

இவையெல்லாம் வாழ்க்கையில் இயல்பாக ஏற்படக்கூடிய அச்சங்கள். இது போன்ற இழப்புகள் யாருக்கு வேண்டுமானாலும் ஏற்படலாம். நாம் விரும்பும் பலவற்றை நாம் இழக்க வேண்டிய சூழ்நிலையும் சந்தர்ப்பமும் ஏற்படலாம். நாம் அரும்பாடுபட்டு அடைந்தவைகளை இழக்க நேரிடலாம். உங்கள் பைக் அல்லது கார், ஏதேனும் விபத்து காரணமாக சிதிலமடைந்து போகலாம். நீங்கள் கொஞ்சம் கொஞ்சமாகப் பணம் சேர்த்து ஆசை ஆசையாக வாங்கிய மொபைல் ஃபோன் கீழே விழுந்து பழுதடையலாம், அல்லது நீங்கள் பயணம் செய்யும்போது களவு போகலாம். ஆனால்,

இன்பத்தையும் துன்பத்தையும் மறுத்தல்

அப்படி நடக்குமோ, இப்படி ஆகிவிடுமோ என்ற பயமும் பதட்டமும், அந்தப் பொருட்கள் உங்களிடம் இருக்கும்போதும், அவற்றை பயன்படுத்தும்போதும் ஏற்படுவதை ஒருபோதும் அனுமதிக்காதீர்கள். நம்மை விட்டுப் போய்விடுமோ, நாம் இழந்துவிடுவோமோ என்ற பயத்தில் வாழ்நாள் முழுவதும் வாழ்வது கொடுமையல்லவா? எதுவாக இருந்தாலும், அது உறவோ, உடைமையோ, ஒரு நாள் அல்லது மற்றொரு நாள் நம்மைவிட்டுப் போகத்தான் செய்யும். அது நிகழ்ந்தே தீரும். அதைப்பற்றி நித்தம் நித்தம் கவலைப்படுவதோ, அச்சம் கொள்வதோ முட்டாள்தனம் அல்லவா?

உங்களுடன் உள்ளவர்களுடன், உங்களைச் சுற்றி உள்ளவர்களுடன் வாழ்க்கையைக் கொண்டாடுங்கள். உங்களுக்கு விருப்பமானவர்களுடன், உங்களை விரும்புபவர்களுடன், உங்களுக்கு விருப்பமான உடைமைகளுடன் வாழ்க்கையை அணு அணுவாக ரசித்து அனுபவியுங்கள். எல்லாமே ஒரு நாள் உங்களை விட்டுப் போகலாம். ஆனால், உங்களுடன், உங்களிடம் இருக்கும்போது, ஒவ்வொன்றையும் ஆனந்தமாய் ரசிக்கவும், அனுபவிக்கவும், பயன்படுத்தவும் பெரும் முனைப்புடன் இருங்கள். தவறினாலும், பற்றோ, ஈடுபாடோ இன்றி விட்டேத்தியாக இருந்தாலும், உங்கள் மகிழ்ச்சியை, ஆனந்தத்தை இழக்கிறீர்கள் என்று அர்த்தம். வாழ்க்கையை முழுவதுமாக அனுபவியுங்கள். உணர்ச்சிகளுக்கும், உணர்வுகளுக்கும் மிதமான இடம் கொடுங்கள். ஆனந்தம் அடையுங்கள். முயற்சிகளையும் நம்பிக்கைகளையும் கைவிடாதீர்கள்.

பற்றற்று இருப்பதனால், உங்கள் ஆர்வம், உங்கள் இருப்புக்கான அர்த்தம், வாழ்வின் நோக்கம் ஆகிய அனைத்து அத்தியாவசிய அம்சங்களும் பறிக்கப்படுகிறது. அல்லது, நீங்களே மனமுவந்து இழக்கிறீர்கள். என்றோ ஒருநாள் பிரியப்போகிறோம், அல்லது நம்மை விட்டு அகன்று விடும் என்ற எண்ணத்தில், இப்போது உள்ளவர்கள் மீதும் உள்ளவை மீதும் அன்பும், விருப்பும் கொள்ளாதிருந்துவிடாதீர்கள். மடு இருந்தால், மலையும் இருக்கும். பகல் இருந்தால், இரவும் இருக்கும். விடியத்தான் போகிறதே

என்று இரவில் தூங்குவதைத் தவிர்க்க முடியுமா? என்றோ ஒருநாள் மரணம் வரும் என்பதால், வாழ்வதை நிறுத்தமுடியுமா? தினம் தினம் செத்துக்கொண்டிருப்பது தகுமா? இதுபோன்ற உதவாக்கரை எண்ணங்களையும் தவறான கருத்துகளையும் விதைக்கும் ஆசான்களுக்கு உங்களை பயமுறுத்துவதுதான் நோக்கம். பாவங்களைப் பற்றி விலாவரியாகப் பேசி உங்களைத் தேவையற்ற குற்றவுணர்வுக்கு ஆளாக்குவார்கள். உங்கள் பிறப்பு, நீங்கள் சுதந்திரமாகவும், மகிழ்ச்சியாகவும் வாழ்வதற்காகத்தான். இது போன்ற வஞ்சகம் நிறைந்த கருத்துகள் உங்களைக் கட்டுப்படுத்த அனுமதிக்காதீர்கள். கட்டுப்படுத்தப்படும் எந்த ஒரு ஜீவராசியுமே மகிழ்ச்சியற்ற வாழ்க்கைதான் வாழும் என்பதைப் புரிந்து கொள்ளுங்கள். மகிழ்ச்சியற்ற எந்த ஒரு ஜீவராசியுமே மற்றவர்களுக்கான இரையாகவே வாழ்ந்து மடிகிறது.

அச்சத்தை விதைத்து விற்பனை செய்பவர்களிடம் எச்சரிக்கையாக இருங்கள். குற்ற உணர்வை ஏற்படுத்தும் விஷமிகளிடம் எச்சரிக்கையாக இருங்கள். அவர்களைப் புறந்தள்ளிவிடுங்கள். பூரணமாக ஒதுக்கிவிடுங்கள்.

ஆனந்த மார்க்கம் – பேரின்பத்திற்கான பாதை

இந்திய தேசத்தில் ஒரு தலைசிறந்த மதம் இருந்தது. அறிவாற்றல் மிகுந்த பலர் அம்மதத்தைப் பின்பற்றினர். ஆனந்த தர்மா எனும் அந்த மதம், ஜகமே ஆனந்தம், அதாவது இந்த உலகமே ஆனந்த மயம் என்று பிரகடனப்படுத்தியது. ஆனந்தமற்றதும் ஆனந்தம்தான் என்று வெளிப்படையாக, துணிவாகப் பிரகடனப்படுத்தினார்கள். உலகவாழ்க்கை துன்பங்கள் நிறைந்தது எனும் புத்தரின் கருத்துக்கு எதிராகவும், அதற்கு பதிலளிக்கும் விதமாகவும் உலகம் இன்பங்கள் நிறைந்தது என்று அறிவித்தார்கள். உலகம் விந்தைகள் நிறைந்தது, வாழ்க்கை என்பது ஒரு மந்திரம், மரணம் என்பது அற்புதம் என்று பறைசாற்றினார்கள். "சர்க்கரை இனிக்கும் என்பதை, பாகற்காயைச் சுவைக்காமல் தெரிந்து கொள்ள முடியாதல்லவா? அதே போல் துன்பத்தில் ஆழ்ந்து அழாமல்,

இன்பத்தில் ஆழ்ந்து நடனமாடுவது எப்படி முடியும்?" என்பது அவர்களுடைய சித்தாந்தம். இதை ஒரு பாடலாகவே இசைத்தார்கள். வாழ்க்கையை நேசியுங்கள். உங்களை நேசியுங்கள் என்பதே அவர்களின் தத்துவம்.

இன்பத்தில் மகிழ்ச்சியடையும்போது சிரித்தார்கள். துன்பத்தில் சோகமடையும்போது அழுதார்கள். குழந்தைகள் போல், அதாவது குழந்தைகள் ஒவ்வொன்றிலும் உள்ளார்ந்த ஈடுபாட்டுடன், ஒவ்வொரு நிமிடத்தையும், ஒவ்வொரு பொம்மையையும், ரசித்து, மகிழும், தடுமாறி விழுந்தாலோ, பசித்தாலோ அழும், வேண்டியது கிடைத்துவிட்டால் திருப்தியடையும், ஆனால் எப்போதும் ஆர்வத்துடன், எப்போதும் ஒரு தேடுதலுடன், விளையாடும் நோக்கத்துடன், வாழ்க்கையை அணுஅணுவாக அனுபவித்து, ஒவ்வொரு தருணத்திலும் இயற்கையின் நியதிக்கேற்ப வளர்ந்து வரும் அல்லவா? அதுபோலத்தான் இவர்களும். இவர்களின் கருத்துகளையும் சித்தாந்தங்களையும் மக்கள் விரும்பினார்கள். இவர்கள் மக்களின் அன்புக்குப் பாத்திரமானார்கள். அதனால்தான் ஆனந்த தர்மம் என்ற பெயர் வந்தது.

ஒரு புதிய சகாப்தம் துவங்குகிறது. ஒரு புதிய நம்பிக்கை பரவுகிறது. கடந்த ஐயாயிரம் ஆண்டுகளாக மனிதர்கள் தேவ மார்க்கத்தைப் பின்பற்ற முயற்சித்தார்கள், ஆனாலும் துன்பத்தில் உழன்றார்கள் என்று அசுரனாகப்பட்டவன் சொல்லும் காலம் வந்துவிட்டது. தேவர்களின் மரபும் சம்பிரதாயங்களும் கடினமான, உண்மைக்குப் புறம்பான கொள்கைகளையும் கோட்பாடுகளையும் கொண்டவை. மக்களுக்கு, தங்கள் குறிக்கோளை அடைவதற்கான வழியைச் சொல்லாமல், இயற்கையான உணர்வுகளுக்குத் தடை விதித்து, இயல்பான தன்மைகளைச் சிறுமைப்படுத்தி அவர்களின் முன்னேற்றம் எப்போதும் ஒரு கேள்விக்குறியாகவே இருக்கும்படி வைத்திருந்தார்கள்.

அசுரனாக இருப்பது என்பது, இயற்கையுடன் ஒன்றி, இயல்பாக, தனக்கு உண்மையாக இருப்பதுதான். அசுரர்களின்

பாரம்பரியத்தை மீட்டெடுக்க இதுதான் தருணம். இதனால் சில விஷயங்கள் முடிவுக்கு வரலாம். அதை எதிர்கொள்ள, மனவலிமையுடன் சித்தமாக இருங்கள். அசுரத்தன்மைகளை அங்கீகரித்து அவற்றை விரும்பிப் பின்பற்றுவதால் இதுவரை உங்களுடன் வாழ்க்கையில் பயணித்த சிலரின் அல்லது சில விஷயங்களின் தொடர்புகள் அற்றுப்போகலாம். எதுவும் நிரந்தரமில்லை. நம்பிக்கையுடன் எதிர்நோக்குங்கள். புதிய மனிதர்களைச் சந்திப்பீர்கள், புதிய பொருட்கள், உடைமைகள் வந்து சேரும். ஆனால் எத்தருணத்திலும் அச்சம் உங்களை ஆட்கொள்ளவோ, கட்டுப்படுத்தவோ அனுமதிக்காதீர்கள். அது எந்த ரூபத்தில் வந்தாலும் சரி.

அசுர சம்பிரதாயம் என்பதில் மிக முக்கியமானது, உங்கள் நியாயமான ஆசைகள் மற்றும் உந்துதல்களை நிறைவேற்றிக்கொள்ளுங்கள். இந்த பிரத்தியேக குணாதிசயங்களை ரசித்து, உணர்ந்து, உங்கள் வாழ்க்கையை முழுமையாக வாழுங்கள். உங்கள் செயல்கள் எவரையும் புண்படுத்தாத வரை நீங்கள் குற்ற உணர்வு கொள்ள வேண்டிய அவசியம் இல்லை. உங்களுக்கு எதிலாவது ஆர்வம் தோன்றினால், வாழ்க்கை உங்களை நேசிக்கிறது என்பதைப் புரிந்துகொள்ளுங்கள். உடனே வாழ்க்கையைத் தங்குதடையின்றி நேசிக்கத் தொடங்குங்கள். பிறகு பாருங்கள், மகிழ்ச்சி எப்படிப் பொங்கிப் பெருகி வருகிறது என்று. உங்கள் ஆர்வம் எந்தெந்த விஷயங்களில் ஊடுருவிச் செல்கிறது என்பதைக் கண்டறியுங்கள். உங்கள் கனவுகளைப் பின்பற்றுங்கள். உங்களுக்குத் தீவிரமான பற்றுள்ள விஷயங்களில் கவனம் செலுத்துங்கள். அது உங்கள் வாழ்க்கையின் உயரிய நோக்கத்திற்கான வழியைக் காட்டும். வாழ்க்கையின் அர்த்தத்தைப் புரிய வைக்கும். வெற்றிக்கு வழி வகுக்கும்.

மஹாபாரதத்தில் யக்ஷப்ரஸ்னா என்ற அத்தியாயத்தில், யக்ஷன், யுதிஷ்டிரனைப் பார்த்துக் கேட்கிறான்:

"இந்த உலகத்திலேயே மாபெரும் அதிசயம் எது?"

இன்பத்தையும் துன்பத்தையும் மறுத்தல்

அதற்கு யுதிஷ்டிரன் பதிலளிக்கிறான்:

"ஒவ்வொரு நாளும் பலர் மரணம் அடைவதைப் பார்க்கிறோம். ஆனாலும், ஒவ்வொருவரும் தாம் ஏதோ நிரந்தரம் என்ற எண்ணத்தில் வாழ்கிறார்களே, அதுதான் அதிசயம்."

இது, ஒரு மாபெரும் காப்பியத்தில் சொல்லப்பட்டுள்ள ஆழ்ந்த கருத்துள்ள வரிகள். ஒரு அசுரன் இந்த வாசகத்தைத் தன் மேஜையில், காரில், அலுவலகத்தில், அல்லது, தன் பார்வை படும் இடங்களிலெல்லாம் ஒட்டி வைக்கலாம். இந்த வாசகத்தை இன்னொரு விதத்திலும் சொல்லலாம்:

"ஒவ்வொரு நாளும் பலர் மரணம் அடைவதைப் பார்க்கிறோம். ஆனாலும், ஒவ்வொருவரும் தாம் ஏதோ நிரந்தரம் என்ற எண்ணத்தில் வாழ்கிறார்களே, அதுதான் வாழ்க்கையில் மாபெரும் அதிசயம்."

வாழ்க்கையை முழுவதுமாக வாழுங்கள். அசுரப்பாதையைப் பின்பற்றி வாழுங்கள். அது ராவணப்பாதை.

நன்றியுரை

பகுத்தறிவு மற்றும் பொருளுடைமையை மையக் கருத்தாகக்கொண்ட, லோகயதா எனும் பண்டைய இந்திய தத்துவார்த்தப் படைப்புக்கு இந்தப் புத்தகம் சமர்ப்பணம். சார்வாகர், பிருகஸ்பதி, அஜீவிகா போன்ற தொன்மை வாய்ந்த பகுத்தறிவாளர்களின் வாதங்களுக்கும் கருத்துகளுக்கும் நான் நிறையக்கடமைப்பட்டிருக்கிறேன். மேலும், எந்த ஒரு விஷயத்திலும் அதன் மறுபக்கத்தை ஆராயும் மிகத்தொன்மையான இந்திய விவாத நுட்பங்களை இதில் பயன்படுத்தியுள்ளேன். நான் எழுதிய அசுரா, அஜயா, வனரா போன்ற புத்தகங்கள், ஏற்பியலுக்கு மாறான கருத்தியல் பார்வையில் எழுதப்பட்டிருந்தாலும், இதை, எதிர்ப்பியல் அணுகுமுறையில், பகுத்தறிவை அடிப்படையாகக் கொண்டு வாழ்வியல் சார்ந்த தன்னுதவிப் புத்தகமாகப் படைத்துள்ளேன்.

ஜெய்கோ பதிப்பகத்தின் பதிப்பாசிரியர்களின் பொறுமைக்கு என் நன்றியைத் தெரிவித்துக்கொள்ளக் கடமைப்பட்டிருக்கிறேன், ஏனென்றால், என் எழுத்துப்படிவத்தைக் கடந்த ஐந்து வருடங்களில் பலமுறை திருத்தங்கள் செய்திருக்கிறேன்.

ஏறத்தாழ இருபது ஆண்டுகளாக, என் நெருங்கிய தோழியும், வாழ்க்கைத் துணைவியுமாக விளங்கும் அபர்ணா, அவ்வப்போது என் மிக மோசமான விமர்சகராகவும் பங்கேற்பதுண்டு. என்னுடைய பகுத்தறிவு அணுகுமுறையால், அவருடைய இறை நம்பிக்கை மற்றும் ஆன்மீக ஈடுபாட்டை சிறிதளவும்

அசைத்துப்பார்க்க முடியவில்லை. என்னுடைய மனநிலை மாறுபாடுகள் மற்றும் அசட்டு நகைச்சுவை முயற்சிகளால் தர்ம சங்கடத்துக்குள்ளானாலும், அதுகுறித்த புகார்கள் எதுவுமின்றி சகித்துக்கொண்டு வளைய வந்தது என் பாக்கியம். இந்த இருபது ஆண்டு பொறுமைக்கு மிக்க நன்றி, என் பிரியமானவளே.

என் மனைவி அபர்ணாவைவிட அதிகப் பொறுமையுடன் வளைய வந்தது ஒருவர்தான். அது என் கருப்பு லேப்ரேடர் ஜாக்கி. கொடூரமான தோற்றத்தை மீறிய மென்மையான அணுகுமுறை. நான் எழுதினாலும் எழுதாவிட்டாலும் என்னிடம் அதே அன்புதான். தினமும் வாக்கிங் அழைத்துச் செல்லவேண்டும். இதுவரை என்னைக் கடித்ததில்லை. நான் வெகுவாகத் திட்டமிட்டு ஏதாவது சொன்னால், அதன் பதில் ஒரு 'ஊஃப்' மற்றும் அவ்வப்போது ஒரு 'கிர்ர்ர்ர்'. 'வௌவ்' சப்தம் கேட்க ஆசைதான், அது கொஞ்சம் உற்சாகம் தரும். அவன் என்னுடைய ரசிகன் என்று நினைக்கிறேன். எப்படியானாலும், நான் அவனுடைய ரசிகன்.

என் குழந்தைகள், அனன்யா மற்றும் அபினவ், இருவருமே எனக்கான ஊக்க சக்திகள். விமர்சிக்கவும் செய்வார்கள். இவர்கள் என்னை அவ்வப்போது என் கற்பனை உலகிலிருந்து மீட்டு யதார்த்த உலகுக்கு இழுத்து வருவார்கள். ஒருவர் பதின் வயதைக் கடந்தவர், மற்றவர் அதை நெருங்கும் வயது. தன் தந்தையிடம் கதை கேட்பதோ, அவர் எழுதியதைப் படிப்பதோ, அவர்களின் விருப்பப்பட்டியலில் கடைசியில்தான் இடம் பெற்றிருக்கும். பல வருடங்கள் கழித்து ஒருவேளை நான் எழுதியதைப் படிப்பார்கள் என்ற நம்பிக்கை உள்ளது.

என்னுடைய விரிவாக்கக் குடும்பத்தினர் எப்போதும் எனக்கு உறுதுணையாக நின்றார்கள். அவர்களுடைய நம்பிக்கைகளுக்கும் கோட்பாடுகளுக்கும் முரணாக நான் சில புத்தகங்கள் எழுதியிருக்கிறேன். அவர்கள் யாவரும் என் குழந்தைப்பருவத்திலிருந்தே என்னை ஊக்குவித்தவர்கள். என் உடன் பிறந்தவர்களான லோகநாதன், ராஜேந்திரன், மற்றும்

நன்றியுரை

சந்திரிகா, என் உடன்பிறந்தோரின் வாழ்க்கைத் துணைகளான பரமேஸ்வரன், மீனாட்சி மற்றும் ராதிகா, மற்றும் அவர்களின் குழந்தைகளான திவ்யா, திலீப், மற்றும் ராக்கி, மற்றும் அவர்களின் பேத்தி மித்ரா, இவர்கள் எல்லோருமே குடும்ப விசேஷங்களை உற்சாகமும், குதூகலமும் நிறைந்ததாக நடப்பதற்குப் பெரிதும் துணை நிற்பார்கள். இவர்களுடனான விவாதங்களுக்கு ராமாயணமும் மஹாபாரதமும் கை கொடுக்கும்.

முப்பத்தைந்து வருடங்களுக்கும் மேலாக என் நட்பு வட்டத்தில் தொடரும் ராஜேஷ், ராஜன், சந்தோஷ், பிரபு, பிரேம்ஜீத், மற்றும் சுஜித் கிருஷ்ணன்; மற்ற நண்பர்கள் சுமித் பாலன், சஞ்சு புளியங்கலத், பிரஷாந்த் மேனன், மற்றும் நிஸார் உம்மினிகுன்னும்மாள்; அஞ்சலி நாயர், பிருந்தா, மற்றும் ஹபீபுல்லா கான் போன்ற அனைவருக்கும் என்னை ஊக்குவித்தமைக்கு சிறப்பு நன்றிகள் கூறக் கடமைப்பட்டிருக்கிறேன்.

என் வாசகர்களுக்கும் என் பிரத்தியேக நன்றிகள். உங்கள் விமர்சனங்கள், புகழ்ச்சி, மற்றும் ஆலோசனைகள் எனக்கு ஒரு உத்வேகத்தை அளித்தன என்பது உண்மை. நான் தொடர்ந்து எழுதுவதற்கான காரணம் அதுதான்.

ஆசிரியர் குறித்த விவரங்கள்

ஆனந்த் நீலகண்டன் ஒரு வெற்றிகரமான எழுத்தாளர், கட்டுரையாளர், திரைக்கதை எழுத்தாளர், தொலைக்காட்சி நிகழ்ச்சிகள் பங்கேற்பாளர், கார்ட்டூனிஸ்ட், மற்றும் தனிமனித முன்னேற்றத்துக்கான உரைகள் வழங்குபவர். தொன்மை வாய்ந்த பண்டையகாலக் கதைகளை சீர்ப்படுத்தி வழங்குவதில் இவருடைய பங்கு குறிப்பிடத்தக்கது. இவருடைய படைப்புகள் ஆங்கிலத்தில் பதினைந்து புத்தகங்களும், மலையாளத்தில் ஒரு புத்தகமும் பிரசுரிக்கப்பட்டுள்ளது. ஒரு பிரத்தியேகமான கதை சொல்லும் அணுகுமுறையுடன், பெரும் காவியங்களில் காணப்படும் முரண்படுவதாகச் சித்தரிக்கப்படும் எதிர் கதாப்பாத்திரங்களை அல்லது துணைக் கதாபாத்திரங்களைப் புதுமையாகச் சித்தரிப்பதில் வல்லவர்.

இவருடைய முதல் படைப்பான அசுரா: வீழ்த்தப்பட்டவர்களின் கதைகள் (2012) ஒரு வெற்றிப்படைப்பாகப் பாராட்டுதலைப் பெற்று, இந்தியப் புத்தக உலகத்தில் ஒரு முன்னணி எழுத்தாளராக இடம்பெற உதவியது. அதைத் தொடர்ந்து குழந்தைகளுக்கான இரண்டு புத்தகங்கள் உட்பட, மேலும் சில புத்தகங்கள் எழுதி அவையும் விற்பனையில் சாதனை படைத்தன. இவர் எழுதி பிரசுரமான புத்தகங்கள்: அஜயா: ரோல் ஆஃப் டைஸ், துரியோதனனின் மஹாபாரதம் பார்ட் 1, அஜயா: ரைஸ் ஆஃப் கலி, துரியோதனனின் மஹாபாரதம் பார்ட் 2, வனரா: தி லெஜன்ட்

ஆஃப் பாலி, சுக்ரீவா அன்ட் தாரா, ரைஸ் ஆஃப் சிவகாமி: பாகுபலி ட்ரையாலஜி புக்1, சதுரங்கா: பாகுபலி ட்ரையாலஜி புக்2, க்வீன் ஆஃப் மஹிஷ்மதி: பாகுபலி ட்ரையாலஜி புக் 3, தி எக்ஸ்ட்ரீம்லி மோஸ்ட் நாட்டி அசுரா டேல்ஸ் ஃபார் கிட்ஸ், வால்மீகி'ஸ் விமன், நளதமயந்தி, தி டேல் ஆஃப் தி நாட்டி ஃப்ளையிங் மவுண்டன்ஸ், மெனி ராமாயணாஸ், மெனி லெசன்ஸ் (ஒலி வடிவம்), மஹி: தி எலிஃப்ன்ட் ஹூ ஃப்ளூ ஓவர் தி ப்ளூ மவுண்டன்ஸ், தி அசுரா வே, மற்றும் பெண் ராமாயணம் (மலையாளம்).

ஆனந்தின் இலக்கிய முன்னெடுப்புகள் மொழி எல்லைகளைக் கடந்து, மலையாளம், கன்னடம், தமிழ், தெலுங்கு, மராட்டி, ஹிந்தி, பெங்காலி, அஸ்ஸாமிஸ், சிங்களம், பர்மிஸ், மற்றும் இந்தோனேசிய மொழிகளில் மொழியாக்கம் செய்யப்பட்டு வெளியாகியுள்ளன.

புகழ்பெற்ற தொலைக்காட்சி தொடர்களான பாகுபலி: பிஃபோர் தி பிகின்னிங், சீயா கே ராம், அசோகா, அதாலத், சங்கட் மோச்சன் மஹாபலி ஹனுமான், 21 சர்ஃபரோஷ், மற்றும் தாஜ்: டிவைடட் பை ப்ளட்.

இந்தியன் எக்ஸ்பிரஸ் பத்திரிகையில் தற்கால நாட்டு நடப்புகள் குறித்த இவரது கட்டுரை, பதினைந்து தினங்களுக்கு ஒரு முறை 'அக்யூட் ஆங்கிள்' என்ற பெயரில் வெளியாகிறது. தவிர, மலையாள மொழியில் இவரது படைப்புகள் மலையாளப் பத்திரிகைகளில் தொடர்ந்து வெளியாகிறது.

மும்பையில், தன் மனைவி அபர்ணா, மகள் அனன்யா, மகன் அபினவ் மற்றும் செல்ல நாய் ஜாக்கி தி ப்ளாக்கி ஆகியோருடன் வாழ்ந்து வரும் ஆனந்த் நீலகண்டன், தன் பன்முக இலக்கியப் படைப்பாற்றல் மூலம் வாசகர் இதயங்களைக் கவர்ந்துள்ளார்.